ரிக் வேதகால ஆரியர்கள்
[ஆராய்ச்சி நூல்]

ராகுல சாங்கிருத்தியாயன்

தமிழாக்கம்:
ஏ.ஜி. எத்திராஜுலு, பி.ஏ.,

நியூ செஞ்சுரி புக் ஹவுஸ் (பி) லிட்.,
41-B, சிட்கோ இண்டஸ்டிரியல் எஸ்டேட்,
அம்பத்தூர், சென்னை- 600 050.
☎ : 044 - 26251968, 26258410, 48601884

Language : Tamil
Rick Vethakala Aariyargal
Author : **Rahula Sankritiyayan**
Translator : **A.G. Ethirajulu**
First Edition: February, 1991
Fourth Edition: October, 2017
Fifth Edition: December, 2020
Copyright: Publisher
No. of Pages : x + 218 = 228
Publisher:
New Century Book House Pvt. Ltd.,
41-B, SIDCO Industrial Estate,
Ambattur, Chennai - 600 050.
Tamilnadu State, India.
email : info@ncbh.in
Online:www.ncbhpublisher.in

ISBN: 978 - 81 - 2341 - 319 - 8
Code No. A 502
₹ 220/-

Branches

Ambattur (H.O.) 044 - 26359906, Spenzer Plaza (Chennai) 044-28490027
Trichy 0431-2700885 Pudukkottai 04322- 227773 Tanjore 04362-231371
Tirunelveli 0462-4210990, 2323990, Madurai 0452-2344106, 4374106
Dindigul 0451-2432172 Coimbatore 0422-2380554 Erode 0424-2256667
Salem 0427-2450817 Hosur 04344-245726 Krishnagiri 04343-234387
Ooty 0423-2441743 Vellore 0416-2234495 Villupuram 04146-227800
Pondicherry 0413-2280101 Nagercoil 04652-234990

ரிக் வேதகால ஆரியர்கள்
ஆசிரியர்: **ராகுல சாங்கிருத்தியாயன்**
தமிழாக்கம்: **ஏ.ஜி.எத்திராஜுலு**
முதல் பதிப்பு: பிப்ரவரி, 1991
நான்காம் பதிப்பு: அக்டோபர், 2017
ஐந்தாம் பதிப்பு: டிசம்பர், 2020

அச்சிட்டோர்: **பாவை பிரிண்டர்ஸ் (பி) லிட்.,**
16 (142), ஜானி ஜான் கான் சாலை, இராயப்பேட்டை, சென்னை - 14
☎ : 044-28482441

All rights reserved. No part of this book may be reprinted or reproduced or utilised in any form or by any electronic, mechanical, or other means, now known or hereafter invented, including photocopying and recording, or in any information storage or retrieval system, without permission in writing from the publishers.

பதிப்புரை

உலகப்புகழ்பெற்ற பௌத்த இயல் அறிஞர், மார்க்சிய சிந்தனையாளர் ராகுல சாங்கிருத்தியாயன் இந்தியில் படைத்த ஆராய்ச்சி நூல் இது. இதனைத் தமிழில் மொழிபெயர்த்தவர் திறன்சான்ற மொழிபெயர்ப்பாளர் இந்தி – தமிழ் வல்லுநர் ஏ.ஜி. எத்திராஜுலு ஆவார்.

"ராகுல்ஜி" எனப்பெருமதிப்புப்பெற்ற ராகுல சாங்கிருத்தியாயன் இந்திப்படைப்புகள் ஏறத்தாழ எல்லாவற்றையும் தமிழில் மொழிபெயர்த்தவர் இவரே. ராகுல்ஜியின் மெய்யியல் நூல்களைச் சேர்த்து ஒரே கட்டாக என். சி. பி. எச். சில ஆண்டுகளுக்கு முன் வெளியிட்டது.

ராகுல்ஜியின் வாழ்க்கை வரலாற்றை மிகச்சுருக்கமாக அந்த தொகுதிக்கட்டுடன் வெளியிட்டிருந்தது. வைதிகத்தில் ஊறிய கோவர்தன் பாண்டே – குலவந்தி என்னும் பிராமணத் தம்பதிகளுக்கு 1893 ஆம் ஆண்டு ஏப்ரல் ஒன்பதாம் நாள் ராகுல்ஜி பிறந்தார். அவர் பாட்டனாரும், தந்தையாரும் இந்திய இராணுவத்தில் சேவை செய்தவர்கள். அக்கால வழக்கப்படி இளம் வயதினிலேயே திருமணத்தை இவர் விருப்பத்துக்கு மாறாகச் செய்துவைத்தார்கள். இதனால் குடும்ப வாழ்க்கையை உதறித்தள்ளிய ராகுல்ஜி ஊர் சுற்ற விரும்பினார். தம் வாழ்நாள் முழுவதும் ஊர் சுற்றியே இருந்தார். அவர் எழுதிய "ஊர் சுற்றிப்புராணம்" அவர் சென்று வந்த நாடுகள், கண்ட ஊர்கள், சந்தித்த மாந்தர், மதவாதிகள், தங்கிய மடங்கள் பற்றிய விபரங்களை இந்த நூலில் சொல்லி இருப்பது காணலாம். தமிழ் வைணவத்தை, குறிப்பாக இராமானுசரின் விசிட்டாத்வைதத்தைக் கற்றறிவதற்கு ஸ்ரீபெரும்புதூரில் வசித்ததாகவும் நூலில் எழுதியுள்ளார். அவருக்குத் தெரிந்த மொழிகளில் தமிழும் ஒன்று எனலாம்.

"ரிக்வேத ஆரியர்கள்" என்னும் இவ்வாய்வு நூலில் இந்தியாவின் மேற்கிலிருக்கும் மத்திய தரைக்கடற்கரை நாடுகளிலிருந்து ஆப்கானிஸ்தான் வழியாகச் சிந்து நதி – சப்த சிந்து நதிதீரத்தில் வந்து குடியேறிய ஆரியர்கள் வளமான நாகரிகத்தில் திளைத்திருந்த நாட்டுக்குடிமக்களை வென்று வீழ்த்திக் கிழக்கே நோக்கிக் கங்கை நதிதீரம் வரை பரவினார்கள்; அவர்கள் தம்முடன் போர்க்களத்தில்

விரைந்து பாய்ந்து செயலாற்றவல்ல குதிரைகளைக்கொண்டு வந்தார்கள்: இதுவே நாட்டில் குடியிருந்த சிந்துச்சமவெளி நாட்டு மக்களையும் தஸ்யுக்களையும், கிராதர்களையும், நாகர்களையும் வேறு பல மக்களினங்களையும் பல்வேறு முயற்சிகளைக் கையாண்டு, வென்று அடிமைப்படுத்தி ஆள உதவிற்று என ராகுல்ஜி எடுத்துக்கூறுகிறார். சிந்துவெளி மக்களைத் தஸ்யூக்கள், திராவிடர்கள் என்று அழைக்கிறார்.

மொழியைப் பொறுத்தவரை மத்திய தரைக்கடல் நாடுகளிலும் அதனைச் சுற்றியிருந்த ஐரோப்பிய நாடுகளிலும் வாழ்ந்திருந்த ஆரிய இன மக்களின் ஒரு பிரிவினர் பேசிய மொழியே பிற்காலத்தில் செம்மைப்படுத்தப்பட்ட சமஸ்கிருதமாக மாறிற்று என்று எடுத்துக்காட்டுகிறார். ஆரியர்களுடைய பழக்கவழக்கங்கள், வேளாண் வாழ்க்கை, பகைவர்களை வீழ்த்துதல், இறை நம்பிக்கை பூசனை என்னும் பல்வேறு நடவடிக்கைக்களை எடுத்துச்சொல்லுகிறார். இயற்கைக் கடவுள்களான - இந்திரன், வாயு, வருணன், என்பன பற்றிச் சொல்லுகிறார். தொல்பழங்காலத்தில் மக்கள் வாழ்ந்திருந்த நாகரிக நிலையைப் படம் பிடித்துக்காட்டுகிறார். ஆனால் இது ரிக் வேத காலத்தில் மட்டுமே. அதற்குப்பின் வந்த மூன்று வேதங்கள், ஆரண்யங்கள், உபநிடதங்கள் காலத்தில் மக்கள் வாழ்க்கையை இந்த நூலைத் தொடர்ந்து வெளி வந்த “இந்து சமயயியலில்” விரிவாக விளக்கியுள்ளார்.

நூல் நான்கு பாகங்களாக இயங்குகிறது. முதல்பாகம், ஆரியர்கள் இந்தியா வந்த பிறகு ரிக்வேதம் பிறந்தது, சப்தசிந்து பூமியில் பழைய இன நாகரிகம் உயர்ந்தோங்கியிருந்தது. ஆதி ஆரிய இனக்குழுக்கள் புரு, யது, துர்வசு, த்குஹ்யு, அனு, என ஐந்தாகப்பிரிந்திருந்தன. தஸ்யுக்களையும், கிராதர்களையும் அவர்கள் கட்டியிருந்த கோட்டைகளையும் அழித்ததற்கானக் குறிப்புகளைத் தருகிறார். ஆரிய இனத்தினர் எதிர்கொண்ட இனங்களின் வாழ்க்கை வரலாறுகளை விபரமாக எடுத்துக் கூறியுள்ளார். ஆரியர்கள் கால்நடை வளர்ப்பதிலும், சோமபானம் பருகுவதிலும், கேளிக்கைகளிலும் மிகுதியாக ஈடுபட்டிருந்தனர். பிராமணப் பூசாரிகள் உட்பட ஆரியர்கள் எல்லாரும் மாமிசம் உண்டனர். அவர்களுடைய சொத்து விபரங்களை இரண்டாவது பாகத்தில் விளக்குகிறார்.

மூன்றாவது பாகத்தில் ரிக்வேத காலத்தில் வாழ்ந்திருந்த ரிஷிகள். அவர்களைச் சுற்றியிருந்தவர்கள். அவர்களுடைய குல, கோத்திரங்கள், ரிஷிகளில் உயர்ந்த சிறந்தவர்கள் ஆகியவர்களைப் பற்றிக் கூறுவதுடன் அங்கு ஏற்கனவே வாழ்ந்திருந்த தஸ்யு இன மக்கள் வாழ்க்கைமுறை அரசர்கள் பற்றி விபரமாக எடுத்துக்கூறுகிறார். ஆரிய மக்கள் கண்ட அரசியல் அமைப்பும் விளக்கப்படுகிறது.

நான்காம் பாகத்தில் கல்விகற்கும் முறை, உடல்நலம் பேணுதல், நோய், நோய் தீர்க்கும் மருத்துவம், ஆடை அணிகலன்கள், பொழுதுபோக்குகள், இசை, நடனம், நாட்டியம், சூதாட்டம், பானம் என்பனவற்றையும் அவர்கள் வணங்கிய தேவர்கள் பிதுரர்கள் ஆகியோர் பற்றி விளக்கமாக எடுத்துச்சொல்கிறார். அதே போது அவர்கள் ஈடுபட்டிருந்த தொழில் வேளாண்மை, வாணிபம் என்பனவற்றையும் சுட்டிக்காட்டுகிறார்.

இந்தியாவுக்கு வந்த ஆரியர் பல்வேறு இடங்களில் பரவி அவ்வழி ஆதிக்கத்தையும் பழக்கவழக்கத்தையும், பரப்பியதை ராகுல்ஜி மிக விபரமாக எடுத்துச்சொல்கிறார்.

இந்த ரிக்வேத புருஷ சுக்தம் நான்கு வருணங்களின் தோற்றத்தைப் புலப்படுத்துகின்றது. ரிக்வேதம் பற்றி ஆராய்ந்த அறிஞர்கள் எல்லாருமே ஆரியர்களின் பரவல்கள் அவர்களால் வெல்லப்பட்டவர்கள் இயற்கையோடு அவர்கள் கொண்டிருந்த இனக்குழு நிலை சார்ந்த உறவுகள் பற்றி மட்டுமே அவ்வேதம் கூறுகிறதேயன்றித் தத்துவக்கூறு எதனையும் கொண்டிருக்கவில்லை என்று அறுதியிட்டுச் சொல்லுகின்றனர். ராகுல் சாங்கிருத்தியாயனின் இந்த நூலைப்படிப்போர் இதனை நன்கு உணர்வார்கள்.

இவ்வரிய நூலை வாசகர் தேவை கருதி மீண்டும் வெளியிடுவதில் என்.சி.பி.எச். பெருமையடைகிறது; வழக்கம்போல ராகுல்ஜியின் இந்த நூலுக்கும் வரவேற்பும் பாராட்டும் கிடைக்கும் என்பதில் நம்பிக்கை உண்டு.

- பதிப்பகத்தார்

பொருளடக்கம்

முதல் பாகம் – நிலவியல்

	பக்கம்
1. சப்த சிந்து	
1. ஆரியர்களின் வருகை	3
2. அதன் பின்னரே ரிக் வேதம்	4
3. 'ரிக் வேதம்' தலைசிறந்த சான்று	6
4. சப்த சிந்து பூமி	10
2. ஆரிய இனக் குழுக்கள்	
1. சிந்து நாகரிகம்	14
2. ஆரிய இனக் குழுக்கள்	20

இரண்டாம் பாகம் – சமூக, பொருளாதாரங்கள்

3. வர்ணமும், வர்க்கமும்	
1. வர்ணம் (நிறம்)	31
2. வர்க்கம்	36
4. உணவும், பானமும்	
1. உணவு	45
2. பானம்	50

மூன்றாம் பாகம் – சமூக, பொருளாதாரங்கள்

5. ரிக் வேத ரிஷிகள்	
1. முக்கிய ரிஷிகள்	57
2. மற்ற ரிஷிகள்	74
6. தஸ்யுக்கள்	
1. சிந்து இனம் (பணி)	79
2. சம்பரனைச் சேர்ந்த மலைவாசிகள்	85
3. மோன்-க்மேர் (கிராதர்)	86
7. முதல் ஆரிய மன்னர்கள்	91

8. சம்பரன்
1. தஸ்யுக்கள் — 98
2. சம்பரனின் படைத் தளபதிகள் — 103
3. சம்பரன் — 108
4. கிராதர் — 111

9. திவோதாஸ்
1. பழங்கால ஆரியத் தலைவர்கள் — 114
2. திவோதாஸின் செயல்கள் — 122

10. சுதாஸ்
1. சுதாஸ் வீதஹவ்ய — 130
2. பத்து மன்னர் யுத்தம் — 135
3. அஸ்வ மேதம் — 138

11. அரசியலமைப்பு
1. ஆட்சியாளரும், ஆட்சிக்குட்பட்டவர்களும் — 141
2. ராஜா (மன்னன்) — 145
3. அரசியலமைப்பு — 148

நான்காம் பாகம் — கலாசாரம்

12. கல்வியும், உடல் நலமும்
1. கல்வி — 155
2. உடல் நலம் — 159
3. நோய்கள் — 160
4. மருத்துவம் — 162

13. உடையலங்காரம்
1. ஆடைகள் — 165
2. அணிகலன்கள் — 169
3. அலங்காரம் — 171

14. விளையாட்டுகள், பொழுதுபோக்குகள்
1. நாட்டியம் — 174
2. இசை — 174
3. பானம் — 175
4. சூதாட்டம் — 179

15. தேவர்கள் (மதம்)
1. தேவதைகள் — 181
2. பிதுரர் முதலியோர் — 193
3. பயன் கருதிய செயல் — 194
4. பூஜைப் பொருட்கள் — 195
5. மந்திர, தந்திரங்கள் — 196
6. மறு உலகம் — 196

16. அறிவும், விஞ்ஞானமும்
1. விவசாயம் — 198
2. கட்டடக்கலை — 199
3. காலம் — 200
4. நிறுத்தல், நீள அளவைகள் — 201
5. எண்கள் — 202

17. ஆரியப் பெண்கள் — 203

18. மொழியும் கவிதையும்
1. மொழி — 211
2. சந்தம் — 213
3. அமைப்பு — 213
4. காவியம் — 214
5. கவிஞர் — 215

பாகம் I
நிலவியல்

அத்தியாயம் ஒன்று

சப்த சிந்து

1. ஆரியர்களின் வருகை

ஆரியர்களுடன் இரத்த உறவுகொண்ட அண்டைப் பிரதேசத்தைச் சேர்ந்த ஈரானியர் 'ச'வை 'ஹ' என உச்சரித்து வந்தனர். அதனால் 'சப்த சிந்து' பிரதேசத்தில் குடியேறி வாழ்ந்துகொண்டிருந்த தமது சகோதரர்களின் நாட்டை அவர்கள் 'ஹப்த ஹிந்து' என்று அழைத்து வந்தனர். அதன் சுருக்கமே 'ஹிந்த்' என்பது. அக்காலத்தில் மேற்கத்திய நாடுகளில் சிறந்து விளங்கிய கிரீஸ் நாட்டினர் 'ஹ'வை 'அ' என்று உச்சரித்து வந்தனர். அதனால் 'ஹிந்து' 'இந்து' 'இந்த்' ஆகிவிட்டது. இன்று எங்கும் நமது நாடு இதே பெயரில்தான் வழங்கப்படுகிறது. 'ரிக் வேத'த்தில் 'சப்த சிந்து' என்ற பெயர் பலவிடங்களிலும் காணப்படுகிறது. அது சில இடங்களில் 'ஏழு நதிகள் பாயும் பிரதேசம்' என்ற அர்த்தத்திலும் வருகிறது அந்தச் சமயத்தில் இனக் குழுக்களின் பெயரிலேயே நாடுகளின் பெயரும், 'ஜனபத'ங்களின் (ராஜ்ஜியங்களின்) பெயரும் அமைந்து வந்தன. இதனால் அக்காலத்தவர்கள் நாட்டையும், ராஜ்ஜியத்தையும் பன்மையிலேயே குறிப்பிட்டனர். இந்த வழக்கம் புத்தர் காலத்திலும், அதன் பிறகும்கூட நீடித்தது. பவுத்த யுகத்தைச் சேர்ந்த 'பாலி' மொழியில் 'கோசலத்தில்', 'காசியில்' என்பதற்குப் பதிலாக 'கோசலங்களில்', 'காசிகளில்' என்றே கூறி வந்தனர். அனைவரைக் காட்டிலும் பிற்கால ரிஷியான ஹிரண்ய ஸ்தூபர் தான் இயற்றிய 'ரிசா' (சுலோகம், செய்யுள்)வில் சவிதாவின் (சூரியனின்) மகிமையை வர்ணிக்கும்போது, "சூரியன் தானமளிப்பவனுக்கு உயர்ந்த ரத்தினங்களை (செல்வங்களை) வழங்கி, சப்த சிந்துகளை ஒளிரச் செய்தார்" என்று கூறினார். (1-35-8).

சப்த சிந்து, ஏழு நதிகள் அல்லது ஆரிய இனத்தவரைப் பற்றிச் சொல்வதற்கு முன், ஆரியர் ரிக்வேத காலத்தில் வாழ்ந்த நிலைமை குறித்துச் சற்றுக் கூற வேண்டும்

ஆரியர் வெளியிலிருந்து இந்தியாவிற்குள் வந்தனர். இதை ஒப்புக் கொள்ளாவிட்டால், சில பிரச்சினைகள் தோன்றிவிடும். ஆரியர்களின் மொழியும் மேற்கு நாடுகளில் வாழும் மக்களின் பல்வேறு மொழிகளும் ஒரே மொழிக் குடும்பத்தைச் சேர்ந்தவையாக உள்ளன. ஆரியர்கள் வெளியிலிருந்து வந்தனர் என்பதை ஒப்புக்கொள்ளாவிட்டால், மேற்கு நாடுகளின் மக்கள் இந்தியாவிலிருந்து அங்கே சென்றவர்கள் என்று கருத வேண்டிவரும். இதனால் மேலும் பல பிரச்சினைகள் தோன்றும். அவற்றுக்குத் தீர்வு காண்பது மிகவும் கடினம். ஆரியர் குறித்தும், இந்தோ - ஐரோப்பிய மொழிகள் குறித்தும் மற்ற விஷயங்கள் குறித்தும் போதிய கவனம் செலுத்தாத காரணத்தாலேயே இப்படிப்பட்ட கருத்து தோன்றுகிறது. இதனாலேயே நம் நாட்டு வரலாற்றாசிரியர்கள் சிலர் கலியுகம், மகாபாரதக் காலம் எனக் கணக்கிட்டு, சரித்திரத்தை ஆயிரக் கணக்கான ஆண்டுகளுக்கு முன்னால் கொண்டு செல்ல முயலுகின்றனர். உண்மையில், ஆசியா மைனரில் ஹித்திதரும், கிரீஸில் கிரேக்கர்களும், ஈரானில் ஈரானியரும் பிரவேசித்த காலத்தை ஆராய்ந்தால், இந்தியாவில் ஆரியர் கி.மு. 1500-க்கு முன் நுழைந்திருக்க மாட்டார்கள் என்பது புரியும். ‘ரிக்வேத’த்தை இயற்றிய மிகப்புகழ்பெற்ற ரிஷிகளான பரத்வாஜரும், வசிஷ்டரும், விஸ்வாமித்திரரும் வெகு காலத்திற்குப் பிறகு, குறைந்தது 300 வருடங்களுக்குப் பிறகு இருந்தவர்கள்தாம்!

2. அதன் பின்னரே ரிக்வேதம்

‘ரிக்வேத’த்தின் உச்சரிப்பில் பெரும் மாறுதல் காணப்படுகிறது. அப்படிப்பட்ட மாறுதல் நீண்ட காலத்திற்குப் பிறகுதான் ஏற்பட முடியும். இந்திய ஆரியர்கள் இந்தோ - ஐரோப்பிய வம்சாவளியைச் சேர்ந்த கிழக்கத்திய அல்லது ‘சதம்’ பிரிவின் கீழ் வருகின்றனர். அந்த வம்சத்தில் ருஷ்யரும், ஸ்லாவ் இனத்தவரும், ஈரானியரும் உள்ளனர். ஈரானியர்களாலும், ஸ்லாவ் இனத்தவராலும் ‘ட’ போன்றவற்றை உச்சரிக்க முடிவதில்லை. ‘ரிக்வேத’த்தின் முதல் செய்யுளிலேயே ‘அக்னிமேளே’ என்பதில் ‘ள’ வந்துள்ளது. ஆரியர்கள் சப்தசிந்துவின் பழைய வாசிகளான - மொகஞ்சோதாரோ, ஹரப்பா வாசிகளுடன்

நெருங்கிய தொடர்பிருந்ததாலேயே, அவர்கள் வாயிலிருந்து இந்த உச்சரிப்பு வந்தது. ஈரானியர் நமது முதல் இருப்பிடமான 'ஆர்யானாபேஇஜா'வை நினைவில் வைத்திருந்தாலும், இந்திய ஆரியர் அதை மறந்து விட்டனர். இவ்விஷயத்தில் 'ரிக்வேதம்' மவுனம் சாதிப்பதிலிருந்தே தெரிந்துகொள்ளலாம். அவர்கள் நீண்டகாலம் ஆங்காங்கே தங்கிக்கொண்டு தமது பயணத்தைத் தொடர்ந்ததாலும் தம்முடைய முதல் இருப்பிடத்தை மறந்து விட்டிருக்கக்கூடும். ரிக்வேத ஆரியர்களுக்கு மேற்குத் திசையில் வாழ்ந்துகொண்டிருந்த பக்தூனியர், பலானியர் இனக் குழுவினர் இந்தியாவின் மேற்கு வாசல்களான கைபர், போலான் கணவாய்களைக் கடந்தும் இருந்து வந்தனர். அவர்களுக்கும் மேற்கே ஆரிய இனக்குழுவினர் இருந்திருக்கலாம். ஆனால் அவர்களுடன் தொடர்பில்லாததால் ரிக்வேத ரிஷிகள் அவர்களை நினைவில் வைத்திருக்கவில்லை.

சரித்திரம் எழுதுவது ரிக்வேத ரிஷிகளின் நோக்கமல்ல. அவர்கள் தமது தேவர்களையும், தமக்குத் தானமளித்தவர்களையும் மகிழ்விக்க விரும்பினர். இதன் தொடர்பால் எத்தனையோ வரலாற்று, நிலவியல் விஷயங்கள் 'ரிக்வேத'த்தில் குறிப்பிடப்பட்டன. அவற்றினாலேயே 'ரிக்வேத'த்தின் மதிப்பு உயர்ந்துவிட்டது என்பதில் ஐயமில்லை. 'ரிக் வேத'த்தின் முன்னே மற்ற மூன்று வேதங்களும் நிற்க முடியாது. 'மகாபாரத'மும் மற்ற புராணங்களும் அக்கால வரலாற்று,, நிலவியல் விஷயங்களைத் தெரிவிப்பதில் மிகவும் பின்னடைந்திருப்ப தோடல்லாமல், நம்பத் தகுந்தவைகூட அல்ல. ரிக்வேத காலம் குறித்து 'ரிக்வேத'மே சிறந்த சான்றாகும். அக்காலம் பற்றி 'ரிக்வேத'த்திற்கு மாறாக எந்த விஷயம் சொல்லப்பட்டாலும், அதை உடனே நிராகரித்துவிட வேண்டும். தற்போதைய எத்தனையோ வரலாற்றாசிரியர்கள் இரண்டையும் ஒருங்கிணைக்க முயலுகின்றனர். இந்த முயற்சி ஒரு தவறுக்காகப் பத்து தவறுகள் புரிவதாகத்தான் இருக்கும். தந்தையான திவோதாஸும், மகனான ஸுதாஸும் ரிக் வேதத்தின் தலைசிறந்த கதாநாயகர்கள். அவர்கள் 'த்ரித்ஸு' - 'பரத' இனக் குழுவின் வீரதீர மன்னர்கள். அவர்கள் எல்லையில் பருஷ்ணி - இன்றைய ராவி நதி - ஓடிக்கொண்டிருந்தது. சிந்து நதிக்கு அந்தப்புறம் வாழ்ந்து வந்த பக்த், பலானஸ், அலின், விஷாணி முதலிய ஆரிய இனக் குழுவினரும், சிந்துவுக்கு இந்தப்புறமிருந்த 'சிவ' ஆரிய இனக் குழுவினரும் திரித்ஸு இனக் குழுவினர் மேல் படையெடுக்க பருஷ்ணி நதிக்கரை

வரை வந்துவிட்டனர். பின்னர் மிக்க சிரமத்துடன் அவர்கள் விரட்டப்பட்டனர் (ரிக் வேதம் 4-22-2). பருஷ்ணி (ராவி) நதிக் கரையிலிருந்த இந்த மன்னர்களை 'மகாபாரதம்' கங்கைக் கரையிலிருந்த பாஞ்சால (காம்பில்ய - கனோஜ், ருஹேல் கண்ட்) மன்னர்களாக்கி விட்டது. இப்படிப்பட்ட சரித்திரக் குழப்பத்தைச் சரி செய்யும் முயற்சியும் வீணானதுதான்! ரிக்வேத வரலாறு குறித்து 'மகாபாரத'த்தின் நிலையே இதுவென்றால், புராணங்களைப் பற்றிச் சொல்லவும் வேண்டுமோ? 'மகா பாரதம்', மற்ற புராணங்களின் வரலாற்று முக்கியத்துவம் ஏதுமில்லை என்பது இதன் பொருளல்ல. பிற்காலம் சம்பந்தப்பட்ட பல உண்மைகளை அவை எடுத்துக் கூறுகின்றன. மானிட இயல் தொடர்பான ஆராய்ச்சிக்கும் அவைகளிலிருந்து உதவி பெற முடியும்.

3. ரிக்வேதம் தலைசிறந்த சான்று

அந்தக் காலம் பற்றிய மிகவும் மதிப்புள்ள செய்திகளை 'ரிக்வேதம்' நமக்குத் தெரிவிக்கிறது. சுமார் மூவாயிரம் வருடங்களாக நம் முன்னோர்கள் கொஞ்சமும் மாற்றமின்றி இதைப் பாதுகாத்து வைத்திருக்கிறார்கள். ஆனால் திவோதாஸுக்கும், ஸுதாஸுக்கும் முந்தைய காலம் பற்றி 'ரிக்வேத'மும் நமக்கு ஒன்றும் தெரிவிப்பதில்லை. ஆரியர்களுக்கு முந்தைய வரலாறு எழுத்து வடிவத்தில் இல்லை என்று கூறப்பட்டாலும் அது உண்மையல்ல. ஏனெனில் மொகஞ்சோதாரோவிலும், ஹரப்பாவிலும் ஆயிரக்கணக்கான முத்திரைகள் கிடைத்துள்ளன. அவற்றில் எழுத்துக்களும் இருக்கின்றன; ஆனால் அவற்றைப் படித்துப் புரிந்துகொள்ள நம்மால் இன்னும் இயலவில்லை. அந்த முத்திரைகளைப் படிக்க முடியாவிட்டாலும், நம்முடைய இந்த இரு புராதன நகரங்களிலிருந்து மனித வாழ்வு சம்பந்தப்பட்ட எத்தனையோ பொருட்கள் விரிவாகக் கிடைத்துள்ளன. அவற்றைக் கொண்டு நாம் அன்றைய மக்களின் வாழ்க்கையினை நன்றாகவே தெரிந்துகொள்ளலாம். அன்றைய சிந்து மக்கள் தாமிர - பித்தளை - யுகத்தைக் கடந்து கொண்டிருந்தாலும், செல்வம் கொழித்த அழகிய மாளிகைகளில் தூய்மையுடன் வாழ்ந்து கொண்டிருந்தார்கள் அவர்கள் பொது சுகாதார விஷயத்தில் தற்காலத் தவர்களைக் காட்டிலும் எவ்வளவோ முன்னேறிய நிலையிலே இருந்தார்கள். அவர்கள் அழகான பருத்தி ஆடைகளை அணிந்து வந்தார்கள்; ஆனால் அவர்கள் இடத்தைப் பிடித்த ஆரியர்கள் வெப்பம் நிறைந்த நாட்டிலும்

எப்போதும் கம்பளி, தோல் ஆடைகளை அணிந்து கொண்டிருந்தார்கள். மொகஞ்சோதாரோ, ஹாரப்பா (சிந்து) நாகரிகத்தின் இறுதிச் சிறப்புக் காலம் கி.மு 2500–ஆம் ஆண்டாகக் கருதப்படுகிறது. அதற்கு ஓராயிரம் வருடங்களுக்குப் பின்னர், சிந்துப் பிரதேசத்தில் ஆரியர்கள் பிரவேசித்தார்கள். அதற்குக் குறைந்தது முந்நூறு வருடங்களுக்குப் பின்னர், (கி.மு. 1200) பரத்வாஜர், வசிஷ்டர், விஸ்வாமித்திரர் ஆகிய ரிஷிகள் தம் 'ரிசா'க்களை (செய்யுட்களை) இயற்றினார்கள். ஆரியர்களுக்கும் பழைய சிந்து வாசிகளுக்குமிடையே நடந்த சண்டைகள் 'ரிக்வேத'த்தில் தேவாசுர யுத்தங்களாக வர்ணிக்கப்பட்டுள்ளன. அப்போதிலிருந்து திவோதாஸ் - ஸுதாஸ் காலம் வரை (கி.மு. 1200)யிலான சரித்திரம் இருட்டில் மூழ்கிக் கிடக்கிறது. அதற்காக நாம் தொல்பொருள் அகழ்வாராய்ச்சியைத்தான் சார்ந்திருக்க வேண்டும்.

இந்தக் காலத்தைச் சேர்ந்த தொல்பொருளும் சொற்ப மாகத்தான் கிடைக்க முடியும். ஏனெனில் இந்தியாவிற்குள் பிரவேசித்த ஆரியர்கள் சவ்வரிசி போன்ற சில தானியங்களின் பெயர்களை அறிந்திருந்தாலும், அவர்கள் பிரதானமாக மாடு மேய்ப்போராகவும், ஊர் சுற்றிகளாகவுமே இருந்தார்கள். இப்படிப்பட்டவர்கள் நகர வாழ்வின் செல்வாக்கிற்குள் மெள்ள வருகிறார்கள் என்பது செங்கிஸ்கானிடமிருந்தும், மங்கோலியர் களிடமிருந்தும் நாம் தெரிந்துகொள்ளலாம். மத்திய ஆசியாவிலும் ஒரு 'சப்த சிந்து' இலி, சு ஆகிய ஏழு நதிகளின் பள்ளத்தாக்குகளில் இருந்தது. இதுவே இன்று ருஷிய மொழியில் 'செமி - ரேக்யே' (ஏழு நதிகள்) பிரதேசமென்று குறிப்பிடப்படுகிறது. இது புராதன காலத்திலிருந்து வரும் பெயரின் மொழி பெயர்ப்பாகத் தோன்றுகிறது. பதின் மூன்றாம் நூற்றாண்டின் துவக்கத்தில் மங்கோலியர் படையெடுப்புக்கு முன்னால் இந்தப் பிரதேசத்தில் பல கிராமங்களும் நகரங்களும் செல்வச் செழிப்புடன் திகழ்ந்தன. மாடு மேய்ப்போரான மங்கோலியருக்கு அவற்றால் பெரிய பயன் இல்லை. அதனால் அவர்கள் வயல்களையெல்லாம் மேய்ச்சல் நிலங்களாக மாற்றி விட்டார்கள். அந்தக் காலத்தைச்சேர்ந்த சுற்றுப் பயணிகள் எத்தனையோ கிராமங்களைப் பார்த்தனர். அப்போதும் அங்கே நிறைய குட்டிச் சுவர்கள் இருந்தன. கிராமங்களுக்கு வெளியே மங்கோலியரின் கூடாரங்கள் இருந்தன. அவர்களுடைய கால்நடைகள் வயல்களின் இடத்திலிருந்த மேய்ச்சல் நிலங்களில் மேய்ந்துகொண்டிருந்தன. ஊர்சுற்றி ஆரியர்களும் தம் பகைவர்களிடம் இதைவிட நன்றாக நடந்து

கொண்டிருக்க மாட்டார்கள். மங்கோலிய கூடாரங்களின் தொகுப்பை 'ஓர்த்' என்று குறிப்பிட்டார்கள். ஆரியர்களும் தமது இல்லங்களின் தொகுப்பை 'கிராமம்' என்று கூறினார்கள். அதன் பொருளும் 'தொகுப்பு'தான்! தாமிரயுகத்தின் கடைசிக் காலத்தைச் சேர்ந்தவர்களால் - ரிக்வேத கால ஆரியர்களால் - கம்பளித்துணி அல்லது பருத்தித் துணியிலான கூடாரங்களை அமைத்துக்கொள்ள முடியவில்லை. இயற்கையான காடுகள் நிறைந்த நாட்டிலே புல்லாலும், கொம்புகளாலும் வீட்டைக் கட்டிக்கொள்வது மிகவும் மலிவல்லவா! இங்கே கொட்டும் மழையில் கூடாரங்களைவிட இந்த வீடுகள் பயனுள்ளவையாகும். சப்தசிந்து பிரதேசத்தில் பெய்யும் மழை மத்திய ஆசியாவைப் போல் பெயரளவிலானதல்ல. இப்படிப்பட்ட குடிசைகள்கொண்ட புராதன ஆரிய கிராமங்களின் இடிபாடுகள் மொகஞ்சோதாரோ, ஹாரப்பா இடிபாடுகள் போன்றவையாக இருக்க முடியாது. மூவாயிரம், மூவாயிரத்து ஐந்நூறு ஆண்டுகளைக் கடந்து, இன்று நமக்குக் கிடைக்கும் தகவல்கள் மிகக்குறைந்த அளவிலேயே இருக்க முடியும். திவோதாஸ் - ஸுதாஸ் காலத்திலும் ஆரியர்கள் நகரவாசிகளாகவில்லை. அவர்களுடைய செல்வமெல்லாம் குதிரைகளும், பசுக்களும்தான்! அவற்றுக்காக அவர்கள் தம்முடைய தேவர்களை வணங்கி வந்தார்கள்.

பல ஆரிய இனக்குழுவினரின் பெயர்கள் 'ரிக்வேத'த்தில் குறிப்பிடப்படுகின்றன; புத்தர் காலத்தில் இருந்த பதினாறு இனக் குழுக்களின் பிரதேசத்தை நாம் இன்னும் தெரிந்துகொள்ளலாம்; ஆனால் சப்தசிந்துவிலிருந்த இனக்குழுக்கள் பற்றி இவ்வாறு கூற முடியாது. வேத காலத்திற்குப் பின்னர் இனக் குழுக்களின் பெயர்களை சப்தசிந்து பூமியிலிருந்து வேண்டுமென்றே அழித்துவிட்டார்கள். சப்த சிந்துவில் வாழ்ந்த முக்கிய இனக்குழுக்களான புரு, யது, துர்வஷ், அணு, திருஹ்ய இனக்குழுக்கள் பிற்காலத்தில் இருந்த இடமே தெரியவில்லை (1-108-8). அன்றைய சிறு இனக் குழுக்களில் ஒன்றான 'பக்த்' இன்றும் இருக்கிறது. அதன் வம்சாவழியினர் இன்று 'பக்தூனிஸ்தான்' கேட்டுக் கொண்டிருக்கிறார்கள். இதனால் ஆப்கானிஸ்தானுக்கும், பாகிஸ்தானுக்குமிடையே நெருக்கடி முற்றி வருகிறது. மற்றொரு இனக் குழுவான 'பலான்' போலன் கணவாயுடன் தொடர்புடையது. அக்காலத்தில் 'பக்த்' இனக் குழுவினர் இத்தனை பரந்த பிரதேசத்தில் இருந்திருக்க மாட்டார்கள். இனக் குழுவின் வளர்ச்சி இயற்கையான மக்கள் தொகைப் பெருக்கத்தால் மட்டுமே நிகழ்வதல்ல; ஒரோர் சமயம்

சிறிய அல்லது வலுவற்ற இனக்குழு பெரிய, வலிமையுள்ள மற்றோர் இனக் குழுவில் இணைந்து விடுவது நல்லதென்று கருதி, அப்படிச் செய்கிறது. இதை நாம் மத்திய ஆசியாவைச் சேர்ந்த ஊர் சுற்றி இனத்தவர், துருக்கியர், மங்கோலியர் வரலாறுகளிலிருந்து தெரிந்துகொள்ளலாம். சப்த சிந்துவிலிருந்த ஆரிய இனக் குழுவினரிடையேயும் இவ்வாறே நிகழ்ந்து இருக்கலாம். இந்திரனின் விசேஷமான அருளைப் பெற்ற (4-22-2) பருஷ்ணி நதி இன்று "ராவி" (இராவதி) நதியென்று சொல்லப்படுகிறது. அஸிக்னியின் பெயர் 'சீனாப்' (சந்திரபாகா) ஆக மாறிவிட்டது. 'விபாட்' (விபாஷ்) நதி விஸ்வாமித்திரரின் அழகான துதியைக் கேட்டு (3-33-18) ஸுதாஸின் படைக்கு வழிவிட்டது. அதன் பெயர் வியாசருடன் இணைக்கப்பட்டது. விதஸ்தா தற்போது 'ஜேலம்' என்று அழைக்கப்படுகிறது. சிந்து மட்டும் இன்றும் சிந்துவாகவே உள்ளது. சட்லஜில் 'சுதுத்தி' என்னும் பழைய பெயரும் அடங்கியுள்ளது. ஏழாவது நதியான சரஸ்வதி இன்று பலர் அறிந்திராத வகையில் கக்கர் நதியின் ஒரு கிளை நதியாக உருமாறி குருக்ஷேத்திரத்தில் ஓடிக்கொண்டிருக்கிறது. பரத்வாஜர் ஏழு நதிகளையும் 'சப்த ஸ்வஸா சரஸ்வதி' (ஏழு சகோதரிகள் சரஸ்வதி) என்று குறிப்பிட்டார். சரஸ்வதி கக்கர் நதியில் கலந்து, அதே பெயருடன் கொஞ்ச தூரம் பாய்ந்து, ராஜஸ்தான் பாலைவனத்தில் மறைந்து விடுகிறது. சீனாப்- சட்லஜ் நதிகளின் சங்கமமும், சிந்துவும் சில மைல் தூரத்தில் இருக்கும் வரை சரஸ்வதியின் வற்றிவிட்ட நீரோட்டத்தின் அடிச்சுவடு தெரிகிறது. ரிக்வேத காலத்தில் சரஸ்வதி நேராக ஓடி சிந்து நதியில் கலந்திருக்கலாம்; என்றாலும் தன்னுடைய மற்ற ஆறு சகோதரிகளைப் போன்று இமய மலைகளின் பனிப் பாறைகளிலிருந்து புறப்படுவதில்லை. கக்கரைப் போலவே அதன் இரண்டு கிளை நதிகளான மார்கண்டாவும், சரஸ்வதியும் சிவாலிக் பள்ளத்தாக்கிலிருந்து புறப்படும் இரு சிறு நதிகள்தான்! அவை மழைக் காலத்தில்தான் இரண்டு மாதங்கள் மட்டுமே நீர் நிறைந்து பாய்ந்தோடும். 'ரிக் வேத'த்தில் பள்ளத்தாக்கிலிருந்து பாலைவனம் வரை பாயும் நதி சரஸ்வதியாகும். சட்லஜூக்கு முன் மூன்று நதிகளின் பெயர்களும் குறிப்பிட்ட விதம் பார்க்கும்போது, மார்கண்டாவின் பெயர் 'ஆபமா' என்றும், கக்கரின் பெயர் 'திருஷ்த்வதி' என்றும் தெரிகிறது.

சப்தசிந்துவின் பூமி ஏழு சகோதரிகளான சரஸ்வதிகள் பாயும் பிரதேசமாகும். இவ்விதம் ஆரிய இனக் குழுக்களின் பூமி சரஸ்வதியிலிருந்து (அம்பாலா மாவட்டத்திலிருந்து) சிந்து பள்ளத்தாக்கு

வரை பரவியிருந்தது. மும்மூர்த்தி ரிஷிகளில் மூத்தவரான பரத்வாஜர் யமுனை நதியின் பெயரைக் குறிப்பிட்டாலும், அது எல்லைப் பகுதி நதியாகும். கடைசி ரிஷிகளில் ஒருவரான பிரிய மேகரின் புத்திரன் சிந்துஷித். கங்கை நதியைக் குறிப்பிட்டாலும் ('ரிக் வேதம்' 10-75-6), அது சப்த சிந்துப் பிரதேசத்தின் நதியுமல்ல; அந்தக் காலத்தில் அது பெரிய மதிப்புடைய நதியுமல்ல. இன்று எல்லாவற்றைக் காட்டிலும் புனிதமான நதியாகக் கருதப்படும் கங்கை ஆரியரல்லாத பெயருடனேயே (அனேகமாக 'கிராத்' என்ற பெயரில்) புகழ் பெற்றிருந்தது. 'ரிக் வேத'த்தில் கங்கையின் பெயர் இந்த ஓரிடத்திலேயே நதிகள் பட்டியலில் இடம் பெற்றுள்ளது. இந்தப் பட்டியல் மிக முக்கியமானதென்பதில் சந்தேகமில்லை. இதில் கங்கையிலிருந்து ஆப்கானிஸ்தான் மலைகள் வரையிலுள்ள நதிகள் கிழக்கிலிருந்து மேற்காகக் குறிப்பிடப்பட்டிருக்கின்றன; கங்கை, யமுனை, சதுத்ரி, பருஷ்ணி (ராவி), அஸிக்னி (சீனாப்), மருத்பிருதா, விதஸ்தா (ஜேலம்), ஆர்ஜீகீயா, சுஷோமா, திரிஷ்டாமா, ரஸா, ஸ்வேத்யா, சிந்து, குபா, கோமதி, கிரமு, மெஹன்று ஆகியவை. அனேகமாக சுஷோமா என்பது ராவல்பிண்டி பள்ளத்தாக்கிலிருந்து கிளம்பி, 'அடக்'குக்குக் கீழே மிகத் தொலைவில் சிந்து நதியில் கலக்கும் சிறு நதியான சோஹானாவாக இருக்கலாம். சோஹான் நமது சரித்திரத்தைச் சேர்ந்த ஒரு புனித நதியாகும். ஏனெனில் இதனுடைய மேல் பள்ளத்தாக்கிலுள்ள குஷால்கட், மக்கட் ஆகிய இடங்களில் முந்தைய கற்காலத்தைச் சேர்ந்த மானிடச் சின்னங்கள் ஆயுதங்கள் உருவத்தில் கிடைத்துள்ளன. சிந்து நதிக்கு மேற்கில் 'குபா'வே காபூல் என்பதும், 'க்ரமு' குர்ரம் என்பதும், 'கோமதி' கோமல் என்பதும் தெளிவாகிவிட்டது.

4. சப்தசிந்து பூமி

சப்தசிந்துப் பிரதேசத்தில் பாயும் நதிகளின் பட்டியல் இத்துடன் முடிந்துவிடவில்லை. மகரிஷி விஸ்வாமித்திரரின் புத்திரர் அஷ்டக் 'சப்த-ஆப்' (பஞ்ச்-ஆப், பஞ்சாப் அல்ல) என்று 99 சிறிய நதிகளைக் குறிப்பிட்டுள்ளார். இந்நதிகளில் சிலவற்றின் பெயர்கள் ரிக் வேதத்தில் இவ்வாறு கூறப்பட்டுள்ளன: 'அன்ஷுமதி', அஞ்சஸி, அனிதமா, அபித், அஷ்மன்வதி, உத்ரி, ஊர்ணாவதி, லிஷிகுலிஷி, க்ஷிப்ரா, தேஷ்ட்ரீ, புருஷிணி, யவ்யாவதி, ரஸா, விபாலி, வீரபத்னி, ஷிஃபா, ஸ்வேத்யாவரி,

சரயூ, சீல்மாவதி, சுவாஸ்து, சுஸந்து, ஹரியூபியா. சுவாஸ்து இன்று சுவாத் என்னும் பெயரில் வழங்கப்படுகிறது. ரிக் வேதத்தில் வரும் க்ஷிப்ராவும் உஜ்ஜயினியில் பாயும் க்ஷிப்ராவும் ஒன்றே என்று கூறுவது அறியாமையாகும். அதே போல் சரயூவும் உத்தரப் பிரதேசத்தில் பாயும் சர்ஜூவும் (காக்ராவும்) ஒன்றென்று கூறுவதும் தவறானதாகும். தமது முந்தைய பிரதேசத்தின் பெயர்களை, குடியேறிய நாட்டில் மக்கள் பரப்புவது இயற்கையே! விசால பாரதத்தின் சப்பா, கம்போஜம், விதேகம் ஆகிய பெயர்களில் நாம் இதைப் பார்க்கலாம். புதிய யுகத்திலும் ஆஸ்திரேலியா, அமெரிக்கா, கனடா போன்ற நாடுகளில் குடியேறியவர்கள் தம் சொந்த நாட்டுப் பெயர்களை அங்கே புழக்கத்திற்குக் கொண்டு வந்தனர். சரயூ சப்த சந்துவின் நதியாகும். பிளதி சூனு கய் என்ற ரிஷி சரஸ்வதி, சரயூ, சிந்து நதிகளை தெய்வீக நதிகளென்று குறிப்பிட்டுள்ளார். 'ரிக்வேத'த்தில் மிக அண்மைக்கால ரிஷியான கய் மட்டுமல்ல; பழைய ரிஷியான அத்திரியின் பேரனும், அர்ச்சனானாவின் புத்திரனுமான ஸ்யாவஸ்வ கூட ரூபா (காபூல்), கிரமு (குர்ரம்), சிந்து, சரயூ, பருஷ்ணி ஆகிய நதிகளின் பெயர்களைக் குறிப்பிட்டிருக்கிறார். அதிலிருந்து சரயூ, மேற்கு சப்த சிந்துப் பிரதேசத்தின் ஒரு நதி என்று தெரிகிறது. சிந்து நதிக்குப் பிறகு அது குறிப்பிடப்பட்டதால், சரயூ சிந்துவிற்கும், ஜேலமுக்கும் (விதஸ்தாவுக்கும்) இடையே யுள்ள ஒரு நதியாக இருக்கலாம். சரயூவின் அக்கரையில் அர்ணனும், சித்ர ரதனும் கொல்லப்பட்டனர்.

ரிக் வேத ரிஷிகள் (அவர்கள் மிகவும் பிற்காலத்தவ ரானாலும் கூட) கங்கைக்குக் கிழக்கே உள்ள பிரதேசத்தையோ, நதி நயமோ அறிந்திருக்கவில்லை என்று உறுதியாகக் கூறலாம். மகமத் கஜனி காலத்திலிருந்து முஸ்லிம் ஆட்சியாளர்கள் பஞ்சாபைக் கைப்பற்றி அங்கேயே நிலையாக இருந்துவிட்டனர். சுமார் இரண்டு நூற்றாண்டுகள் வரையிலும் அவர்கள் கிழக்கில் முன்னேறவே இல்லை. சப்த சிந்துவைச் சேர்ந்த ஆரியர்களும் இவ்வாறுதான் இருந்துவிட்டனர். இவ்விதம் மேற்கில் கைபர் கணவாயிலிருந்து கிழக்கில் யமுனைக் கரை வரை ஆரியர்களின் ஆளுமை பரவியிருந்தது. வடக்கில் ஹிமவந்தம் (10-121-4) அல்லது மாமலைகள் (1-77-3) அவர்களைத் தடுத்து நிறுத்தின, அங்குதான் அசுர மன்னன் சம்பரன் திவோதாஸை அலைக்கழித்து வந்தான். சம்பரனின் நூறு மலைக் கோட்டைகள் ஆரியர்களால் சுலபமாக வெற்றி கொள்ள முடியாமலிருந்தன (6-31-4). 'ரிக் வேத'த்தில்

ஆரியர்கள் சம்யனை 'கருப்பு நிறத்தோர்', 'கருப்பு சருமத்தோர்' பட்டியலில் சேர்த்துவிட்டாலும், அவன் புராதன திராவிட இனத்தைச் சேர்ந்தவனல்ல; பழைய 'கிராத' இனத்தைச் சேர்ந்தவனே! கி.மு. இரண்டாயிரம் ஆண்டுகளில் இமாலயம் முழுவதும் கிராத பூமியாக (கின்னர் பூமியாக) இருந்தது. காங்கடாவில் பிரசித்தி பெற்றகோவில் தெய்வமான, பைஜநாத் தோத்திரத்தில் அவ்வூரின் பெயர் 'கிர்கிராம்' எனக் குறிப்பிடப்பட்டுள்ளது. சம்பா-லாஹூவிலிருந்து அசாம் வரை இமய மலைகளில் இன்றும் கிராத மொழி பேசுபவர்களின் மிச்ச சொச்ச மக்கள் இருக்கிறார்கள். இவர்களைத்தான் தற்கால விஞ்ஞானிகள் 'மோன்க்மேர்' என்கின்றனர். சம்பரன் இப்பகுதியிலிருந்த கிராதர்களின் வீரத் தலைவனாவான். ஆனால் பிற்காலத்திய வதந்திகள் அந்த மானிடனை அரக்கனாகவும், பயங்கர உடலுருவம் படைத்தவனாகவும் ஆக்கிவிட்டன. பிற்காலச் செவி வழிக் கதைகள் இவனை ஜலந்தர் அரக்கன் என்று கூறிவிட்டன. அதனால் இந்த மலைப் பகுதிக்கு ஜலந்தர் பகுதி என்று பெயரும் ஏற்பட்டது. மலைப் பிராந்தியத்தில் பியாஸ், ராவி நதிகளுக்கிடையிலான பிரதேசத்தின் மன்னன் சம்பரன். மைதானப் பகுதியில் அதே இரண்டு நதிகளின் மத்தியப் பகுதியில் திவோதாஸ் அரசனாக இருந்தான். இதனால் இருவருக்குமிடையே பகைமை சகஜம்.

இமயத்தின் மேற்கு எல்லையிலிருந்த சுலேமான் (கிருஷ்ணகிரி) 'ரிக்வேத' ரிஷிகளுக்குத் தெரிந்திருந்தது. ஆனால் அதன் வெவ்வேறு பகுதிகளில் முஞ்சவத், சர்ணாயவத் பெயர்கள் மட்டுமே கிடைக்கின்றன. முஞ்சவத் சோமத்திற்கு (கஞ்சாவிற்கு) புகழ்பெற்றது. சர்யணாயவத் சுஷோமா (சோஹான்) நதிக்கு மேலே உள்ள பிரதேசம் எனத் தெரிகிறது. அது ஆர்ஜிகியா பகுதியில் இருந்திருக்கக்கூடும்.

சப்த சிந்துவின் தெற்கு எல்லை ராஜஸ்தான் மாபெரும் பாலைவனமாகும். வேதத்தில் பாலைவனத்தை 'தன்வ' என்று சொல்லப்பட்டுள்ளது; ஆனால் இம்மாபெரும் பாலைவனம் குறித்து அதில் தெளிவான வர்ணனை கிடைக்கவில்லை. மத்திய ஆசியாவைச் சேர்ந்த நாடோடி மக்களைப் போலவே ஆரியர்களும் வாணிபத்தையும் (பண்ய), வியாபாரிகளையும் (பண்ப) வெறுப்புடன் நோக்கினர் (2-24-6). ஆனால் வாணிபத்திற்காகக் கடலில் ஓடங்கள் செல்வது அவர்களுக்குத் தெரியும் (6-58-3). அக்காலத்தில் எல்லா நதிகளையுமே 'சிந்து' என்று குறிப்பிட்டனர். சிந்து நதியையும் அதே பெயரில் அழைத்தனர். நதிகளை 'அர்ண' (அர்ணவம்) என்றும் கூறினர். பிற்காலத்தில்

இச்சொற்கள் கடலைக் குறித்தன. ஆனால் அப்போதும் பெருங்கடலை 'சமுத்திரம்' என்றே சொன்னார்கள். சப்த சிந்துவிலிருந்து பெரிய பெரிய ஓடங்கள் சிந்து நதியைக் கடந்துதான் கடலில் சென்று கொண்டிருந்திருக்கலாம். சிந்து பள்ளத்தாக்கின் கீழ்ப்பகுதிக்கு ஆரியர்கள்நிச்சயம் சென்றனர். அங்கேயே அவர்களுடைய எதிரிகளின் மாபெரும் நகரம் மொகஞ்சோதாரோ என்னும் பெயரில் இருந்தது. சிந்து பள்ளத்தாக்கின் கீழ்ப் பகுதி சப்த சிந்து பிரதேசத்திற்குள்ளேயே இருந்ததென்று கூற இயலாது. அங்கே எந்த ஒரு இனக் குழுவினரும் இருந்ததாகவும் நிச்சயமாகக் கூற முடியாது. சப்தசிந்துக்குள் இப்பிரதேசம் கொள்ளப்படாவிட்டாலும், அது ரிக் வேத கால ஆரியர்களின் ஆதிக்கத்திற்குட்பட்டிருந்தது. இந்த வழியாக வியாபாரத்திற்காகச் செல்லும் 'பணி' இனத்தவர் ஆரியர் பார்வையில் மதிப்பில்லாதவர்களாக இருந்தாலும், அவர்கள் ஆரியர்களுக்குக் கால்நடைகளை விட, உணவுப் பொருட்களைவிட மதிப்பான செல்வத்தைக் கொண்டுவந்து தந்து கொண்டிருந்தனர். அவர்கள் உதவி இல்லாமல் ஆரியர்கள் தங்க நகைகளை அணிந்திருக்க முடியாது.

ஆரியர்களின் பழைய தென் திசைப் பகைவர்களில் 'பணி' இனத்தவரும் அடங்குவர். அவர்களுடன் ஆரியர்களின் சண்டைகள் ரிக் வேத காலத்திற்கு முன்பே முடிவடைந்து விட்டன. இப்போது அவர்கள் போர் புரிந்துகொண்டிருப்பது மலைவாசிகளுடனும், இமய மலையைச் சேர்ந்தவர்களுமான கிராதர்களுடன்தான்!

அத்தியாயம் இரண்டு

ஆரிய இனக் குழுக்கள்

1. சிந்து நாகரிகம்

ஆரியர்கள் முதன் முதலாக சப்தசிந்து பிரதேசத்தில் குடியேறிய போது 'ரிக்வேதம்' உருப்பெறவில்லை. சப்த சிந்துவில் ஆரியர்களின் விஸ்தரிப்பு அமைதியாக நடை பெறவில்லை. ஆரியர்களின் எதிரிகள் அவர்களைக் காட்டிலும் அதிக நாகரிகமானவர்களாகவும், நகரங்களில் வாழ்பவர்களாகவும் இருந்தனர். அவர்களுடன் இரத்தம் சிந்திய போர் சுமார் கி.மு. 1500-இல் நடைபெற்றது. ஹரப்பாவில் நிகழ்த்தப் பட்ட அகழ்வாராய்ச்சியில் நிர்தாட்சண்யமான கொலைத் தாண்டவம் நடந்ததற்கான அத்தாட்சி கிடைத்துள்ளது. இது குறித்து மோர்ட்டிமோர் வீலர் 'இண்டஸ் சிவிலிசேஷன்' என்னும் தனது நூலில் குறிப்பிட்டுள்ளார்.[1] 'ரிக்வேத'த்தில் இந்திரனுக்கும், விருத்ரனுக்கும் நடந்த யுத்த வர்ணனையில் இதன் மெல்லிய எதிரொலி கேட்கிறது. இது பின்னர் இந்திரன் சம்பரனின் போருடன் இணைக்கப்பட்டது. எல்லாப் புராதன பொது உடைமைச் சமுதாய யுகத்தைச் சேர்ந்த இனக் குழுக்களில் நிகழ்ந்ததைப் போலவே, ஆரியப் புரோகிதர்களும் தமது வெற்றிகளின் பெருமை எல்லாம் தமது கடவுளர்க்கே வழங்கிக்கொண்டனர். அதனால்தான் தனது பரத, மற்ற ஆரிய இனக்குழுவினரின் ஒத்துழைப்புடன் நாற்பதாண்டு நீண்ட காலம் போரிட்டு மலைப் பிரதேசத்தைச் சேர்ந்த கிராத மன்னனான சம்பரனை திவோதாஸ் தோற்கடித்தாலும், அந்த வெற்றியின் பெருமையை அக்கால புரோகிதக்

---

1. 'Indus Civilization' - M. Wheelir, 'Cambridge History of India', appendix.

கூட்டம் (ரிஷிகள்) தமது கடவுளான இந்திரனுக்கே வழங்க விரும்பிற்று. 'ரிக்வேத'த்தில் வரும் இந்தக் கட்டங்களைப் படிக்கும்போது, மாவீரன் திவோதாஸ் மாபெரும் கடவுளான இந்திரனின் ஒரு ஆயுதம் தவிர வேறல்ல என்று தெரிகிறது.

'ரிக்வேத' ரிஷிகளான பரத்வாஜர், வசிஷ்டர், விஸ்வா மித்திரர் ஆகியோரும், அவர்களின் போஷகர்களான (எஜமானர்களான) திவோதாஸும், ஸுதாஸும் ஆரியர் சப்தசிந்துக்குள் பிரவேசித்த பிறகு, வெகு பிற்காலத்தில் தோன்றியவர்கள் என்பதை ஏற்கெனவே குறிப்பிட்டோம்; அவர்கள் காலத்திற்கு ட, ள போன்ற உச்சரிப்பு மாறுதலும் ஏற்பட்டுவிட்டது. இவற்றிலிருந்தெல்லாம் வெற்றி பெற்ற வர்களுக்கும், தோல்வியடைந்தவர்களுக்கும் உள்ள நெருங்கிய தொடர்பு புலனாகிறது. இப்படிப்பட்ட நெருக்கமான தொடர்பை ஆரிய ரிஷிகளும் விரும்பவில்லை; சாதாரண மக்களும் விரும்பவில்லை. ஆனால் அவர்களுக்கும் சில கட்டாயங்கள் இருந்தன. அவர்களுக்கு வேலை செய்வதற்கு அடிமைகள் தேவைப்பட்டார்கள். தமது பழைய பகைவர்களின் பல வகை ஆடம்பரங்களையும், வசதிகளையும் ஏற்றுக் கொள்வதற்கு அவர்களுக்கு ஆட்சேபணை ஒன்றும் இருக்கவில்லை. உண்மையில் ஆரியர்கள் சிந்துவின் புராதன நாகரிகத்தை அழிக்கவும், சமுதாய முன்னேற்றத்தைத் தடுத்து நிறுத்தவும் முயற்சித்தார்கள். அவர்கள் தம்முடன் கொண்டு வந்த நாடோடி வாழ்க்கையையே நிலை நிறுத்த விரும்பியதுடன், உலகை வெற்றிகொண்ட செங்கிஸ்கானின் மங்கோலியரைப் போலவே நகரங்களையும், நாகரிக வாழ்க்கையையும் வெறுத்தார்கள். ஆரிய மன்னர்களான திவோதாஸ்; ஸுதாஸின் தலைநகர்களைப் பற்றியோ, மற்ற நகரங்களைப் பற்றியோ எங்குமே குறிப்பிடப்படவில்லை. குதிரைகளையும், பசுக்களையுமே தமது செல்வமாகக் கருதும் அவர்களால் நகரங்களில் எப்படி இருக்க முடியும்? கால்நடை மேய்ப்பாளரான ஆரியர்கள் எப்படிப்பட்ட நாகரிகத்திற்குப் பிறகு வந்தவர்கள்? சிந்து நாகரிகத்தைத் தம்மகத்தே கொண்டவர்களிடம் மொகஞ் சோதாரோ போன்ற நகரங்கள் இருந்தன. அந்நகரைப் பற்றி ஒரு ஆங்கில எழுத்தாளர், "நாம் தற்கால லங்காஷையர் போன்ற நகரத்தின் இடிபாடுகளிடையே நின்றிருப்பதைப் போல் தோன்றுகிறது" என்று எழுதியிருக்கிறார். அங்கே வடக்கிலிருந்து தெற்கில் செல்லும் பாதை அகலமாக இருக்கிறது. அதில் சக்கரங்களைக் கொண்ட வாகனங்களும், பாதசாரிகளும் வசதியாகச் செல்லலாம். நகரம்

திட்டமிட்டு அமைக்கப்பட்டுள்ளது. பாதைகள் ஒன்பது முதல் முப்பத்திநாலு அடி அகலத்துடன் அரைமைல் வரையிலும் நேராக உள்ளன. அவை ஒன்றையொன்று சம கோணத்தில் கடந்து நாற்சந்திகளை உண்டாக்குகின்றன. ஒவ்வொரு பாதையிலும், தெருவிலும் பொதுக் கிணறுகள் இருந்தன. பெரும்பாலான வீடுகளில் சொந்தக் கிணறுகளும் இருந்தன. ஒவ்வொரு வீட்டிலும் குளியலறையும் இருந்தது. கழிவுநீர்போக நிலத்தடிக் கால் வாய்கள் செம்மையாகக் கட்டப்பட்டன. அவற்றைக் கண்டு இன்றைய நகரங்கள் கூடப் பெருமைப்படலாம். பணக்காரர்களும், வியாபாரிகளும், கைவினைஞர்களும், தொழிலாளர் களும் இருந்து வந்த பகுதிகளை, அவற்றின் இடிபாடுகளைக் கொண்டு தெரிந்து கொள்ளலாம். அதைக் காணும்போது, அது ஒரு ஜனநாயக முதலாளித்துவ நகரமாகத் தோன்றுகிறது. வீடுகள் பெரும்பாலும் சுட்டசெங்கல்லால் கட்டப்பட்டுள்ளன. அவை உருவிலும், நிறத்திலும் இன்றைய செங்கற்களைப் போலவே இருக்கின்றன. ஒரு கூர்மையான கத்தியின் முனையைக்கூட உள்ளே நுழைக்க முடியாத அளவுக்குச் செங்கற்கள் ஒன்றுடன் ஒன்று இணைக்கப்பட்டுள்ளன.

ஒவ்வொரு வீடும் வசதியாகவும், சுத்தமாகவும் இருந்தது. மிகச் சிறிய வீடுகளிலும் இரண்டு அறைகள் இருந்தன. பெரிய வீடுகளோ மாளிகைகள் போலவே இருந்தன. நடுவில் செங்கல் பரப்பப்பட்ட முற்றம் இருந்தது. அதன் ஓரத்தில் அறைகளும், கதவுகளும், சன்னல்களும் இருந்தன. முக்கிய வாசல் தெருப்பக்கம் இருந்தது. எல்லா வீடுகளிலும் குளியலறை தெருப் பக்கமே அமைக்கப்பட்டிருந்தது. பஞ்சாபில் பழைய வீடுகளில் உள்ளதைப் போலக் கழிவறை வீட்டு மாடியில் இருந்திருக்கலாம். பாதைகளில் இரவு நேரங்களில் விளக்குகள் எரிக்கப்பட்டதாகவும் தெரிகிறது.

அங்கே வாழ்ந்த மக்கள் கோதுமையும், சவ்வரிசியும் பயிர் செய்தார்கள். நெல்லும், எள்ளும், பட்டாணியும் கூடப் பயிரிடப்பட்டன. குறைந்தது பேரீச்சம் பழமாவது அவர்கள் சாப்பாட்டில் இருந்தது. ஏரிகளிலும், ஆறுகளிலும் கிடைத்த புத்தம் புதிய மீன்களுடன் அவர்கள் பசு, ஆடு, செம்மறியாடு, பன்றி, கோழி, ஆமை ஆகியவைகளின் இறைச்சியையும் உண்டனர். எருமை, யானை, ஒட்டகம் போன்றவற்றின் எலும்புகளும் அங்கே கிடைத்ததால், அவைகளையும் அவர்கள் பயன்படுத்தியதாகத் தெரிகிறது.

அவர்கள் பருத்தி, கம்பளி ஆடைகளை அணிந்தார்கள். சாதாரணமாக ஒரு துணியை வேட்டிபோல் உடுத்தினார்கள். இன்னொரு துணியை மேல் துண்டாகப் பூணூல் மாதிரி வலது தோள்பட்டை திறந்திருக்குமாறு போட்டுக் கொண்டார்கள். பெண்கள் உடையும் ஆண்களைப் போலவே இருந்தது. குஷாணர்கள் நம் நாட்டிற்குள் பிரவேசிக்கும் வரை நம் நாட்டுப் பெண்கள் தம் தலையைத் தலைப்பாகையாலோ, ஒரு துணியாலோ மறைத்து வந்தார்கள். இதைப் போலவே மொகாஞ்சோதாரோ பெண்களும் செய்து வந்தார்கள். ஆண்கள் நீண்ட முடியை வைத்துக்கொண்டிருந்தார்கள். அதை வகிடெடுத்து சீவிக்கொண்டார்கள் மீசையையும், தாடியையும் கத்தரித்துச் சிறியவையாக வைத்துக்கொண்டார்கள். பெண்களுக்குப் பொன், வெள்ளி, தாமிரம், பித்தளை, மண், கல்லாலான நகைகள் என்றால் மிக விருப்பம். ஆண்கள் கைவளையமும், கழுத்துச் சங்கிலியும், மோதிரமும் அணிந் திருந்தார்கள். முடியில் அணியும் தலைவில்லையும் அவர்களுக்கு இஷ்டந்தான்! பெண்கள் முகப்பவுடரும், கண்மையும் அல்லாமல், உதட்டுச்சாயமும் பயன்படுத்தியதாகத் தெரிகிறது.

வீட்டுச் சாதனங்களாகத் தாமிரம், பித்தளையால் தயாரிக்கப்பட்ட ஊசிகள், கோடரி, அரிவாள், கத்தி முதலியவை பயன்படுத்தப்பட்டு வந்தன. நிறுத்தல் - அளவைகள் இன்று ஒரு ரூபாயைப் பதினாறு பாகங்கள் செய்வது போல் செய்யப்பட்டிருந்தன.[1]

போரிடுவதற்கு அவர்களிடம் தாமிரம், பித்தளைகளால் தயாரிக்கப்பட்ட கோடரிகளும், ஈட்டிகளும், கத்திகளும், வாட்களும் இருந்தன. மெல்லிய தாமிரத்தகடுகளால் கவசம் உருவாக்குவதையும் அவர்கள் அறிந்திருந்தார்கள். அவர்கள் கல்லாலான கதாயுதங்களை உபயோகித்தார்கள்.

பொன், வெள்ளிக்காகவும், இதர உலோகங்களுக்காகவும், ரத்தினங்களுக்காகவும் அவர்கள் மைசூர், காஷ்மீர், கிழக்கிந்தியாவுடனும் மத்திய ஆசிய, மேற்கத்திய நாடுகளுடனும் தொடர்பு கொண்டிருந்தார்கள். அவர்களுடைய படகுகள் கடலில் மிதந்து வந்தன.

---

1. 1957ஆம் ஆண்டுக்கு முன் ஒரு ரூபாய்க்குப் பதினாறு அணாக்கள் என்று செலாவணியின் இருந்தன – மொ–ர்.

மெசப்பொடோமியா மட்டுமல்லாமல், எகிப்துடனும் கூட அவர்கள் வாணிப உறவு வைத்திருந்தார்கள். அவர்களின் உயர்ந்த வர்க்கத்தில் புரோகிதர்களும், போர்வீரர்களும், வணிகர்களும் இருந்தார்கள். வணிகர்களின் செல்வமும், செல்வாக்கும் அபாரமாக இருந்தன. போரில் ஆரியர்களின் வெற்றிக்குப் பின்னர், புரோகிதர்களின் செல்வாக்கும், போர் வீரர்களின் செல்வாக்கும் குறைந்து விட்டிருக்கலாம். ஆனால் அப்போதும் வணிகர்கள் சிறப்புடனே விளங்கினார்கள். அவர்களை 'பணிகள்' என்றழைத்து ஆரியர்கள், அவர்களின் பேராசையை வெறுப்புடனே நோக்கினார்கள். 'பணி' எந்த மொழிச் சொல்லோ தெரியவில்லை. அனேகமாக அது ஆரிய மொழிச் சொல்லல்ல. சமஸ்கிருதத்தில் கொள்முதலுக்கும், விற்பனைக்கும் 'பணி' என்னும் சொல் பயன்படுத்தப்பட்டாலும், பாரதத்திற்கு வெளியே இந்தோ - ஐரோப்பிய மொழிகளில் இந்தச் சொல் இல்லாததால், இது வெளியிலிருந்து பெறப்பட்டதாகவே தெரிகிறது.

'ஃபாய்ரி' என்பவர் சிந்து நாகரிகத்தின் காலம் கி.மு. 2800-2500 எனக் கருதுகிறார். 'வீலரின்' மதிப்பீட்டின்படி அது கி.மு. 2300-1500 ஆகும். அதாவது சிந்து நாகரிகத்தின் முடிவும், ஆரியர்களின் வருகையும் ஒரே சமயத்தில் நிகழ்ந்தன.

ஆரியர்கள் எப்படிப்பட்ட நாகரிகத்தையும், பவுதீக வாழ்க்கையையும் அழித்திட முயற்சித்துள்ளார்கள் என்பதைப் பார்த்தோம். உண்மையில், குதிரையைத் தவிர வேறெந்தப் புதிய பொருளையும் அவர்கள் தரவில்லை. மொகஞ்சோதாரோ, ஹரப்பா போன்ற எத்தனையோ நகரங்களை அழித்துவிட்ட பின்னர், மாடு மேய்ப்போரான ஆரியர் வெற்றி கொண்ட சப்த சிந்து பிரதேசத்தைத் தமக்குள் பங்கிட்டுக் கொண்டு, அதை மேய்ச்சல் நிலமாக மாற்றிவிட்டனர். பல நகரங்கள் மனித சஞ்சார மற்றுப் போய்விட்டன. கிராமப்புறங்களைச் சேர்ந்த பெரும்பாலான மக்களும் கிழக்கையும், தெற்கையும் நோக்கி ஓடிப் போய்விட்டனர். எஞ்சியிருந்தவர்களை வெற்றி பெற்றவர்கள் அடிமைகளாகவோ, கூலிக்காரர்களாகவோ ஆக்கிக் கொண்டுவிட்டனர். மொகஞ்சோதாரோ நிலப் பகுதியைப் புகழ் பெறாத ஆரிய இனக்குழு ஒன்று ஆக்கிரமித்துக் கொண்டிருக்கலாம்; அதனால்தான் 'ரிக்வேத'த்தில் அதன் பெயர் குறிப்பிடப்படவில்லை. முக்கிய இனக்குழுக்கள் சிந்து நதிக்குக் கிழக்கே உள்ள பிரதேசத்தை ஆக்ரமித்துக் கொண்டன. முதலில் இனக்குழுக்களின் பெயர்கள்

முன்னோர் அல்லது முக்கிய நபரின் பெயரிலேயே ஏற்பட்டிருக்கலாம். ஆனால் புராதன ஆரிய இனக்குழுக்களுக்கு அப்பெயர்கள் எவ்வாறு ஏற்பட்டனவென்று விவரிக்க இயலாது. குரு (கோரோஷ்), மத்ர (மேத்) போன்ற பெயர்கள் ஈரானிலும் புழக்கத்தில் இருந்தன. சில ஆரிய இனக்குழுக்கள் இந்தியாவிற்கு வெளியேயும் புகழ்பெற்றிருந்தன என்று இதிலிருந்து தெரிகிறது. சிந்துப் பிரதேசத்தை வெற்றி கொண்டபோது அவர்களுக்கிருந்த பெயர்கள் தெரியவில்லை. ரிக்வேத காலத்தில் ஐந்து ஆரிய இனக்குழுக்கள் முக்கியமானவையாக இருந்தன. ஆரிய மக்களனைவரையும் சேர்த்து 'பஞ்சஜன்' என்றும், பஞ்ச்சம்ஷணி, என்றும், 'பஞ்சக்ஷிதி'' என்றும் சொல்லப்பட்டதால், அவர்கள் முதலில் 'ஐந்தே இனக் குழுக்களில் பிரிந்திருந்ததாகத் தெரிய வருகிறது. ஆனால் ரிக்வேத காலத்தில் பன்னிரண்டுக்கும் அதிகமான ஆரிய இனக்குழுக்கள் இருந்தன. அவைகளில் மிகப்பழையது எதுவென்று கூறுவது மிகவும் கடினமாகும்.

சிந்துவை வெற்றிகொண்டபோது ஆரிய இனக்குழுக்கள் ஐந்தே என்பதையும், பின்னாளில் அவை பன்னிரண்டுக்கும் அதிகமாயின என்பதையும் பார்க்கும்போது, அப்போதைக்கு அவர்கள் இங்கே வந்து நீண்ட காலமாகி விட்டதென்பது தெரிகிறது. ரிக்வேத காலத்திய முக்கிய ஆரிய இனக் குழுக்கள் கீழ் சிந்துப்பகுதியிலோ அல்லது அதன் அருகிலுள்ள பகுதியிலோ - (இப்பகுதியிலேதான் மொகஞ்சோதாரோவும், ஹரப்பாவும் உள்ளன) - வாழாமல், சிந்துநதிக்கு மட்டுமல்லாமல், விதஸ்தா (ஜேலம்), அஸிக்ளி (சீனாப்) நதிகளுக்கும் கிழக்கில் இருந்து வந்தார்கள். ஐந்து இனக் குழுவினர்களில் முக்கியமானவர்களான வீரப் 'புரு' மக்கள் சப்தசிந்துவின் கிழக்குக் கோடியில் வாழ்ந்து வந்தார்கள். ரிக்வேத காலத்திலேயே ஆரியர்களின் வீரமையம் கிழக்கில் வெகுதூரத்திற்குச் சென்று விட்டது. இது பிராமண - உபநிஷத காலத்தில் (கி.மு. ஏழாம் நூற்றாண்டு) மேலும் கிழக்குத் திசையில் மேற்கு உத்தரப் பிரதேசத்தில் (குரு - பாஞ்சாலம்) நிலைகொண்டு விட்டது. அங்கிருந்து அடுத்த நூற்றாண்டில் (புத்தருக்கு சற்று முன்னர்) காசி -கோசலத்திலும், அதற்கடுத்த நூற்றாண்டில் மகதத்திலும் நிலைபெற்று நமது சரித்திரகாலத்தில் கலந்துவிட்டது.

2. ஆரிய இனக்குழுக்கள்

1. ஐந்து இனக் குழுவினர்

1. புரு : இந்த இனக்குழு ரிக்வேத காலத்திற்கு முன் பருஷ்ணி (ராவி) நதிக்குக் கிழக்கில் ஒரு இனக்குழுவாக இருந்ததாகத் தெரிகிறது. ரிக்வேத காலத்திற்கு இதில் பல பிரிவுகள் தோன்றி விட்டன. அவற்றில் பரத, த்ரித்ஸீ, குஷிக் ஆகிய இனக் குழுக்களின் பெயர்கள் நமக்குத் தெரிய வருகின்றன. குஷிக் இனக் குழுத்தலைவர் விஸ்வாமித்திரர் சுதாஸ் மன்னனின் பரம ஆதரவாளர். பரதர்களின் ஒரு பிரிவு 'த்ரித்ஸூ' ஆகும். பரதர்களின் தலைவர்களான வத்ரயஷ்வன், திவோதாஸ், ஸூதாஸ் முதலியோர் தாத்தா, தந்தை, மகனாவார்கள். திவோதாஸூம், ஸூதாஸூம் புரு-பரதர் என்றும் அழைக்கப்பட்டதுடன், அவர்கள் திரித்ஸூ இனக் குழுத் தலைவர்களாகவும் விளங்கினார்கள். இதிலிருந்து அப்போதைக்கு அவர்களிடையே அத்தனை வீழ்ச்சி ஏற்படவில்லை என்று தெரிகிறது. பிற்காலத்தில் மூலவர்களான 'புரு' இனக் குழுவினர் தமது கிளை இனக்குழுவினரான 'பரத' இனக் குழுவினருடன் எவ்வளவோ வேறுபட்டுப் போயினர். பிற்காலத்தில் நடைபெற்ற 'பத்துமன்னர் யுத்தத்'தில் அவர்கள் பரதர் பக்கம் இருக்காமல், அவர்களின் பகைவர்களுக்கு உதவினர்.

பரதர் ஒரு காலத்தில் 'பருஷ்ணி' (ராவி) நதிக்கரையிலே வாழ்ந்து வந்தாலும், இன்று அவர்களின் பெயராலேயே நமது நாட்டின் பெயர் வழங்கி வருகிறது. சிந்து நதி வெளிநாடுகளில் நமது நாட்டுக்குத் தனது பெயரை வழங்கியதென்றால், 'பருஷ்ணி' நதிக்கரையினிலே வசித்த பரதர், தம் பெயரையே நம் நாட்டிற்களித்தனர். பரத 'புரு' மக்களை வீழ்த்தியதில் வசிஷ்டருக்கும் பங்குண்டு. "அக்னியர் பரதரின் வேண்டு கோளைச் செவிமடுத்தனர், அவர்கள் போரில் 'புரு'க்களுக்கு எதிராக அணிவகுத்தனர்" என்று அவர் கூறியுள்ளார் (7-8-4). அவரே மீண்டும் பத்துமன்னர் போரை வர்ணிக்கும்போது, (7-18-13) கெட்ட வார்த்தைகள் பேசும் 'புரு'க்களை யுத்தத்திலே தோற்கடித்ததற்காக இந்தினுக்குப் புகழாரம் சூட்டுகிறார். திவோதாஸின் வாழ்நாளில் திர்த்ஸூக்கள் புருக்களுடன் இப்படி மோசமாக நடந்ததில்லை. திவோதாஸின் மகன் 'பருச்சேப்' ரிஷி துவக்ககால மக்களுடன் தொடர்பு கொண்டிருந்ததால்

திவோதாஸை 'புரு' எனக் குறிப்பிடுகிறார் (1-130-7). ஆனால் ஒரு சமயத்தில் திவோதாஸுக்கும், புருக்களுக்கும்கூடத் தகராறு நேர்ந்திருக்கிறது (7-8-4). 'புரு'க்களின் மூன்று மன்னர்களின் பெயர்கள் புருகுத்ஸ, அவரதுமகன் த்ரஸ்தஸ்யு, அவர் மகன் குருஸ்ரவண் என்று ரிக்வேதத்தில் காணக் கிடைக்கின்றன. பிற்காலத்தில் 'புரு'க்களிலிருந்தே 'குரு' வம்சம் தொடங்கியது என்று 'ருருஸ்ரவண்' பெயரிலிருந்து தெளிவாகிறது.

2. யதுக்கள்: 'ரிக்வேத'த்தில் குறிப்பிடப்படும் இவ்வினக் குழுவினர் பிற்காலத்திலும் இருந்தனர். மதுராவைச் சேர்ந்த யது வம்சம் கிருஷ்ணனால் புகழ்பெற்றது. கரௌலிமன்னர்கள் மதுராவில் உள்ள 'விரஜ்' பகுதியில்தான் உள்ளனர், அவர்கள் மதிப்பிற்குரிய யது வம்சத்தவராகக் கருதப்படுகின்றனர். ராஜஸ்தானத்து ஜைஸல்மேரைச் சேர்ந்த 'பாட்டி'களும் யாதவர்தான்! அவர்களுடன் மணஉறவு வைத்துள்ள நாஹன் (ஸிர்மவுர்) மலைப்பகுதி மன்னர்களும் 'யாதவர்' என்றே அழைக்கப்படுகின்றனர். முஸ்லிம்களால் அழிக்கப்பட்ட தேவகிரி (தவுலதாபாத்) என்னும் மராட்டிய மாநிலத்தின் வலிமையான அரசும் யாதவர்களுடையதுதான்! ஆகவே மதுரா, ராஜஸ்தான், இமயமலைச் சாரல்மட்டுமல்ல, தொலைதூர தென்னிந்தியா வரையிலும் கூட யாதவர் கைமேலோங்கி இருந்தது. ஆயினும் அவர்கள் ரிக்வேத காலத்தில் சப்தசிந்துப் பகுதியில், அதிலும் மேற்குத் திசையில் இருந்து வந்தனர். 'புரு'க்கள் வீட்டுக்குள்ளேயே பகைவர்களாக இருந்தனர்; ஆனால் தந்தையும், மகனுமான திவோதாஸும், ஸுதாஸும் யாதவர்களுடனும், துர்வஸ் இனக்குழு மக்களுடனுமே அதிகமாகப் போரிட வேண்டியிருந்தது. துர்வஸுக்களும், யாதவர்களும் இணைந்தே இருந்தனர். இதனால் அவ்விரு இனக்குழு மக்களின் வம்சங்களின், வாழுமிடங்களின் நெருக்கம் புலனாகிறது. 'ரிக்வேத'த்தில் பல இடங்களிலும் நல்லாசியின்போதும், அழிவைக் கோரும்போதும் இவ்விரு மக்களின் பெயர்கள் சேர்ந்தே வருகின்றன. அனேகமாக வசிஷ்டரின் சகோதரரான அகஸ்தியர் ஓரிடத்தில் (1-174-9) இவ்விருவருக்காகவும் இந்திரனிடம் நல்லாசி வேண்டி, "இந்திரனே, நீ துர்வஸுக்களையும் யாதவரையும் ஆண்டு, அவர்களுக்கு மங்களம் உண்டாக்கு!" என்கிறார். ஸவ்ய ஆங்கிரஸரும் (1-54-6), "நூறு யாகங்களைப் பெற்றவனே, நீ நர்யர், துர்வஸுக்கள், யாதவர், துர்வீதியர் ஆகியோரைப் பாதுகாத்தாய்!" என இந்திரனைப் புகழ்கிறார்.

கன்வமுனியின் புத்திரர் வத்ஸரும் துர்வஸுு- யாதவர்களுக்கு சுபம் கோருகிறார் (8-7-18). "இந்திரனே, நீ துர்வஸுுக்களையும், யாதவர் களையும், பண விரும்பியான என் தந்தை கன்வமுனியையும் காப்பாற்றினாய்! செல்வத்திற்காக நானும் உன்னைத் தியானிக்கிறேன்" என அவர் குறிப்பிடுகிறார். யதுக்களுக்கும், துர்வஸுுக்களுக்கும் புரோகிதர்களாக கன்வரும், அவரது மகன் வத்ஸரும் இருந்தனர். அப்படியுள்ளபோது, அவர்கள் தம் எசமானர்களின் கெடுதலை விரும்புவார்களோ? ஆனால் இதற்கு நேர் எதிராக வசிஷ்டர் (7-19-68) "இந்திரனே, நீ விருந்தினர்களை ஆதரிக்கும் ஸுுதாஸின் நலம் நாடுபவ னல்லவா! நீ துர்வஸுுக்களையும், யாதவர்களையும் தோற் றோடச் செய்!" என்கிறார்.

3. துர்வஸுுக்கள்: 'ரிக்வேத'த்தில் துர்வஸுுக்களின் பெயர் யாதவர்களுடன் தொடர்ந்து குறிப்பிடப்படுகிறது. இவ்விரு இன மக்களுக்கும் கன்வரும், அவரது புத்திரர் வத்ஸரும், அவரது வழி வந்தவர்களும் புரோகிதர்களாக இருந்தனர். பரதர்களும், புருக்களும் மட்டுமே ஆரியரல்லாத பகைவர்களை எதிர்கொள்ளவில்லை. அவர்களுடன் இவர்களும் ஆரியரல்லாத பகைவர்களைப் போர்களில் புறமுதுகிட்டோடச் செய்து பஞ்ச இனக் குழுவினரிடையே புகழ் பெற்றனர். 'ரிக்வேத'த்தின் ஐந்தாம் பகுதியை இயற்றிய அத்ரியும், அவரது வம்சத்தவரும் சத்லஜ் நதியின் கிழக்கில் வசித்த 'புரு'க்களின் புரோகிதர்களாக இருந்தாலும், 'அவஸ்யு ஆத்ரேய' என்பவர் துர்வஸுுக்களையும், யாதவர்களையும் புகழ்ந்து தள்ளியிருக்கிறார் (5-31-8). "இந்திரனே, நீ துர்வஸுுக்களுக்கும், யாதவர்களுக்கும் அவர்களின் விருப்பம் நிறைவேறும் வகையில் நீர் வளத்தை (நதிகளை) வழங்கியிருக்கிறாய்!" பரதர்களின் புரோகிதரான பரத்வாஜத் துர்வஸுுக்களின் சாதனைகளைப் பாராட்ட இயலாது என்கிறார். அவர் சிருஞ்ஜயர்களிடம் துர்வஸுுக்கள் தோற்றதைக் குறிப்பிட்டுள்ளார் (6-27-7). : "இந்திரன் சிரஞ்ஜயர் கையிலே துர்வஸுுக்களை ஒப்படைத்துவிட்டார்." பரத்வாஜர் பிரகஸ்பதி யின் புத்திரர். பிரகஸ்பதியின் மற்ற வம்சத்தவரான 'சம்யு', இந்திரனைப் பிரார்த்திக்கும்போது, துர்வஸுுக்களையும், யாதவர்களையும் புகழ்கிறார் (6-45-1) : "இந்த இளம் இந்திரன் எங்கள் தோழன். அவன் துர்வஸுுக்களையும், யாதவர்களையும் தொலைதூர மேற்குத் திசையிலிருந்து பத்திரமாகக் கொண்டு வந்து சேர்த்தான்."

துர்வஸுக்களும், யாதவர்களும் பரதர்களின் பகைவர்கள். திவோதாஸும், ஸுதாஸும் பரதர்களின் தலைவர்கள். சிருஞ்ஜயர்களிடம் துர்வஸுக்கள் தோல்வி அடைந்ததிலிருந்து, அவர்கள் இவர்களின் நிலப் பகுதிக்கு அருகிலேயே இருந்து வந்தனர் என்பது புரிகிறது. இவ்விரு இன மக்களும் சத்லஜ், ராவி நதிகளின் கீழ்ப் பகுதிகளில் இரு கரைகளிலும் சத்லஜ்-பியாஸ் நதிகளிடையே வாழ்ந்து வந்த சிருஞ்ஜயர்களுக்கு அருகாமை யிலேயே இருந்து வந்தனர் என்று தெரிகிறது. தொடக்கத்தில் இவ்விரு இன மக்களும் மிகத் தொலைவில் (அனேகமாக சிந்து நதிக்கருகில்) இருந்து வந்தனரென்றும், அங்கிருந்து இங்கே குடியேறியதாகவும் 'சம்யு'வின் கூற்றிலிருந்து தெரிகிறது. அவர்களும் பரதர்களும், சிருஞ்ஜயர்களும் வழிபடும் இந்திர னாலேயே 'கொண்டுவரப்பட்டவர்கள்' என்றாலும், அவர் களுடைய நலன்கள் ஒன்றல்ல இரண்டல்ல! பரதர்கள் தமது ஆதிக்கத்தை சப்த சிந்துப் பகுதி முழுதும் பரப்பி, அதை ஒரு குடைக்குள் கொண்டு வர முயற்சித்தபோது, துர்வஸுக் களும், யாதவர்களுமே அதை முனைப்புடன் எதிர்த்து நின்றனர்.

4. த்ருஹ்யுக்கள்: ஐந்து இனக் குழுக்களில் ஒன்றான 'த்ருஹ்யு'க்களின் புரோகிதர் 'பிருகு' ஆவார். குத்ஸ ஆங்கீரஸர் தன்னுடைய ஒரு வேத மந்திரத்தில் (1-108-8) ஆரியர்களின் இரு முக்கிய கடவுள்களான இந்திரன், அக்னியின் பெருமைகளைப் புகழ்ந்து, அவர்களின் இருப்பிடங்களையும், அவர்களை வழிபடும் ஐந்து இனக் குழுக்கள் பற்றியும் குறிப்பிடும்போது, "ஓ, விருப்பங்களை நிறைவேற்றும் இந்திரனே, அக்னியே! நீங்களிருவரும் யதுக்கள், துர்வஸுக்கள், த்ருஹ்யுக்கள், அனுக்கள், புருக்கள் ஆகியோரிலே நிறைந்திருக்கிறீர்கள்! அங்கிருந்து வந்து எங்களால் தயாரிக்கப்பட்ட சோமபானத்தை அருந்துங்கள்!" என்கிறார். யதுக்களுக்கும் துர்வஸுக்களுக்கும் பிறகு, துருஹ்யு, அனு இனக் குழுக்கள் இருந்து வந்தன. ஐந்து இனக்குழு மக்கள் அனைவருமே இந்திரனின், அக்னியின் பக்தர்கள்! த்ருஹ் யுக்களும் புருக்கள், த்ருத்ஸுக்கள் போன்றே வலிமை மிக்கவர்கள். இது சம்ய வார்ஹஸ்பத்யாவின் கீழ்க்கண்ட கூற்றிலிருந்து தெளிவாகிறது (6-46-8) : "ஓ இந்திரனே!

திருத்ஸு அல்லது த்ருஹ்ய அல்லது புரு இனத்தவருக்குள்ள வலிமையைப் போரிலேயே பகைவர்களை வெல்ல எங்களுக்கு அருள்!'' ஆனால், வசிஷ்டர் தனது எசமானனான சுதாஸின் இந்த வீரப் பகைவர்களைப் பொறுத்துக்கொள்ளமாட்டார். 'பத்து மன்னர் போரி'லே ஸுதாஸின் இப்பகைவர்கள் பெரும் தோல்வியைத் தழுவ வேண்டி நேர்ந்தது. இவ்வுண்மை வசிஷ்டரின் கீழ்க்காணும் வேதச் செய்யுட்களால் தெளிவாகிறது (7-18-6712-14): "துர்வஸுக்களும், பிருகுக்களும், த்ருஹ்யுக்களும் செல்வத்திற்காக இந்திரனின் நண்பனான ஸுதா ஸுடன் மோதினர். . . ஸ்ருத், கவஷ், புருத்த, த்ருஹ்ய ஆகியோரை இந்திரன் ஆற்று நீரில் மூழ்கடித்து விட்டார். . . . பசுக்களைப் பறித்திட முயற்சித்த அறுபத்தி ஆறாயிர அறுபத்தியாறு அனு, த்ருஹ்யுக்களும், புரோகித குலத்தைச் சேர்ந்த ப்ருகுக்களும் ஒன்று சேர்ந்து ஸுதாஸ் மீது படையெடுத்தனர் என்று இதனால் தெரிகிறது. அவர்கள் அனேகமாக எல்லையோர நதியான ராவியைக் கடந்து, பரதர் பகுதிக்குள் புகுந்திருக்கலாம். நதியருகில் யுத்தம் நடந்து, அதிலே தோற்றோடும்போது ஸ்ருத், கவஷ் போன்ற அவர்களுடைய தலைவர்கள் நதியில் மூழ்கிவிட்டனர். போர்க்களத்தில் அறுபத்தி ஆறாயிரத்திற்கதிகமான அவர்களுடைய ஆட்களும் கொல்லப்பட்டனர். த்ருஹ்ய, அனு இனக் குழுக்களின் நிலப் பகுதிகள் ராவி நதிக்கு மேற்கில் விதஸ்தா (ஜேலம்) நதி வரையிலும் பரவி இருந்தன. த்ருஹ்யுக்களுக்கு மேற்கிலே அனுக்களும், தெற்கிலே துர்வஸுக்களும் வாழ்ந் திருந்ததாகத் தெரிகிறது. 'ரிக்வேத' சுலோகங்களில் இருப்பிடங்களைக் குறித்துக் குறிப்பிடப்படவில்லை. எந்த நதியின் நீருக்குள் இத்தனை படைத் தலைவர்கள் மூழ்கிவிட்டனர் என்பதும் சொல்லப்படவில்லை. ஆனால் 'பத்து மன்னர் யுத்த'த்தில் சம்பந்தப்பட்ட மேற்கத்திய இனக் குழுவினர் ஒரு முறை ராவி நதியைக் கைப்பற்றிக்கொண்டு, ஸுதாஸுக்கு இக்கட்டான நிலைமையை உண்டு பண்ணிவிட்டனர். இதை நாம் பத்தூண்கள் பற்றிச் சொல்லும்போது விவரிப்போம். ஆகவே, ராவிக்கு மேற்கிலேயே த்ருஹ்யுக்கள் வசித்து வந்ததாகக் கொள்ளலாம்.

5. **'அனுக்கள்':** இவர்கள் ஆரியர்களின் பிரதான ஐந்து இனக் குழுக்களில் ஒரு இனக் குழுவைச் சேர்ந்தவர்கள். இவர்கள் த்ருஹ்யுக்

களுடன் நட்பாக இருந்தவர்கள். போரில் கொல்லப்பட்ட அறுபத்தி ஆறாயிர வீரர்களில் 'அனு' வீரர்களும் ராவி நதிக்கரையில் நிரந்தர உறக்கத்திலாழ்ந்து விட்டனர். அனுக்கள் எத்தனை வலிமையானவர்கள் என்பது அவஸ்யு ஆத்ரேய இயற்றிய ஒரு செய்யுளால் (5-31-4) புலனாகிறது. அதில் 'அவர்கள் இந்திரனின் ரதத்தை உருவாக்கியவர்கள்' என்று ஆத்ரேய குறிப்பிடுகிறார். துர்வஸுக்களின் புரோகிதரான கன்வர் வம்சத்தைச் சேர்ந்த 'தேவாதிதி' அனு இனக் குழுவினர்பால் விசேஷ அனுதாபம் காட்டுகிறார். அவர் 8-4-1 செய்யுளில், "இந்திரனே, உன்னை கிழக்கு, மேற்கு, வடக்கு, தெற்குத் திசைகளில் உள்ளவர்கள் அழைத்தாலும், துர்வஸுக்களும், அனுக்களும் உன்னை மிக அதிகமாக வரவேற்கின்றனர்" என்கிறார். ஆனால் ஒரு நூறு மாயாஜாலங்களைக் கற்ற வசிஷ்டர் பொய்யர்களான அனுக்கள் மேல் இரட்டையர்களான அஸ்வினி, கடவுளர்களின் ஆயுதம் விழவேண்டுமென விரும்புகிறார் (6-62-9).

2. இதர இனக் குழுவினர்

இந்தப் பிரதான ஐந்து இனக் குழுக்களைத் தவிர, வேறு சில இனக் குழுக்கள் குறித்தும் 'ரிக் வேத'த்தில் சொல்லப்படுகிறது. அவர்களில் பலரும் சிந்து-சீனாப் நதிகளுக்கிடையே வசித்து வந்தனர். அவர்களும் ஸுதாஸை எதிர்த்துப் போரிட்டனர். ஆனால் அவர்களைவிட அதிகமாக சிந்துவின் மேற்கிலிருந்து இனக் குழுக்களைப் பற்றிய தகவல் கிடைக்கிறது. இவர்களில் 'பக்தூன்'களின் பெயர் முதலிடம் வகிக்கிறது.

6. பக்த்தூன்கள். மன்னன் சுதாஸின் சாம்ராஜ்ஜிய விருப்பங்களுக்கு எதிராக ஆயுதமேந்திய பத்து மன்னர்களிலும், மற்ற இனக் குழுவினரிலும் 'பக்த்தூன்'களும் உண்டு. 'பக்த்' இனத்தவர் தற்போதும்கூட 'பட்டாணியர்' பெயரில் சிந்து நதியின் மேற்கில் காபூல் வரையிலும் வசிக்கின்றனர். ஆனால் இவர்களைப் பக்த்தூன்களின் வம்சாவளியினரே என்று உறுதியாகக் கூற இயலாது. இன்று நம்மிடையே உள்ள அலின், கந்தாரி, விஷாணி, பலானஸ் போன்றவர்களும் பக்த்தூன் வம்சா வளியினராக இருக்கக்கூடும். 'பக்த்' இனக் குழுவினர் 'அஸ்வி' என்னும் இரட்டைக் கடவுளர்களை வழிபடும் ஆரியர்கள். கன்வபுத்திரர் ஸோபரி இந்த இரட்டைக் கடவுளர்களைத் துதிக்கும்போது (8-22-10),

"எந்தத் தூண்டுதல்களால் நீங்கள் பக்த்தூன்களையும், அத்ரிகுக்களையும், பப்ருக்களையும் பாதுகாத்தீர்களோ, அவற்றுடன் விரைவாக எங்களிடம் வாருங்கள்! நோயாளிகளுக்கு மருத்துவம் செய்யுங்கள்!" எனக் குறிப்பிடுகிறார். ஸுதாஸின் விரோதிகளான இவர்களைக் குறிப்பிட்டு வசிஷ்டர், "பக்த், பலான், அலின், விஷாணி, சிவ இனக் குழுவினர் வந்ததும், த்ருத்ஸீ இனக் குழுத் தலைவர்கள் ஆரியர்களின் பசுக்களைப் போரிட்டு, ஓட்டிச் சென்றனர். துஷ்டர்களும், பட்டினி கிடப்பவர்களும் ராவி நதியைக் கைப் பற்றிக்கொண்டனர்" என்று சொல்கிறார் (7-18-7....9)

(7-8-9) பலான், விஷாணி, அலின்: மேற்குறிப்பிட்ட வேதச் செய்யுளில் 'பத்து மன்னர் யுத்த'த்தின் ஒரு முக்கிய தலைவரான வசிஷ்டர் பக்த்தூன்களுடன் இவர்களின் பெயர்களையும் குறிப்பிடுகிறார். அதனால் இவர்கள் பக்த் தூன்களுக்கு அக்கம் பக்கத்துக்காரர்களாக இருக்கலாம். 'பலான்' என்ற பெயர் இன்றும் 'மோலான்' கணவாயில் உள்ளதால் மற்ற இரு இனக் குழுவினரும் சிந்து நதியின் அக்கரையைச் சேர்ந்தவர்களாகவே இருக்கக்கூடும்.

(10) சிவ : பிற்காலத்தில் இருந்த 'சிவி' தேசத்தைச் சேர்ந்த இனக் குழுவாக இது இருந்திருக்கலாம். இவ்வினக் குழு ஜீலம் நதிக்கு மேற்கிலே வசித்து வந்தது. 'சிவி' என்னும் பெயரில் ஒரு கல்வெட்டு ஷோர்கோட்டில் கிடைத்துள்ளது. ஸுதாஸின் எதிரிகளான பத்து மன்னர்கள் ஒன்று சேர்ந்து, போரிட்டதால் இந்த யுத்தம் 'பத்து மன்னர் யுத்தம்' என்னும் பெயரில் ரிக் வேதத்திலும், பிற்கால நூல்களிலும் புகழ் பெற்றது.

இவர்களைத் தவிர கீழ்க்கண்டவர்களும் ஸுதாஸின் பகைவர்களென்று குறிக்கப்படுகின்றனர்; ஆனால் இவர்களில் இரண்டு, மூன்று பேரைத் தவிர, மற்றவரைத் தலைவர்களா, இனக் குழுவினரா என்று உறுதியாகச் சொல்ல இயலாது.

(11) ஷிம்யு (இனக் குழுவினர்), **(12) க்ரிவி** (இனக் குழுவினர்), **(13) மத்ஸ்ய** (இனக் குழுவினர்) பிற்காலத்திலே இவர்கள் இன்றைய ஜெய்பூர் பகுதியில் வசித்தனர். **(14) நவகர்ண** (தலைவர்?), **(15) கவஷ்**, **(16) தேவக் மன்மமான்**, **(17) சாய்மான் கவி**, **(18) சுதுக்**, **(19) உசத்**, **(20) ஸ்ருத்**, **(21) புருத்த**, **(22)மன்யு**, **(23) புருது** (இவர்களெல்லாம் தனி நபர்கள்), **(24) பரதர் :** அனைவரைவிட வலிமை படைத்த இனக் குழுவினர் இவர்கள்! இவர்கள் புராதன புருக்களின் ஒரு கிளை என்று ஏற்கனவே குறிப்பிட்டுள்ளோம். பரதரின் கிளை த்ரித்ஸுக்கள். திவோதாஸும், ஸுதாஸும் பரதர்கள் என்றும், த்ரித்ஸுக்களை சிறப்பான நிலைக்குக் கொண்டு போனவர்கள் என்றும் குறிப்பிடுகின்றனர். ஒரு

சந்தர்ப்பத்தில் ஸுதாஸுக்கும், திரித்ஸுக்களுக்குமிடையே கருத்து வேற்றுமை ஏற்பட்டாலும், அவர்களிருவரின் நட்பு பாதிக்கப் படவில்லை.

இந்தப் பன்னிரண்டு ஆகிய இனக் குழுக்களில் ஐந்து இனக் குழுக்கள் மிகவும் பழமையானவை. இவ்வைந்து இனக் குழுவினரும் ஒரே பிரதேசத்தில் நிரந்தரமாக வசிப்பவர்களல்ல. "இந்திரன் இவர்களை மிகத் தொலைவிலுள்ள மேற்குப் பகுதியிலிருந்து கொண்டு வந்தார்" என்னும் உம்யு வார்ஹஸ் பத்ய (7-45-1)வின் கூற்றிலிருந்து தெரிகிறது.

அதர்வண வேதம் 'ரிக் வேத'த்திற்குப்பிந்தையதாகும். (அனேகமாக கி.மு. ஏழு-எட்டு நூற்றாண்டுகளுக்கிடையி லானது) அதிலே கிழக்கில் அங்க-மகத நாடுகளிலிருந்து மேற்கில் பாஹ்லீகம் வரையிலான பெயர்கள் காணக் கிடைக்கின்றன. அந்நாடுகளின் பெயர்களாவன : அங்கம், அங்க தேசம், காந்தாரம், தன்வம் (பாலைவனம்), பட்டூர், பாஹ்லிகம், மகதம், மகம், முஞ்சவதம், ரும் (பாலை), ருஷத், விட்சர், ஸோந்த் நாடுகள். 'ரிக்வேத'த்தில் கீழ்கண்ட நாடுகளின் பெயர்களும் குறிப்பிடப்படுகின்றன:

1. **உதவிரஜ்** : (நீரும், கால்நடை மேய்ப்பு நிலப் பகுதியும் உள்ள நாடு அனேகமாக காங்கடாவில் நூர்பூருக்கருகே).

2. **கீகட்** : (இது மகதமல்ல; சப்த சிந்துக்கருகே இருந்த நாடாக இருக்கலாம்)

3. **கிருத்வனம்**.

4. **காங்கிய** (பிற்காலத்தில் 'குருதேசம்' என அழைக்கப் பட்ட கங்கை பாயும் பிரதேசம்.)

5. **குங்கு** (ஒரு ஆரியரல்லா நாடாக இருக்கலாம்.)

6. **துர்க்க** (?)

7. **யட்சு** (கங்கை-யமுனை நதிகளுக்கிடையே காங்கிய நாட்டிற்குள்ளேயே ஆரியரல்லா இனக்குழு நாடு.)

8. **ருஷம்** (?)

9. **வேதன்ஸு** (?)

10. சரஸ்வதிவத், சாரஸ்வத் (குருக்ஷேத்திரத்தில் சரஸ்வதி நதிக்கருகில் உள்ள நாடு.)

11. சிந்து (சிந்து நதியின் கீழ்ப்பகுதி தேசம்.)

அதர்வண வேத காலத்தில் ஆரியர் அங்கம், மகதம் வரையில்— அதாவது வங்க எல்லை வரை பரவிவிட்டனர்; ஆனால் ரிக்வேதகாலத்தில் அவர்கள் சப்த சிந்து வரையில் மட்டுமே இருந்து வந்தனர். இங்கேயே அவர்கள் தமது கால்நடை மேய்ச்சல் வாழ்க்கையை நடத்தி வந்தனர்.

பாகம் II
சமூக, பொருளாதாரங்கள்

அத்தியாயம் மூன்று

வர்ணமும், வர்க்கமும்

1. வர்ணம் (நிறம்)

ரிக்வேத ஆரியர் காலத்திலே (கி.மு. 1200-1000) இந்தியாவில் நான்கு இன மக்கள் பிரதானமாக வாழ்ந்து வந்தார்கள். அவர்களில் கோல்கள் அல்லது கோலாரிக்கள் (நிஷாதர், ஆஸ்டிரிக் இனத்தவர்) சப்த சிந்துப் பகுதியிலிருந்து மிகத் தொலைவில் வசித்து வந்ததால், அவர்களுடன் ஆரியருக்கு எவ்விதத் தொடர்பும் இருந்ததில்லை. ஆரியர்களின் நெருக்கமான தொடர்புக்குள் வந்தவர்களில் அல்லது அவர்களுடன் மோதியவர்களில் முக்கியமான இரண்டு இன மக்கள் : [1] மொகஞ்சோதாரோ - ஹரப்பாவின் நாகரிக இனத்தவரான திராவிடர், [2] காஷ்மீரிலிருந்து அசாம் வரையிலும், அதைக் கடந்த மலைகளிலும், பள்ளத்தாக்குகளிலும் வசித்து வந்த கிர் அல்லது கிராத் இன மக்கள் (மோன்க்மேர்). இந்தியாவுக்குள் நுழைந்ததுமே ஆரியர் முதலில் திராவிடர்களை எதிர்கொள்ள நேர்ந்தது. பின்னர் சப்த சிந்துவில் பரவிய பிறகு அவர்கள் இமயத்தின் பள்ளத்தாக்கில் பிரவேசித்ததும், 'கிர்' இனத்தாருடன் மோத வேண்டி யேற்பட்டது. ரிக்வேத ஆரியர் கிராதருடனும், அவர்களின் தலைவர்களான சம்பர், சுமுரி போன்றவர்களுடனும் போரிடவேண்டி வந்ததையும் இனி விவரிக்கப் போகிறோம். 'ரிக் வேத' நூல் திராவிடர்களுக்கும், கிராதருக்குமிடையே எவ்வித வித்தியாசமும் பாராட்டவில்லை. அது இரு இனத்தவரையுமே கருப்பரென்றும், கருமையான பெண்களுக்குப் பிறந்தவ ரென்றும், கரு நிறத்தவரென்றும் குறிப்பிடுகிறது; ஆனாலும் கிராதர் கருப்பரல்ல, மஞ்சள் நிற மங்கோலியர். அவர்களின் முகஜாடையும் திராவிடர் முக

ஜாடையிலிருந்து வேறுபட்டிருந்தது. இன்றும்கூட திபேத்தியர், முண்டா ஆதிவாசிகளின் முகத்தைப் பார்த்து இந்த வித்தியாசத்தை நன்கு தெரிந்துகொள்ளலாம். ஆரியரோ இருவரையுமே ஒரு சேர கறுப்பரென்றும், தஸ்யுக்களென்றும், தாசர்களென்றும் வர்ணித்துள்ளார்கள். வெற்றி அடைந்த ஒரு குறிப்பிட்ட இனம் தோற்ற இனத்தைத் தனக்குச் சமமாக மதிக்க விரும்பாவிட்டால், அது வர்ண (நிற) வேற்றுமையை நிலை நிறுத்த வேண்டித்தான் வரும். தற்போதும் தென்னாப்பிரிக்காவில் அதிக அளவிலும், மற்ற ஆப்பிரிக்காக் கண்டப் பிரதேசங்களில் குறைந்த அளவிலும் நிற வேற்றுமை நிலவிக்கொண்டுதான் இருக்கிறது. இன்றையவிஞ்ஞான பூர்வமான யுகத்திலும், மக்கள் எழுச்சி பெற்ற காலத்திலுமே நிறவேற்றுமைக் கொடுமை கொடி கட்டிப் பறக்கிற தென்றால், மூன்றே கால் ஆயிரம் ஆண்டுகளுக்கு முன்பு அதைப் பற்றிச் சொல்லவும் வேண்டுமா?

1. ஆரியரின் வர்ணம்

'ரிக்வேத'த்தில் ஆரியரின் வர்ணம் (நிறம்) குறித்துச் சிறப்பு விவரம் எதுவுமில்லை. ஆனால் அவர்கள் தம்முடைய தேவர்களின் உருவம் - வர்ணங்களைப் பற்றி வர்ணித்திருப்பவையே ஆரியர்களின் உருவம், வர்ணங்களாக இருக்கக் கூடும். மனிதன் தன் தேவனைக்கூடத் தன் சொந்த உருவத்திலேயே பார்க்கிறான். ("யதன்னம் புருஷோ ஹ்யத்தி, ததன்னம் தஸ்ய தேவதா!") (மனிதன் சாப்பிடும் உணவையே அவனது தேவனும் உண்கிறான்) இது மட்டுமல்லாமல், "யத் ரூபஹ புருஷோ பவதி, தத்ரூபா தஸ்ய தேவதா" (மனிதன் எந்த உருவத்தில் இருப்பானோ, அவனது தேவனும் அதே உருவத்தில் இருப்பான்) என்றும் சொல்ல வேண்டும். இதே போல் 'ரிக் வேத'த்தில் அக்னி, இந்திரன் ஆகியோரின் உருவம் வர்ணிக்கப்பட்டதைப் போன்றே, அவர்களுடைய பக்த கோடிகளின் உருவமும் இருந்தது. ரிக் வேதகால ஆரியர்களுக்கு அறுநூறு ஆண்டுகளுக்குப் பின்னர் தோன்றிய புத்தரின் காலத்திலும், ஆயிரம் ஆண்டுகளுக்குப் பிந்தைய மகா பாஷ்யகாரர் (பெரும் விரிவுரையாளர்) பதஞ்சலியின் காலத்திலும் ஆரியர் வர்ணம் பற்றிக் குறிப்பிடப்பட்ட விஷயங்களும் அதையே உறுதிப்படுத்துகின்றன. ஆரியர்கள் தமக்கே உரிய ஒரு வர்ணத்தைப் பெற்றிருந்தார்கள். "வெண்மை நிறம், புனித ஆசாரத்தைப் பின்பற்றுதல்,

தாமிர வண்ண, மஞ்சள் நிறக் கூந்தல் ஆகியவை பிராமணர் என்பதற்கான அடையாளங்கள்" என்று பதஞ்சலி தனது 'மகா பாஷ்யம் (2-2-6) நூலில் குறிப்பிட்டுள்ளார். பிராமணர்களின் உருவமைப்பு குறித்து பதஞ்சலி கூறியது அறுதியான முடிவல்ல என்பது தெளிவு. பிற்காலத்தில் வர்ணம் குறித்து பௌத்தர்களுக்கும், பிராமணர்களின் உருவமைப்பு இயற்கையானது என்று சொல்லி வர்ணாசிரம அமைப்பு சரியானதென நிலைநாட்ட முயற்சி செய்யப்பட்டது. புத்தரின் நிறம் பொன்னிறமென்றும், அவரது கண்களின் வண்ணம் நீலம் என்றும் கூறப்பட்டுள்ளது. புதியவர்களுடனும், மற்ற இனத்தாருடனும் இரத்தக் கலப்பு நடைபெறாமல் மிக எச்சரிக்கையாக இருந்த ரிக் வேத ஆரியர்களின் மேனி வண்ணம் வெண்மையாகவும், கூந்தல் மஞ்சள் நிறத்துடனும், கண்கள் புத்தரைப் போல் நீலமாகவும் இருந்திருக்கலாம்.

1. கூந்தல் நிறம் : 'இஷ்' என்னும் ரிஷி 'ரிக்வேத'த்தில் (5-7-7) அக்னிதேவனின் மீசை, தாடியை வர்ணிக்கும்போது, "அவர் மஞ்சள் நிறத் தாடியுடனும், வெண்ணிறப் பற்களுடனும், ஈடிணையற்ற மாபெரும் பலசாலியாவார்" என்பார். அங்கீரஸ கோத்திரத்தைச் சேர்ந்த 'வரு'வும், "அவர் மஞ்சள் நிற மீசை தாடியும், கூந்தலும்கொண்டு பாறையைப் போல் திடமானவர்". (10-16-8) என்று குறிப்பிடுகிறார். விசுவாமித்திரரும் (3-2-13) அக்னியின் கேசம் மஞ்சள் நிறமென்றார். "நாங்கள் அந்த அற்புதவேகங்கொண்ட பச்சை. மஞ்சள் கேசமுடைய ஒளிமயமான அக்னியை புதிய செல்வம் வேண்டித் தொழுகிறோம்" என்று மேலும் சொல்கிறார். "பொன்னிறக் கூந்தலுடையவர், மேகங்களைச் சிதறடிக்கும் புயலைப் போன்ற வேகமுடையவர், களங்கமற்ற ஒளிபடைத்தவர்" என்றெல்லாம் கோதம் - ராஹூ என்பவர்கள்கூட வர்ணிக்கிறார்கள் (1-79-1). 'ஹரி கேசம்' என்றாலும், 'ஹிரண்யகேசம்' என்றாலும் பொருள் ஒன்றேதான் - பொன்னிறக் கூந்தல், இங்கே இவ்வுண்மை தெளிவாகிறது. ஏனெனில் ஏற்கெனவே அக்னியை 'ஹரிகே'சம் என்று குறிப்பிடப்பட்டது; இப்போது இந்த மந்திரத்தில் (செய்யுளில்) அவரையே 'ஹிரண்யகேசம்' எனக் கூறப்பட்டுள்ளது. இங்கே மஞ்சள் வண்ணத்திற்காக 'ஹரி' (ஹரிதம் : பச்சை) என்னும் சொல் பயன்படுத்தப்பட்டிருக்கிறது. சம்ஸ்கிருத மொழியின் 'ஹரித்', பாரசீகத்தின் 'ஜர்த்' ருஷ்ய மொழியின் 'ஜோல்த்', ஆங்கிலத்தின் 'கோல்ட்' முதலிய சொற்கள் ஒரே மூலச் சொல்லின் வெவ்வேறு உருவங்களாகும். இந்திய மொழிகள் அல்லாத இந்தோ - ஐரோப்பிய மொழிகளில் இதன்பொருள் இன்றும் 'மஞ்சள்'

என்றுதான் கொள்ளப்படுகிறது. பிற்கால சம்ஸ்கிருதத்தில் இந்தப் பொருள் கொள்ளப்படவில்லை என்றாலும், ரிக்வேத காலத்தில் அந்த மூலப் பொருள் அகன்றுவிடவில்லை. இந்திரனும், அக்னியும் ரிக்வேதகால ஆரியர்களின் பரமவணக்கத்திற்குரிய தேவர்கள், இருவரின் மீசையும், தாடியும் மஞ்சள் நிறமாக இருப்பது, அவர்களது பக்தர்களின் மீசை, தாடியின் மஞ்சள் நிறத்தையே குறிக்கிறது. நெருப்பு ஜுவாலைகளின் வண்ணம் மஞ்சள்தான் எனக் கருதினாலும், இந்திரனைப் பற்றி அவ்வாறு கூற இயலாதே! இந்திரனின் உருவமோ வலிமை வாய்ந்த ஆரிய ஆணின் உருவமாகும்.

பரத்வாஜர் (6-29-6) இந்திரனின் மூக்கும், முகமும் மஞ்சள் நிறமெனக் கூறினார். "இவ்விதம் மஞ்சள் வண்ண முடையோனான இந்திரன் நல்வரவேற்புக்குரியவர். அவர் துதிப்போருக்கு நேரிலே இருந்தாலும், இல்லாவிட்டாலும் செல்வம் வழங்குவார். இவ்விதம் அவர் சிறந்த வலிமையுடன் தோன்றி தஸ்யுக்களை (அரக்கர்களை) கொன்றுகுவிப்பார்."

வசிஷ்டரின் கூற்றுப்படி, ஆரியர்களின் நிறம் வெள்ளை (7-33-1). அவர் தன் குலத்தவர் குறித்து, "விதிப்படி தெற்கு நோக்கிக் கூந்தலை முடிந்துகொள்ளும் வெள்ளை நிற வசிஷ்ட இனத்தவர் என்னை மகிழ்விக்கின்றனர். அவர்கள் என்னை விட்டுப் பிரியக் கூடாதென நான் யாகம் முடிந்து எழுகின்றபோது சொல்கிறேன்" என்கிறார். வசிஷ்டர் 'மருத்' தேவர்கள் பற்றி, "சுயமாகவே வலிமை படைத்த சூரியனைப் போன்ற சருமஸ்கொண்ட மருத் தேவர்களே! நான் வேள்வி செய்ய விரும்புகிறேன்" எனக் கூறுகிறார். சூரியனுக்கு நிகரான சருமம் என்றால், அது மிகவும் தெளிவான வெண்மை நிறம்தான்! அத்ரி முனி போலவே 'அபாலா' என்பவளும் இந்திரனைப் புகழ்ந்து பாடுகையில் (8-80-7) தன் நன்றியைத் தெரிவிக்கிறாள். "நூறு வேள்விகளைச் செய்யும் ரதத்தின் துவாரங்களையும், வண்டியின் துவாரங்களையும் மூடும் இந்திரனே, நீ அபாலாவை சூரிய ஒளி போன்ற சருமத்தினளாக்கினாய்!" அபாலா ஏதோ ஒரு சரும நோயால் அவதிப்பட்டுக் கொண்டிருந்தாள். அந்நோய் தீர்ந்த விஷயம் இதிலிருந்து தெரிகிறது.

'கிருத்ஸமத்' என்ற ரிஷி, தனக்குப் பிள்ளை வேண்டுமென்னும் கோரிக்கையை இவ்வாறு வெளிப்படுத்துகிறார் (23-10): "தேவனே,

எமக்கு வெண்ணிறமான நீடூழி வாழும் வேகங்கொண்ட தெய்வ பக்தனான வீரக் குழந்தையை அருள்வாயாக! தேவர்களின் உணவு எமக்கு மேலும் மேலும் கிடைக்கட்டும்!"

2. **உடல்:** இந்திரனின் உடல் ஆரியர்களில் மிகப் பெரும் வீரனின் உடல் போலிருந்தது. அவரைப் பற்றிய வர்ணனையைப் படித்தால் சப்த சிந்துவில் இருந்த ஒரு பயில்வான்தான் நினைவுக்கு வருகிறான். இரின்விட் என்ற ரிஷி (8-17-8) இந்திரன் உடல் குறித்து, "பெரிய கழுத்து, பெருத்த வயிறு, அழகான கரங்கள் உடைய இந்திரன் உணவால் மகிழ்ந்து பகைவர்களை அழித்தொழிக்கிறார்" என்கிறார். பிரகாத்கன்வ புத்திரன் என்பவரும் (8-53-7), "இந்திரன் காளையைப் போன்றவர், இளைஞர், பெரிய கழுத்துடையவர், எவருக்கும் தலைவணங்காதவர் அவரைத் தொழுபவர் யார்?" எனக் குறிப்பிடுகிறார்.

'ரிக்வேத'த்தின் இம்மேற்கோள்களால், ஆரியர்களின் உடல், வண்ணம் பற்றிய தகவல் தெரிகிறது. அவர்களின் பகைவர்களுடைய உடல்தன்மை பற்றியும் 'ரிக்வேத'த்தின் பல செய்யுட்களால் நாம் தெரிந்துகொள்கிறோம்.

2. ஆரியரல்லாதாரின் நிறம்

விசுவாமித்திரர் ஆரியர்களின் பகைவர்கள் பற்றிக் கூறியுள்ளார் (3-31-21) : "விரோதிகளை அழிக்கும் பசுபதி எமக்குப் பசுக்களைத் தருக! கண்ணைப் பறிக்கும் ஒளியால் கறுப்பர்களை அழிக்க வேண்டும்! அங்கிராவின் சந்ததியினருக்கு சத்தியமாக பசுக்களை வழங்க வேண்டும்! சத்தியம் தன் எல்லாக் கதவுகளையுமே மூடிக் கொண்டிருக்கிறது!"

ஆங்கிரஸ சுனஹோத்ர புத்திரரான கிருத்ஸமத் (2-20-7) ஆரியர்களின் பகைவர்கள் பற்றிக் கூறுகிறார் : "பகைவர்களை அழிப்பவரும், கோட்டை கொத்தளங்களைத் தவிடுபொடி யாக்குபவருமான இந்திரன் கறுப்பு அடிமைகளின் படையை நாசமாக்கிவிட்டார். அவர் மனிதர்களுக்காக நிலமும், நீரும் படைத்தார். அவர் வேள்வி செய்பவரின் கோரிக்கையை நிறைவேற்றட்டும்!"

2. வர்க்கம்

1. அடிமை ஆண் . பெண்கள்

போரிலே தோற்ற பகைவர்களான ஆண் – பெண்களில் பெரும்பாலோரை அடிமைகளாக்கிக்கொண்டு அவர்களிடம் வேலை வாங்குவதென்பது அடிமை முறை நிலவிய காலத்தில் எங்குமே இருந்த பழக்கம்தான்! நம் நாட்டில் பத்தொன்பதாம் நூற்றாண்டின் பிற்பகுதியில்தான் அடிமை முறை மறைந்தது. ரிக் வேத காலத்தில் வெற்றிகொண்டோர் - தோற்றோரின் உருவத்திலும், நிறத்திலும், நலன்களிலும் மாபெரும் வேற்றுமை நிலவியதால், அடிமை முறை மிகக் கொடுமையானதாகவே இருந்திருக்கும் என்பதில் ஐயமில்லை. 'பாலிகில்ய' சூக்தங்களில் (8-8-3) ப்ருஷ்த்ர என்ற ரிஷி, "எனக்கு நூறு கழுதைகளும், நூறு செம்மறியாடுகளும், நூறு அடிமைகளும் தாருங்கள்!" என்று இந்திரனை வேண்டுகிறார். ஆரியர்கள் தமது விரோதிகளை 'தாஸ்கள்' என்றும் 'தஸ்யுக்கள்' என்றும் அழைத்து வந்தனர். இதனால்தான் பணம் தந்து விலைக்கு வாங்கிய ஆண்களின் பெயர் 'தாஸ்' (தாசன் : அடிமை) என்று ஆயிற்று. மேலே ரிஷி வேண்டிய நூறு அடிமைகள் தம் ஜாதியினாலும், தாம் செய்யும் வேலையினாலும் அடிமைகளே என்பதில் சந்தேகமில்லை. கிருத்ஸமத் என்ற முனிவர் இந்திரனைத் துதிக்கையிலே கூறுகிறார் (2-2-4): "ஓ இந்திரனே! நாங்கள் உன்னுடைய ஒளிமயமான வலிமையைப் பெருக்குகிறோம். கைகளில் ஒளி பொருந்திய வஜ்ராயுதத்தை ஏந்தி முன்னேறி கதிரவனைப் போன்ற தேஜஸுடன் தாசர்களை (அடிமைகளை) வெற்றிகொள்!" இதே முனிவர் பிறிதோர் இடத்தில் (2-12-4), "இவ்வுலகம் பூராவையும் படைத்தவரும், அடிமை வர்ணத்தாரைத் தாழ்ந்தவர்களாகவும், குகைதனில் வசிக்கக் கூடியவர்களாகவும் ஆக்கியவரும், ஆரியருக்கு நிறைந்த செல்வத்தை வழங்குபவரும் இந்திரனேதான்!" என்கிறார். வாமதேவ கவுதமரும் அவரைப் பற்றியே சொல்கிறார் (4-28-4): "ஓ சோமனே! உன் நட்புடன் இணைந்து இந்திரன் உன் உதவியால் மனிதர்களுக்காக இன்ப நீரைப் பெருக்கெடுத்தோடச் செய்தார். பகைவர்களை அழித்து சப்த சிந்துவுக்கு ஊக்கமும் ஆக்கமும் அளித்தார். மூடிய துவாரங்களைத் திறந்தார்". கன்வ கோத்திரத்தைச் சேர்ந்த கன்வபுத்திரர் சோபரி என்ற ரிஷிக்கு புருகுத்ஸரின் புத்திரர் திரஸ்தஸ்யு என்னும் மன்னர் ஐம்பது அடிமைப்

பெண்களை வழங்கினார். 'ரிக் வேத'த்திலே 8-19-36, 37 செய்யுட்களில் 'வது' என்ற சொல் 'பெண்ணடிமை' என்ற பொருளிலேயே பயன் படுத்தப் பட்டுள்ளது. 'வது' என்ற சொல்லுக்கு 'மருமகள்' என்ற பொருளுமுண்டு.

வாழ்க்கை : ஆரியர்களின் முக்கிய செல்வம் ஆடு, மாடுகளும், குதிரைகளும், செம்மறியாடுகளும்தான்! அவர்கள் கொஞ்சம் விவசாயமும் செய்துவந்தனர். அவர்களுடைய உணவில் ஜவ்வரிசித் தினைமாவும், ரொட்டியும்கூட இருந்தன. பணக்காரர்களும், அதிகார பலமுங்கொண்ட ஆரியர்கள் தம்முடைய பசுவளர்ப்பிலும், விவசாயத்திலும் ஆண்-பெண் அடிமைகளின் உதவியும் பெற்றுக் கொண்டனர்; ஐம்பது, நூறு என்று அடிமைகளைப் பயனில்லாமல் பெற்றுக்கொள்வார்களா? ஆனால் சாதாரண ஆரியர்கள் தமது பசு வளர்ப்பையும், விவசாயத்தையும் தாமே செய்து வந்தனர். அவர்களுக்கு உடுக்க ஆடைகளும் தேவைப்பட்டன. அவை கம்பளத்திலும், தோலிலும் தயாரிக்கப்பட்டன. அன்றும், சப்தசிந்து பிரதேசத்தில் வெயில் கடுமையாகத்தான் இருந்திருக்கும்; ஆயினும் கம்பளி உடைகளையே ஆரியர் விரும்பினர். இதைப் பழக்கம் என்றுதான் சொல்லவேண்டும்; ஏனெனில் சிந்து சமவெளி மக்கள் அதற்கு முன்பே பருத்தி உடைகளை அணிந்து வந்தனர். இன்றும்கூட ஆடு மேய்ப்போர் கடுமையான வெயிலிலும் பெரிய கம்பளத்தைப் போர்த்திக்கொண்டு ஆடு மேய்க்கின்றனர். கம்பளம் குளிர்ச்சி தருகிறதென அவர்கள் கூறுகின்றனர். சப்தசிந்துவில் வசித்த ஆரியர்களும் இதையே சொல்லியிருக்கலாம். அவர்களின் வீடுகளில் ஆடைகள் நெய்தனர். ஆடை நெய்வது குறித்தும், மற்ற காரியங்கள் குறித்தும் ஆங்கிரஸ கோத்திரத்தைச் சேர்ந்த 'சிசு' என்ற ரிஷி கூறுகிறார் (9-113-1லிருந்து 4) "நாங்களும், மற்றவர்களும் செய்யும் வேலைகள் பல உள்ளன. தச்சு வேலை செய்பவன் தன் வேலையை விரும்புகிறான், மருத்துவன் நோய்க்கு மருத்துவம் செய்கிறான். பிராமணன் சோமபானத்தைத் தயார்செய்யும் கிருகஸ்தனை விரும்புகிறான். இந்திரனுக்காக சோமபானம் தயாராகட்டும்!"

"நான் கவிஞன். என்மகன் மருத்துவன், என்மகள் மாவரைக்கும் கருவியைச் செலுத்துபவள், பணத்தை விரும்பி பலவிதமான வேலைகள் செய்யக்கூடிய நாங்கள் பசுக்களைப் போல் ஒரே கொட்டிலில் வசிக்கிறோம்."

"சுமையை இழுத்துச் செல்லும் குதிரைகள் நல்லதேரை விரும்புகின்றன. அருகிலுள்ள அமைச்சர் (துணை அமைச்சர்) சிரிக்க ஆசைப்படுகிறார். ஆண்குறி பெண் குறியையும், தவளை நீர் நிறைந்த ஏரியையும் விரும்புகின்றன."

இங்கே பல்வேறுபட்டவர்களின் பல்வேறு விதமான பணிகள் குறிப்பிடப்படுகின்றன.

2. நான்கு வர்ணங்கள்

டாக்டர் பட்டே கிருஷ்ணகோஷ் 'ரிக்வேத'த்தில் பயன்படுத்தப்பட்ட மொழி குறித்துக் கூறுகிறார்.* "மொத்தத்தில் முதல் ஒன்பது மண்டலங்களின் (அத்தியாயங்களின்) மொழி ஒரே மாதிரி இருந்தாலும், அதற்கு முன்பிருந்த பேச்சு வழக்கிலிருந்த வேற்றுமைகளின் முத்திரை - குறிப்பாக 'ர' 'ல' விஷயத்தில் காணக்கிடைக்கிறது." பத்தாவது மண்டலத்தின் மொழிப் பிரயோகம் பிற்காலத்தைச் சேர்ந்ததென்று அறிஞர் அனைவரும் கருதுகின்றனர். முதல் ஒன்பது மண்டலங்களில் நான்கு வர்ணங்களைப் பற்றிய குறிப்பேதுமில்லாவிட்டாலும், பத்தாவது மண்டலத்தில் (அத்தியாயத்தில்) அவை மிகத் தெளிவாகக் குறிக்கப்பட்டுள்ளன (10-10-12): "இந்தப் புருஷரின் முகம் பிராமணன், இருகைகளும் க்ஷத்திரியர், அவருடைய தொடை வைசியன், அவருடைய கால்களிலிருந்து சூத்திரன் தோன்றினான்." ரிக்வேத ஆரியர்களின் தொடக்கக் காலத்திலும் பிராமணர் அல்லது புரோகிதர் இருந்தாலும், அவர்களும் மற்றவர்களைப் போன்றே போர்களில் பங்கெடுத்து வந்தனர். பரத்வாஜர், வசிஷ்டர், விசுவாமித்திரர் ஆகியோரின் புத்திரர்களும், அவர்களின் குலத்தவரும் திவோதாஸ், ஸுதாஸ்புரிந்த யுத்தங்கள் பலவற்றில் ஆயுதந்தாங்கிப் போரிட்டவர்கள்தான்! உபநிஷதங்களின் காலத்திலும் அதன் பின்னரும் பிராமண, க்ஷத்திரியரிடையே தோன்றிய வேற்றுமை ரிக்வேதகாலத்தில் இருந்ததில்லை! 'புருஷஸுக்த'த்தில் இவ்வேற்றுமை காணப்படுகிறது. சமஸ்கிருதத்தில் 'விஷ்' என்னும் சொல் மக்களையும், சமுதாயத்தையும் குறிப்பது. இதில் ஆரிய இனம் முழுதும் அடங்கும். மன்னனை 'விஷாம்பதி' (விஷுக்களின் தலைவன்) என்றனர். 'விஷ்'லிருந்து

* 'The Vedic Age', P.336.

வந்த 'வைஸ்ய' என்ற சொல்லைப் புதிய பொருளில் மிகவும் பிற்காலத்தில் பயன்படுத்தத் துவங்கினர், அதைத்தான் நாம் இங்கே காண்கிறோம். 'சூத்திரன்' என்பதற்கு 'தாசன்' (அடிமை) எனப் பொருள்படும். முதலில் அவர்கள் ஆரியர்களின் பகைவர்களாக இருந்தனர். பின்னர் அவர்கள் ஆரியர்களின் ஆளுகைக் குட்பட்டவர்களாகவும், அடிமைகளாகவும் ஆகிவிட்டனர். 'நான்கு வர்ணங்கள்' என்னும் கருத்து பின்னாளில் தோன்றியதென்பது தெளிவு. துவக்ககால ஆரியமக்களில் பிரம்ம (பிராமணர்), ராஜன்ய (க்ஷத்திரியர்) ஆகியோரிடையே சாப்பாட்டு விஷயத்திலும், திருமண உறவு விஷயத்திலும் எவ்வித வித்தியாசமும் இருந்ததில்லை. ஆனால் நான்கு வர்ணங்கள் என்னும் கருத்து உதித்ததுமே உயர்ச்சி - தாழ்ச்சி என்னும் எண்ணம் வந்துவிட்டது. அத்துடன் செல்வத்திலும், வாழ்க்கை வசதிகளிலும் ஏற்றத்தாழ்வுகளைப் பின்பற்றலாயினர். இவ்வேற்றுமைகளால் சண்டை சச்சரவுகள் தோன்றுவது தவிர்க்க முடியாதது. இத்தகராறைத் தீர்க்க வேண்டுமென்னும் விருப்பம் ஆரிய ரிஷிகளுக்கு இருந்திருக்காது; இருந்தாலும் அவர்களால் தீர்க்கவும் இயலாது. ஆயினும் அவர்கள் ஆரியரிடையே நிலவிய ஏற்றத்தாழ்வுகளை அகற்றும் முயற்சி நிச்சயம் செய்து வந்தனர். 'ரிக்வேதத்தின் கடைசி ஸூக்தத்தில் (செய்யுள் தொகுப்பில்) 'ஸ்ம்வனன்' என்ற ரிஷி இது விஷயத்தில் நமது கவனத்தை ஈர்க்கிறார்:

"நீங்கள் அனைவரும் ஒன்றாகச் செல்லுங்கள். ஒன்றாகப் பேசுங்கள். உங்கள் மனங்களெல்லாம் ஒன்றாகவே சிந்திக்கட்டும், பழங்காலத்துத் தேவர்கள் ஒரு மனத்துடன் உபாசித்தது போலவே, இன்ப-துன்பங்களை ஒன்றாக அனுபவித்ததைப் போலவே நீங்களும் ஒரு மனத்துடன் நடந்துகொள்ளுங்கள்" "2".

"இந்த ஆரிய மக்களின் மந்திரம் ஒன்றாக இருக்கட்டும். இவர்களின் அமைப்பு ஒன்றாக இருக்கட்டும். சித்தமுடன் மனமும், ஒன்றேயாக இருக்கட்டும். உங்களுக்காக நான் ஒரே விதமான மந்திரத்தை வரவழைக்கிறேன்; ஒரே மாதிரியான பொருளை ஹோம குண்டத்தில் போட்டு ஹோமம் வளர்க்கிறேன்." "3".

"உங்கள் பணி சமமாக இருக்கட்டும். உங்கள் இதயங்கள் ஒன்று போல் இருக்கட்டும். உங்கள் மனங்கள் அழகாக ஒன்றிணையும்படி ஒரே நிலையில் இருக்கட்டும்" "4".

ஆரியர்களின் சமூக, அரசியல் வரலாறு எழுதும் வேலை ரிக் வேத ரிஷிகள் மேற்கொள்ளவில்லை என்பதை ஏற்கெனவே பலமுறை கூறியுள்ளோம். தேவர்களைத் துதிப்பதும், விதிமுறைகளை அமைப்பதும்தான் அவர்களின் நோக்கமாகும். மற்ற விஷயங்கள் துணை அம்சங்களாகத்தான் வந்துள்ளன. ஆயினும் ஆரியர்கள் வாழ்ந்த சமூக, பொருளாதார நிலைமைகளில் அவர்கள் வாழ்வின் பல அம்சங்கள் ஒளிர்கின்றன. ஆரியர், ஆரியரல்லாதாரிடையே (திராவிடர், கிராதர்) மிகப் பெரிய சமூக, பொருளாதார வித்தியாசமிருந்தது. ஆரியர் போரிலே வெற்றி கொண்டவர்களும், ஆண்டான்களாகவும் இருந்ததால் அதிக செல்வமும், வசதிகளும் வேண்டுமென விரும்பினர். எஞ்சியதைத்தான் மற்றவர்களால் பெற முடிந்தது. 'பணி' என்பவர்கள் அந்தக் காலத்தில் வணிகர்களாக இருந்தனர் 'பணி' என்ற சொல்லிலிருந்தே 'வணிகர்' அல்லது 'பணியா' என்ற சொற்கள் தோன்றின. அவர்கள் செல்வந்தர்களாக விளங்கினர். அவர்கள் வியாபாரமும் செய்தனர். நிறைய பசுக்களையும் வைத்திருந்தனர். 'பணி' இனத்தவரின் பசுக்களைக் கொள்ளையடிப்பதை ஆரியர் தமது கடமையாக - உரிமையாக - கருதினார்கள். இப்படிக் கொள்ளையடிக்க அவர்களுக்கு சாக்குக்கூடத் தேவைப்படவில்லை. இதை நாம் 'ஸர்மா'வுக்கும் 'பணி' இனத்தவருக்கும் இடையே நடைபெற்ற விவாதத்திலும் காணலாம். அவர்களிடமுள்ள அனைத்தையும் கொள்ளையடித்தால் வாணிபமே நடை பெறாது. அதனால்தான் ஆரியர்கள் 'பணி'யரின் மூலதனத்தையோ, அவர்களின் உற்பத்தி சாதனங்களையோ கொள்ளையடிக்க விரும்பியதில்லை. அவர்களுக்குத் தங்கம் தேவையாக இருந்தது. வைரமும், ரத்தினங்களும் அவர்கள் மிக விரும்பினார்கள். இவையனைத்தும் அவர்களுக்கு 'பணி'யினர் மூலமாகத்தான் கிடைக்க முடியும். ஆகவே அவர்களைப் பாதுகாப்பதையும் ஆரியர் தமது கடமையாகக் கொண்டிருந்தார்கள். 'பணி'யரும் ஆரிய ரிஷிகளுக்கு தாராளமாகத் தானமளித்துக் கொண்டிருந்ததையும் வரும் பக்கங்களில் நாம் பார்க்கப் போகிறோம்.

3. தோல்வியுற்றோர்

'பணி'யர் திராவிட இனத்தைச் சேர்ந்தவர்கள். அவ்வினத்தைச் சேர்ந்த அனைத்து மக்களும் வசதி படைத்தவர்களல்ல. அவர்களிலே பலரும் ஆரியர்களின் தயவில் விவசாயிகளாகவும், தொழிலாளர்களாகவும் வாழ்க்கை நடத்தி வந்தார்கள். அவர்களில் பலரும் ஆரியர்களின்

அடிமைகளானார்கள். மலைகளிலும், குகைகளிலும் வாழ்ந்த சம்பரனைச் சேர்ந்த 'கிராதர்'கள் - ஆண், பெண்கள் - போரிடவும், சாகவும் கூடத் தயாராயிருந்தார்கள். ஆரியர்களிடமிருந்து தப்பித்துக் கொள்ளும் வாய்ப்பும் அவர்களுக்கிருந்தது. 'காங்ரா' பள்ளத்தாக்கிலும், அதன் சுற்றுப்புற மலைகளிலும் ஆரியர்களுடன் நடைபெற்ற ரத்தக் களரியிலும் கூட ஆரிய மன்னன் திவோதாஸ் நாற்பதாண்டுப் போருக்குப் பின்னரே சம்பரனைக் கொல்ல முடிந்தது. இதனாலேயே கிராதர் தோல்வியடைந்தார்கள். அப்போது போர்க் கைதிகளானவர்கள் அனைவரும் அடிமைகளாகி இருப்பார்களென்பதிலே ஐயமில்லை. ஆனால் திராவிடர்களைப் போல் கிராதர் ஓரிடத்திலேயே நிலையாக வாழ்பவர்களல்ல. அவர்களுக்கு வடக்கில். மிகவும் கடினமான மலைகளும், மேய்ச்சல் நிலங்களும் பச்சைப்பசேல் என்ற பள்ளத்தாக்குகளும் இருந்தன. சம்வர் வம்சத்தவர் அங்கெல்லாம் செல்ல வாய்ப்புண்டு; பின்னாளில் அதுதான் நடந்தது. 'கிர்' (கிராதர்) 'காங்ரா'வின் இறங்குமுக மலைகளில் 'கிர் கிராமம்' (பைஜ்நாத்) போன்ற இடங்களை விட்டுச் சென்றார்கள். இன்றும் 'காங்கிரா'விலிருந்து நூற்றுக் கணக்கான மைல் தொலைவிலுள்ள லாஹுல், மலாணா (குல்லூ), கனௌர் முதலிய இடங்களில் இது தெளிவாகத் தெரிகிறது. ஆகவே, ஆரியர்களிடமிருந்த அடிமைகளில் பெரும்பாலானவர்கள் திராவிட இனத்தைச் சேர்ந்தவர்கள்தான் இருந்திருப்பார்கள், கிராதர் மிகக் குறைவாகவே இருந்திருப்பார்கள் என்பதில் சந்தேகமில்லை.

4. கொடுமை செய்தலும், வர்ண வித்தியாசமும்

போரில் தோற்றவர்களைப் பொருளாதார ரீதியாகக் கடுமையாகச் சுரண்டப்பட்டதோடல்லாமல், சமுதாய ரீதியாகவும் மிகவும் தாழ்வாக நடத்தப்பட்டது. தேவர்களே அவர்களைத் தாழ்ந்த வர்ணத்தினராக்கி விட்டார்களென்று 'க்ருத்ஸமத்' என்னும் ரிஷி கூறுகிறார். ஆரியர்கள் எங்கே ரத்தக் கலப்பு ஏற்பட்டுவிடுமோ என அஞ்சிக்கொண்டிருந்தார்கள். இதை இன்றும் நாம் அமெரிக்காவில் வெள்ளையர் - நீக்ரோக்கள் விஷயத்தில் காணலாம். அமெரிக்கா உலகம் முழுதும் சுதந்திரம், சமத்துவம், ஜனநாயகம் பற்றிக் கொட்டி முழக்குகிறது; ஆனால் அங்கே இவை பட்டப்பகலில் படுகொலை செய்யப்படுகின்றன. அங்கேயுள்ள பல்கலைக்கழகங்களில் கருப்புநிற மாணவர்கள் வெள்ளை நிற மாணவர்களுடன் சேர்ந்து படிக்க முடியாது. வெள்ளைக்காரப்

பெண்ணொருத்தி யாராவது கருப்பு வாலிபனுடன் உறவுகொண்டாள் என்று தெரிந்தால், வெள்ளையர் சட்டத்தைத் தம் கையிலேயே எடுத்துக்கொண்டு, அக்கருப்பு இளைஞனை உயிருடனே எரித்து விடுகிறார்கள். இப்படிப்பட்ட கொலை வெறியாட்டங்கள் அமெரிக்காவில் ஒவ்வொரு ஆண்டும் நடைபெற்றுக்கொண்டே இருக்கின்றன. தென்னாப்பிரிக்கா வெள்ளையரோ இந்த விஷயத்தில் அமெரிக்கரைவிட கொடுமைக்காரர்களாக இருக்கிறார்கள். அவர்கள் தம்மைக்காட்டிலும் நான்கைந்து மடங்கு அதிக எண்ணிக்கையிலுள்ள ஆப்பிரிக்க மக்களை மனித உருவில் விலங்குகளாகவே கருதுகிறார்கள். அவர்களைத் தமது வீடுகளுக்கும், இருப்பிடங்களுக்கும் அருகேயும் வசிக்க விடுவதில்லை. ரயில்களிலும், பஸ்களிலும் அவர்களுக்குத் தனியிடம் ஒதுக்குகிறார்கள். கருப்பர்களை மிகக் குறைந்த அளவே வாழ்க்கை வசதிகள் தந்து, தீண்டப்படாதவர்களாக நடத்துகிறார்கள். அமெரிக்காவிலும், தென்னாப்பிரிக்காவிலும் நிறவேற்றுமையின் இரு உதாரணங்கள் நாம் காணக் கிடைக்கின்றன. ஆரியர்களும் வர்ண வேற்றுமையை உறுதியாக நிலைநிறுத்த முயற்சித்தார்கள். என்றாலும் இந்த வர்ண - நிற வித்தியாசம் இன்று நமது இனங்களிலே சற்றும் இல்லை. இன்று மிகக் கருப்பு பிராமணர்களும் தென்படுகிறார்கள்; சூத்திரர்கள் அல்லது தாழ்த்தப்பட்டவர்களும் நல்ல சிவப்பாகக் காட்சியளிக்கிறார்கள். பிராமண, க்ஷத்திரிய, வைசிய, சூத்திரப் பிள்ளைகளுக்கு ஒரேவிதமான அழகான சீருடை அணிவித்து வரிசையாக நிற்க வைத்தால், அவர்களின் வர்ணத்தை - குலத்தை - எளிதாகச் சொல்லிவிட இயலாது. ஆனாலும் பழங்கால சாஸ்திரங்களை, ஆதாரம் காட்டிப் பழைய 'உயர்ந்தவர் - தாழ்ந்தவர்' என்ற வித்தியாசத்தை நிலை நிறுத்தும் முயற்சி செய்யப்பட்டு வருகிறது. இதன் தீய விளைவை நமது மக்களில் முக்கால் பகுதியினர் அனுபவிக்க வேண்டியிருக்கிறது. உயர் குலம் அல்லது வர்ணத்தைச் சேர்ந்தவன் என்றால் அதன் பொருள், செல்வம் படைத்தவன் என்பதுதான்! தாழ்ந்த ஜாதி அல்லது வர்ணத்தைச் சேர்ந்தவன் என்றால் அதன் பொருள், செல்வம் இல்லாதவன் என்பதுதான்! செல்வம் இல்லாதவன் என்றால் அதன் அர்த்தம், மனிதத் தன்மையின் மற்ற உரிமைகளையெல்லாம் இழந்து நிற்பதுதான்! செல்வம் இல்லார்க்குக் கல்வியும், கலாசாரமும் பெறும் வாய்ப்பு இருக்காது. ஒவ்வொரு நாட்டிலும் போரிலே வெற்றி பெற்றவர்களுக்கும், தோற்றவர்களுக்கும் இடையே கசப்பான உறவுகள்தான் இருக்கும். ஆனால் அவர்களிடையே வர்ண பேதமும், ஜாதி பேதமும்

இல்லாவிட்டால், கொஞ்ச காலத்திற்குப் பிறகு அவர்களிடையே ஒற்றுமை ஏற்படலாம், உறவுகளும் சீரடையலாம். வரலாற்றுக் காலத்தில் யவனர்களும் (கிரேக்கர்களும்), சகர்களும், வெள்ளை ஹூணர்களும் நம் நாட்டிற்குள் வந்தனர். துவக்கத்தில் அவர்கள்பால் சற்று வேற்றுமை காட்டப்பட்டது உண்மைதான்; ஆயினும் அவர்களுடைய வர்ணம் பற்றிய பிரச்சினையே எழவில்லை. காரணம், அவர்களுடைய வர்ணம் ஆரியர்களின் வர்ணம் போலவே இருந்தது. ஆரியர்களின் நிறமும், உருவமும், மூக்கும், முழியும் அழகுக்கு இலக்கணமாகவே கருதப்பட்டன. இதனால்தான் யவனர்களும் சகாக்களும் உயர்ந்த வர்ணத்தவருடன் கலந்துவிட்டனர். அவர்களைத் தாழ்த்தப் பட்டவர்களாகவோ, வறியவர்களாகவோ ஆக்க வேண்டிய அவசிய மேற்படவில்லை.

மிகுந்த வர்ண வித்தியாசமிருந்ததால் ஆரியர்கள் தமது ஆண். . . பெண் அடிமைகளுடன் நெருங்கிய உறவை ஏற்படுத்திக்கொள்வதை எதிர்த்து வந்தனர். ஆனால் அவ்வடிமைகளின் உழைப்பை மட்டும் அவர்களால் துறந்துவிட இயலுமா? தென்னாப்பிரிக்காவிலுள்ள வெள்ளையரும் கருப்பு மக்களின் உழைப்பிலிருந்து லாபம் சம்பாதிக்கத் தவறுவதில்லை. சிந்துப் பள்ளத்தாக்கில் வாழ்ந்த மக்கள் பௌதிக கலாசாரத்தில் ஆரியர்களைக் காட்டிலும் முன்னேறியிருந்தனர். தாமிரயுகத்தில் மொகாஞ்சோதாரோ போன்ற எழிலார்ந்த நகரை நிர்மாணித்த சிற்பிகளும், தொழிலாளரும் ஆரியர்களுக்கும் பயன்படத் தகுந்தவர்கள்தானே! அவர்களைப் பயன்படுத்திக்கொள்ளாமல் விட்டுவிட ஆரியர்கள் விரும்பவில்லை. ஆரியர் இந்தியாவில் நுழைவதற்கு முன்பே ஆடைநெய்தல், சிகிச்சைசெய்தல், ஆயுதம் தயாரித்தல் போன்றவைகளை அறிந்திருந்தனர். அவர்கள் சிந்துப் பள்ளத்தாக்கு மக்கள் வளர்த்திருந்த சில தொழில்களையும் கற்றனர். இதைவிட அத்தொழில்களை அம்மக்களைக்கொண்டே செய்வித்து, ஆரியர்கள் அதிகப் பயனடைந்தனர். ஆனால் பிற்காலத்தில் உணவு, மற்ற விஷயங்களில் தோன்றிய தீண்டாமை அக் காலத்தில் இருந்ததென்பது சந்தேகந்தான்! வட இந்தியாவைப் பொருத்தவரை சூத்திரனைச் சமையற்காரனுக்குச் சமமாகவே கருதி வந்தனர். உணவு விஷயத்தில் சூத்திரர்களுடன் இல்லாவிட்டாலும், கடைநிலை சூத்திரர்கள்பால் வித்தியாசம் பாராட்டப்பட்டது. அதற்குக் காரணம் வர்ணமல்ல அவர்கள் செய்து வந்த அழுக்கான வேலைகள்தான்! ரிக் வேத காலத்தில்

பணக்கார ஆரியக் குடும்பங்களில் பெண் அடிமைகள் சமையல் செய்திருக்கவும் கூடும், அவர்கள் கையால் தொட்ட உணவைச் சாப்பிட எவரும் மறுக்கவில்லை. தீண்டாமைப் பழக்கம் ஆரியரிடையே மெள்ள மெள்ளப் பரவியது. 'சூத்திரநூல்'களில் 'சுத்தி'க்காக நீரைப் பயன்படுத்துவது கூறப்படவில்லை. குருகுலத்திலிருந்து தன் கல்வியை முடித்து வெளியேறும் மாணவன் உலர்ந்த கட்டைகளைப் பயன்படுத்த வேண்டுமென்று சொல்லப்பட்டது. அதன்காரணம், அப்போதைக்கு நீரைப்பயன்படுத்தும் பழக்கம் ஏற்படவில்லை என்பதுதான்! சமைக்காத உணவு, சமைத்த உணவு, என்னும் பிரச்சினையோ அல்லது அவற்றைத் தொட்டுவிட்டார்கள் என்ற எண்ணமோ அக்காலத்தில் தோன்ற முடியாது. கம்பளித் துணியைப் புனிதமானதாகக் கருதும் எண்ணமும் ரிக்வேதகால ஆரியருடையதேயாகும். காரணம், ஆரியர் பருத்தி ஆடைகளைப் பயன்படுத்தவில்லை, கம்பளி உடைகளையே அணிந்து வந்ததால் அவர்களுக்கு அப்படிப்பட்ட கருத்துத் தோன்றியது. காலப் போக்கிலே கம்பளியைப் புனிதமானதாகவும், பருத்தியைப் புனிதமற்றதாகவும் கருதப்படலாயிற்று, பருத்தி உடைகளை மாற்றிக்கொண்ட பிறகே சாப்பிடவோ, சமையற் கட்டுக்குள்ளே போகவோ வேண்டும். ஆனால் கம்பளிஆடை சுயமாகவே புனிதமானது, காஷ்மீரில் குளிர்காலத்தில் நனைந்த அடுப்பை எரியூட்டுவது அவ்வளவு சுலபமான காரியமல்ல. அங்கே கம்பளித்துகள்களை அடுப்பு மூட்டுவதற்குப் பயன்படுத்துகின்றனர். கம்பளித் துணியால் சுற்றப்பட்ட பாத்திரத்திலுள்ள தண்ணீரோ அல்லது உணவோ முஸ்லிம் தொட்டாலும் அது தீட்டுப்படாது. ஒரு காலத்தில் எருதுவின் தோல்கூடக் கம்பளித் துணிக்குச் சமமாக புனிதமானதாகக் கருதப்பட்டு வந்தது : 'கல்ப சூத்திர'ங்களில் (பாரஸ்கர்) மணமகனையும், மணமகளையும் எருதுவின் தோலின்மீது அமரச்செய்து 'மதுயர்க்கம், (தயிர், நெய், சர்க்கரை, தேன் கலவை) அளிக்க வேண்டுமென கூறப்பட்டுள்ளது. பசுத்தோலின் புனிதம் பிற்காலத்தில் மறைந்து வந்தாலும், மான்தோல் இன்றும் புனிதமானதாகக் கருதப்படுகிறது. அது ஆரியர்களின் தோலாலான உடையாக இருந்ததே இதற்குக் காரணமாகும்.

அத்தியாயம் நான்கு

உணவும், பானமும்

1. உணவு

1. மாமிசம்

ரிக் வேத கால ஆரியர்கள் விவசாயம் செய்து வந்தாலும், பசுக்கள், குதிரைகள், ஆடுகள், செம்மறியாடுகள் ஆகியவைதான் அவர்களுடைய பெருஞ்செல்வமாக இருந்தன. ஆகவே அவர்களிலே மாமிசம் உண்ணாதவர்களே எவரும் இல்லை எனலாம். பெரிய பெரிய ரிஷிகள், முனிவர்களுக்கு விருந்து படைக்க வேண்டுமென்றாலும் புலால் மிகவும், அவசியமான ஒன்றாகும். "புலால் இல்லாமல்" மதுயர்க்கமே (உணவே) இருக்க முடியாது என்று பிற்கால மதசூத்திரக்காரர்கள் (மத அனுஷ்டானங்களை அமைத்தவர்கள்) சொல்லியும் வைத்தார்கள்* விருந்தாளிகளுக்காகத் தயாரிக்கப்படும் உணவை 'மதுயார்க்கம்' என அழைத்தார்கள். வேதங்களுக்குப் பின்னர் பிராமண நூல்களின் காலத்திலும் (கி.மு. 800) மாமிசம் ஆரியர்களின் முக்கிய உணவாகவே இருந்தது. புலாலைக்கொண்டு மந்திரமாயங்களும் புழக்கத்தில் இருந்தன. "தன்மகன் புலவனாகவும், புகழ்பெற்றவனாகவும், நல்ல பேச்சாளனாகவும், சபைகளிலே திறமையுள்ளவனாகவும், எல்லா வேதங்களையும் படித்தவனாகவும், முழு ஆயுளைக் கொண்டவனாகவும் இருக்கவேண்டுமென விரும்பினால், தாயானவள் நெய்யுடன் கலந்த பொலி எருது அல்லது எருதுவின் மாமிசம் சேர்ந்த சாதம் சாப்பிட வேண்டும்" என்று 'பிரகதாரண்யகம்' (6-4-18) கூறுகிறது.

---

* 'ஆஸ்வலாயன க்ருஹ்ய சூத்திரம்' 1-24

சற்றும் சந்தேகம் இருக்கவேண்டாமென்பதற்காக, ஆதி சங்கரரும் தன் விரிவுரையில் 'மாமிசமும் வயது வந்த எருது அல்லது அதைவிட அதிக, வயதுள்ள எருதுவின் மாமிசமாக இருக்க வேண்டுமென்கிறார். பசுவின் புலால் விஷயத்தில் இன்று எத்தனை அருவருப்பு இருப்பினும், பழங்காலத்தில் இப்படிப்பட்ட அருவருப்பு இருந்ததில்லை. புத்தர் காலத்திலும் பசு மாமிசம் அதிகமாகவே சாப்பிட்டு வந்தார்கள். பவுத்தமத நூலான 'மஜ்ஜிம் நிகாய்' (3-5-4) கூறுகிறது:

"திறமையாகப் பசுவைக்கொல்லும் ஒருவன் அல்லது அவனது சீடன் பசுவை வெட்டும் சிறந்த கத்தியைக் கொண்டு பசுவிற்குள்ளிருக்கும் மாமிசத்தையும், தோலையும் பாழாக்காமல் அதனை வெட்டுவதைப் போல. . . கொத்தி, வெட்டி, வெளிப்புறத்தோலை உரித்து, அந்தத் தோலிலேயே அந்தப் பசுவின் உடலை மூடி, 'இந்தப் பசு முன்னைப் போலவே தோலுடன் இருக்கிறது.' என்று சொல்வதைப்போல. . ."

பசுவை வெட்டுபவன் பசுவின் இறைச்சியை வெட்டி, நாற்சந்தியிலே கூறுபோட்டு விற்பது பற்றிய குறிப்பும் இருக்கிறது. பசுவை வெட்டும் இடத்தைக் 'கொலைக்களம்' என்று சொன்னார்கள். அங்கே எலும்புத் துண்டுகளுக்காக நாய்கள் காத்திருக்கும் என்று மஜ்ஜிம்நிகாயே (2-1-4) கூறுகிறது.

"வீட்டுச் சொந்தக்காரனின் பலவீனமான, பசிகொண்ட நாய் கொலைக்களமருகே நிற்பதைப்போல் நின்று கொண்டிருக்கிறாய்! திறமையுள்ள பசுவெட்டுபவன் அல்லது அவனது உதவியாளன் அந்நாய்க்கு ரத்தத்தில் தோய்ந்த வெறும் எலும்புத் துண்டை வீசியெறிகிறான். வீட்டு எஜமானனே, அந்த நாய் அந்த வெறும் எலும்புத் துண்டைத் தின்று தன் பசிப்பிணியைத் தீர்த்துக்கொள்ள இயலுமா?"

பசுவை வெட்டும் கத்தியை 'கோபிகர்த்தன்' என்று குறிப்பிட்டார்கள் ('மஜ்ஜிம் நிகாய்' (2-4-5) 'ரிக்வேத'த்திலும் (10-79-6) ரிஷி, "கத்தி பசுவைத் துண்டு துண்டுகளாக வெட்டுவதைப்போல. . ." என்கிறார். இதுவும் அதே விஷயத்தை சுட்டிக்காட்டுகிறது. மிகவும் பிற்காலத்தில் அதாவது ஏழாம் - எட்டாம் நூற்றாண்டைச் சேர்ந்த 'பவபூதி' என்ற கவிஞர், விருந்தாளிக்காகக் கன்றைக் கொல்வது பற்றிக் குறிப்பிட்டாலும், அது அவரது காலத்திற்கு எதிரான கருத்துத்தான்! ஆனால் பழங்காலத்தில் இது சர்வ சாதாரண விஷயமாகும். சமணர்களின் தத்துவ நூலான 'உபாஸக்தாஸா'வும் இதையே கூறுகிறது. ஒரு

சேட்டுப்பெண் தனது பிறந்தகத்திலிருந்து இரண்டு பசுக்கன்றுகளின் இறைச்சியை வரவழைத்ததாக அந்நூல் குறிப்பிடுகிறது. உண்மையில் ஆரியர்கள் வந்ததிலிருந்து கிருஸ்து நூற்றாண்டின் துவக்கம் வரை இவ்விறைச்சி உணவு பரவலாகப் பயன்படுத்தப்பட்டது என்பதில் ஐய மில்லை. ஆனால் ஆரியர்களுக்கு மிகப்பிடித்தமான இறைச்சி கொழுத்த செம்மறியாடும், ஆடும்தான்! "கொழுத்த ஆட்டை வீரர்கள் சமைத்தனர்" என்று 'ரிக் வேதம்' (10-27-17) சொல்கிறது.

அந்தக் காலத்தில் குதிரை மாமிசமும் சாப்பிட்டு வந்தார்கள். குதிரையின் சமைத்த மணங்கமழும் இறைச்சியை ஆரியர் மிகவும் விருப்பமுடன் சாப்பிட்டார்கள். "குதிரையின் மாமிசத்தை நன்கு சமைப்பதைப் பார்த்தவர்களும், அதன் மணத்தைப் புகழ்ந்தவர்களும், அதனைச் சாப்பிட்டவர்களும். . ." என்று தீர்க்கதமா என்னும் ரிஷி (1-162-12) கூறுகிறார்.

சரித்திரத்தையும், சமூக வாழ்க்கையையும் சித்திரிப்பது 'ரிக்வேத'த்தின் வேலையல்ல என்பதை ஏற்கெனவே கூறியுள்ளோம். அதிலே தேவர்களைப் புகழ்ந்துபாடும் சந்தர்ப்பங்களிலேயே ஆங்காங்கே மற்ற விஷயங்கள் வந்துள்ளன. பிரதானமாக இறைச்சி சாப்பிடும் ஆரியர்கள் பசு, குதிரை, ஆடு, செம்மறியாட்டு இறைச்சியைச் சாப்பிட்டு வந்தனர். மீனும் அவர்கள் நிச்சயம் சாப்பிட்டிருப்பார்கள்; ஆனால் 'ரிக்வேத' சுலோகங்களில் அதைப்பற்றிய குறிப்பெதுவுமில்லை.

பலவிதமான பசு ரசமும் (பசுக் குழம்பும்) அவர்களுடைய முக்கிய உணவாக இருந்தது. நெய் முக்கியமானதென்றாலும் 'புரோடாஷ்' என்பது அவர்களுக்கும், அவர்களுடைய தேவர்களுக்கும் பிரியமான உணவுப் பொருளாகும். அது பாலும், ஏதாவதொரு தானியமும் சேர்த்துச் சமைத்ததாக இருக்கலாம். பிற்காலத்தில் பாயாசம் இதன் வடிவாக இருக்கலாம். ஆனால் 'ரிக்வேத'த்தில் எங்குமே அரிசி பற்றிய குறிப்பேதுமில்லை. பெரும்பாலும் சவ்வரிசி பற்றி மட்டும் சொல்லப்பட்டுள்ளது. சவ்வரிசியின் நொய்யைப் பாலிலிட்டு சமைத்துக் கொண்டிருந்தார்கள் போலும்! விசுவாமித்திரரும் (3-28-2) 'புரோடாஷ்' சமைப்பது குறித்துக் கூறுகிறார். பாலும், தயிரும் சேர்த்து 'அஷிர்' என்னும் ஒருவிதமான உணவைத் தயாரித்தார்கள். அதைப் பற்றிப் பல இடங்களில் குறிப்பிடப்படுகிறது. 'அஷிர்' பலவிதமானது. கவாஷிர், தத்யாஷிர் ஆகியன. கவாஷிர் 3-42-1, 7) தத்யாஷிர் (5-51-7) இரண்டும்

சோமம், பால், தயிரைக்கொண்டோ அல்லது பால், தயிருடன் மற்றவைகளையும் சேர்த்தோ தயாரித்தார்கள். ஓரிடத்தில் (8-77-10) 'க்ஷீரபாக்கம்' பற்றியும் குறிப்பிடப்படுகிறது. இன்று க்ஷீரபாக்கம் (பாயாசம்) என்பது பாலில் அரிசியைச் சேர்த்து சமைப்பதுதான்! அந்தக் காலத்தில் அரிசிக்குப் பதிலாக சவ்வரிசியை உபயோகித்திருக்கலாம். மாடு மேய்ச்சலை முக்கிய தொழிலாகக் கொண்டிருந்த ஆரியர்களின் உணவில் மாமிசமும், பாலும் அதிகமாக இருந்தன. மாமிசத்தில் மசாலாவைப் பயன்படுத்துவது மிகப் பிற்காலத்தில் ஆரம்பமாயிற்று. அவர்கள் பூண்டு, வெங்காயம் பயன்படுத்தினார்களா என்பதைப் பற்றி எவ்விதத் தகவலும் இல்லை. நெய்யிலே வறுத்தல், பொரித்தலைத் தவிர வேறெந்த மசாலாவும் அவர்கள் உபயோகப்படுத்தவில்லை. சப்த சிந்து பிரதேசத்தில் உப்பு மலை இருந்ததால் அது அவர்களுக்கு எளிதாகக் கிடைத்தது. அதையும் பயன்படுத்தியிருக்கக் கூடும். விவசாயம் தொடங்கப்படுவதற்கு முன்னாலிருந்தே இறைச்சியை நெருப்பிலிட்டு சுட்டுத்தின்பது பழக்கத்திலிருந்தது. ரிக்வேதகாலத்தில் சமைப்பதற்கு அண்டா பயன்படுத்தப்பட்டது. (1-162-13) ஆகவே வேகவைத்த மாமிசமும் சாப்பிட்டுக்கொண்டிருந்தனர். 'சுரபி பக்வம் மாம்ஸ்' (சமைக்கப்பட்ட மணங்கமழும் இறைச்சி) என்னும் சொற்றொடரும் இதையே தெளிவு படுத்துகிறது.

2. தானியம்

பழங்காலத்தில் 'அன்னம்' என்னும் சொல் 'உணவு' என்ற பொருள் தந்தது. ஆனால் தானியம் அதிகமாக விளையத் தொடங்கிய பிற்காலத்தில் 'அன்னம்' என்பது 'தானியம்' என்ற பொருளைக் கொண்டுவிட்டது. அதனால்தான் ஓரிடத்தில் (10-146-6) பஹவன்னாம க்ருஷிவலாம்' என்று சொல்லப்பட்டுள்ளது. இதனால் விவசாயிக்கும், தானியத்துக்குமுள்ள தொடர்பு தெளிவு. 'தானா, கரம்ப, அபூப்,' (8-80-2) 'தானா, கரம்ப' (3-52-1, 7), 'கரம்ப' (6-56-1, 5, 7) என்ற சொற்களை பரத்வாஜர், விசுவாமித்திரர், வாமதேவர் போன்ற புராதன ரிஷிகள் பலதடவை' குறிப்பிட்டுள்ளனர். வறுத்த தானியத்தை 'தானா' என்று அழைத்தனர் தினைமாவை 'கரம்ப' என்றும், ரொட்டியை 'அபூப்' என்றும் சொல்லினர். ரிக்வேதகால ஆரியர்கள் எரியும் விறட்டிகளின்மேலோ தரையில் தோண்டிய அடுப்பின்மேலோ ரொட்டி

சுட்டிருக்கலாம். விவசாயம் ஆரம்பித்த காலத்தில் 'தந்தூர்' ரொட்டி சுடுவது மத்திய ஆசியாவினருக்குத் தெரிந்திருந்தது. இன்றும் அது சப்த சிந்துப்பகுதி முழுதுக்கும் விருப்பமான ரொட்டிவகையாகும். ஆரிய மக்கள் 'தந்தூரி' ரொட்டி தயாரித்துக் கொண்டிருந்திருக்கலாம், இதைத் தவிர 'கம்ப'வின் மறுபெயரான 'ஸக்து'வும் (10-71-2) குறிப்பிடப்பட்டுள்ளது. தினைமாவைச் சலித்து பயன்படுத்தி வந்தனர். உணவைத் தயாரிக்கப் பயன்படுத்திய பாத்திரங்களில் பொருள்களில் உரல் (1-28-1), சல்லடை, ஒருவிதமான அண்டாவான 'சஷல்' (1-162-6) போன்றவை இருந்தன. இன்னும் பல இருந்திருக்கக் கூடும். மொகஞ்சோ தாரோவில் உபயோகப்படுத்தி வந்த பாத்திரங்களை ஆரியர்கள் தம் கண்ணால் பார்த்தவர்கள்தானே!

ஆரியர்கள் விவசாயமும் செய்து வந்தனரென்பது 'கிருஷீவல்' (விவசாயி) (10-146-6) என்னும் சொல்லால் தெளிவாகிறது. நிலம் 'வயல்' என்றும், 'காடு' என்றும் பிரிக்கப்பட்டிருந்தது. (6-61-14). வயல்களில் அவர்கள் சவ்வரிசையைப் பயிரிட்டனர். காடுகளில் ஆடு, மாடுகளை மேய்த்தனர். குளிர் காலத்தில் காடுகளின் செடிகளிலிருந்து இலைகள் உலர்ந்துகொண்டிருந்தன (10-68-10). தற்போது இதை உயரமான மலைகளில் மட்டுமே காணமுடியும். குளிர்காலத்தில் செடிகளிலிருந்து இலைகள் உதிர்ந்து போகுமளவுக்கு சப்தசிந்துவின் மத்திய, கிழக்குப் பகுதிகளில் கடுமையான குளிர் இருப்பதில்லை. மாடு மேய்ப்போருக்கு இலைகளும், தழைகளும், புல்லும் மிக முக்கியமானவையாதலால், பருவ கால மாறுதல்களை அவர்கள் உன்னிப்பாக கவனித்து வந்தனர்.

அவர்கள் சவ்வரிசியை பிரதானமாக பயிரிட்டனர். எருதுகளைக் கொண்டு வயல்களை உழுதனர். 'எருதுகளால் சவ்வரிசி வயல்களை உழவேண்டும்' (1-23-15). விவசாயத்திற்குக் கால்வாய்களைப் பயன்படுத்தினர். இவை சிறியவையாகவே இருந்திருக்கலாம். இவைகளை ஆரியர் 'குல்யா' (5 - 83 - 8) என்றழைத்தனர். வாமதேவ ரிஷி மேழியைப் பற்றிக் குறிப்பிட்டிருக்கிறார் (4-85-4). அவரே நிலத்தை உழுத பின்னர் நிலத்தில் தோன்றும் அடையாளத்தையும் (4-57-4), மேழியிலிருக்கும் இரும்புக் கருவியையும் (4-57-8) குறிப்பிடுகிறார். இன்று அதற்கு எஃகு பயன்படுத்தப்படுகிறது. அந்தக் காலத்தில் எஃகு கண்டு பிடிக்கப்படவில்லை. தாமிரத்தைக் கொண்டும் அது செய்யப்பட்டிருக்கலாம். ஆனால் அப்பொழுது தாமிரம் விலை உயர்ந்த கனியாகவே இருந்தது. அதனால் மரத்தாலேயே அது

செய்யப்பட்டிருக்கலாம்; ஆனால் அந்த மரம் மிகக் கடினமானதாக இருந்திருக்கலாம்.

ஆரியர்களின் உணவில் பழ வகைகளும் இருந்தன. விவசாயமும், மாடு மேய்ச்சலும் அறியாத இனத்தவர்களுக்கும் காடுகளில் பழங்கள் சுலபமாகக் கிடைக்கும். ஆரியர்கள் 'ருசிகரமான பழங்கள் உண்பதைப் பற்றிக் கூறுகின்றனர். (10-146-5). பழத்தை மேலும் அதிக ருசிகரமான தாக்கும் செயற்கை வழிமுறையை மனிதன் தெரிந்துகொண்டான். காட்டில் கிடைக்கும் பழங்கள் தாமாக ருசிகரமாக இருந்தால் இருக்கலாம். இல்லாவிட்டால் பெரும்பாலும் அவை ருசிகரமாக இருப்பதில்லை. இவ்வுண்மையை நாம் ஆப்பிள், திராட்சை, காட்டுக் கொய்யா, சீதாப்பழம், மாம்பழம் ஆகியவைகளில் பார்க்கலாம். பழங்களை ருசிகரமாக உருவாக்கப் பழத் தோட்டங்களைப் போட வேண்டும். பழத் தோட்டங்களைப் பற்றிய குறிப்பெதுவும் 'ரிக்வேத'த்தில் மட்டுமல்லாமல். நீண்ட பிற்காலம் வரையிலும் கூடக் காணப்படவில்லை. ஆரியர்கள் காடுகளில் தாமாகவே ருசிகரமாகக் கனிந்த பழங்களையே சாப்பிட்டு திருப்தியடைந்திருக்கலாம். கனிந்த பழச்செடிகள் குறித்த குறிப்பும் உண்டு (3-54-4). ஆரியரின் உணவில் பழங்களுமுண்டு. அவற்றை அவர்கள் உலர்த்திப் பத்திரப்படுத்தி மற்ற சமயங்களில் பயன்படுத்தி இருக்கக்கூடும். பஞ்சாப் பிரதேசத்தில் எத்தனை வகைப் பழச் செடிகள் இருந்தனவோ கணக்கிட முடியாது. மாவும், கொய்யாவும் இருந்திருக்கலாம். வாழை சந்தேகம்தான்; காரணம், அதற்கு அதிக மழை தேவை. பலாப்பழம் பஞ்சாபில் கிடைக்காது. காட்டு இலந்தைப் பழம் இருந்திருக்கலாம்.

2. பானம்

பசு சம்பந்தப்பட்ட பால், தயிர், மோர் போன்றவை ஆரியர்களுக்கு மிகவும் விருப்பமானவை. இன்றும் பஞ்சாபில் இதைக் காணலாம். தினைமாவைத் தயிருடன் சேர்த்துச் சாப்பிடும் வழக்கம் பிற்காலத்தில் தோன்றினாலும், ரிக் வேத காலத்திலும் இருந்திருக்கலாம். மிக அதிகமான பசுக்களை வைத்திருந்ததால் தயிரும், மோரும் அதிக அளவிலேயே கிடைத்திருக்கலாம். தயிரிலிருந்து நீரை எடுத்துவிட்டு கட்டித்தயிரை வைத்துக்கொள்ளும் பழக்கம் இருந்ததா. இல்லையா என்பது தெரியவில்லை. பிற்காலத்தில் நீர் நிறைந்த மற்றுமோர் உணவு

வகை 'ஆமிஷா' குறிப்பிடப்பட்டுள்ளது. ஆரியர் தேனை அறிந்திருந்தனர் (10-106-10). அவர்கள் இதை முதலிலிருந்தே அறிந்திருந்தனர். ஏனெனில் அவர்களின் தூரத்து உறவினர்களான ருஷியர்களின் முன்னோர்களும் கூட தேனைத் தெரிந்திருந்தனர். இரு மொழிகளிலும் இது 'மது' என்றும், 'மேதோ' என்றும் சொல்லப்படுவதால் இதை உணரலாம்.

1. சோமம்

ஆரியரின் மிகவும் பிரியமான பானம் 'சோமம்' ஆகும். சோமம் ரிக் வேதத்தின் ஒன்பதாம் அத்தியாயம் பூராவும், மற்ற நூற்றுக் கணக்கான செய்யுட்களிலும் குறிப்பிடப்படுகிறது. சோமம் ஒரு அரிதான பானமல்ல. அதை ஒரு சிலரே அருந்த முடியும் என்னும் நிலைமையும் இருந்ததில்லை. அது குடம் குடமாய் நிரப்பப்பட்டிருந்தது (9-20-6). சோமம் சல்லடையால் வடிகட்டப்பட்டது. வடிகட்டப்பட்ட சோமம் அக்கால ஆரியர்களின் மிக விருப்பமான பானமாகும். அது அவர்களுக்கு ஒரு அற்புதப் பொருளாக விளங்கியது. ரிஷி மதுச்சந்தா கூறுகிறார் (9-1-1): "இந்திரன் பருக வடிகட்டப்பட்ட சோமமே, ருசிகரமான, மயக்கந்தரும் தாரையாகக் கொட்டு!" சோமபானம் மிக ருசிகரமானதாக மட்டுமல்லாமல், போதையூட்டுவதாகவும் இருந்தது. "நாங்கள் சோமம் அருந்தி அமரரானோம்" (8-48-3) என்றும் சொல்லப்பட்டுள்ளது. கிடைத்தற்கரிய அமுத சஞ்சீவினி அல்ல சோமம். அது குடம் குடமாகத் தயாரிக்கப்பட்டது (9-20-6). "சாராய சோமம்" (8-21-5) ஆரியர்களின் தினசரி பானமாகும். சோம யாகத்தின் போது அதைப் பருகும் விசேஷ விதிமுறைகள் பின்னாளில் ஏற்படுத்தப்பட்டன. சமைக்கப்பட்ட குதிரை இறைச்சியை 'மணங்கமழும் இறைச்சி' என ஆரியர் புகழ்ந்துரைத்ததை நாம் கண்டோம். இவ்விறைச்சி 'அஸ்வமேதயாக'த்திற்கு மட்டுமே உட்பட்டதல்ல. அதே போல் சோமமதுவைப் பருகுவதும் சோமயாகம் வளர மட்டுமே இருந்ததில்லை. மாலை வேளைகளில் ஆரியர் பானம் அருந்துவதும், நாட்டியமுமாகத் தமது பொழுது போக்கினர். இது அவர்களுடைய கட்டுப்பாடற்ற, இன்பமயமான வாழ்க்கையை எடுத்துக்காட்டுகிறது. மாலை வேளைகளில் சோமம் குடம் குடமாகத் தேவைப்பட்டது.

சோமம் கஞ்சாதான் என்றால் பழமைவாதிகளுக்குக் கோபம் பொத்துக்கொண்டு வருகிறது. பழங்காலத்தவர் அதைப் பற்றி

எத்தனையோ சரடுகள் அவிழ்த்துவிட்டிருக்கிறார்கள். சந்திரனின் பெயரும் சோமன்தான்! அதனால் சந்திரனுடன் சோமத்தை இணைத்துச் சொல்கிறார்கள்: "சோமக் கொடி சந்திரனைப் போலவே ஒவ்வொரு அங்குலமாக வளர்ந்து பவுர்ணமி அன்று தன் முழு வளர்ச்சி அடைகிறது. அதன் பிறகு கொஞ்சம் கொஞ்சமாகத் தேய்ந்து தேய்ந்து அமாவாசை அன்று மிகச் சிறியதாகிவிடுகிறது. வேறெந்தத் தாவரமும் இப்படி ஆவதில்லை. சூரிய ஒளி பட்டாலோ அல்லது நமது கை தொட்டாலோ சுருங்கிக்கொள்ளும் 'தொட்டால் சுருங்கி' நமக்குத் தெரியும். சில தாவரங்கள் புழு-பூச்சிகளைத் தமது குறிப்பிட்ட பகுதியில் பிடித்துத் தின்று விடுவதையும் பார்க்கிறோம். ஆனால் வளர்பிறையோடு வளர்ந்து, தேய் பிறையோடு தேயும் தாவரத்தை நாம் கண்டதில்லை. மூன்றரை ஆயிரம் வருடங்களுக்கு முன்பு குடம் குடமாய் சோம ரசம் தயாரிக்கப்பட்ட தாவரம் இன்று முழுதாக மறைந்து விட்டதென்றும் கூற இயலாது. உண்மையில் சோம பானத்துடன் இணைத்து விடப்பட்ட பல தெய்வீக சிறப்புகள் கஞ்சாவில் மருந்துக்குக்கூட இல்லை. கஞ்சா எங்குப் பார்த்தாலும் விளையும் வெட்கங்கெட்ட தாவரம். அதை மக்கள் அலட்சியமாகப் பிடுங்கி எறிந்து விடுகிறார்கள். இந்நிலையில் தெய்வீக சோமம் கஞ்சாதான் என்றால் ஒப்புக்கொள்வார்களா? என்றாலும் உண்மையில் சோமம் கஞ்சாவேதான்! திபேத்தில் இன்னும் அதை 'சோம ராஜா' என்று கூறுகின்றனர். பட்டாணியர் அதை (கஞ்சாவை) 'ஓம்' என்கின்றனர். 'சோம்' என்பதே 'ஓம்' என்று திரிந்திருக்கிறது. சோமத்தில் பாலும், தேனும் சேர்த்து 'சோமரசம்' தயாரிக்கப்பட்டு வந்தது. பால் கஞ்சா நம்மிடையே ருசியின் விஷயத்தில் மிகவும் புகழ் பெற்றது. அதைப் பற்றிய உண்மை தெரியாவிட்டால் ஒருவன் செம்பு நிறைய கஞ்சாவைக் குடித்து விடலாம். அந்தக் காலத்தில் கஞ்சா லேகியம் தயாரிக்கப்படவில்லை. இன்று கஞ்சாவைக் கொண்டு தயாரிக்கப்படும் கோவா-பர்ப்பி ருசிக்கு சிறந்தது. ஒரு தடவை இந்நூலாசிரியர் பல பர்ப்பிகளை ஒரேயடியாக விழுங்கி விட்டதால் பல வாரங்கள் வரை அதற்குத் தண்டனை அனுபவிக்க நேர்ந்தது. ரிக்வேத காலத்தில் சோமபானத்தை மிக ருசிகரமானதாகத் தயாரித்து வந்தார்கள். அதன் ருசிகரமான தாரை மிகவும் புகழ் பெற்றது. அது போதையூட்டும் பொருளும் ஆனதால், வேதனை மறக்கும் விஷயத்தில் அது எந்த ஒரு போதைப் பொருளுக்கும் குறைந்ததல்ல!

ஆரியர்கள் உடல் நல விரும்பிகள். மாடுமேய்க்கும் வாழ்க்கை உழைப்பு நிறைந்த வாழ்க்கையாகும். இத்துடன் ஆரியர் படை வீரர் வாழ்க்கையும் வாழ வேண்டியிருந்தது. அதனால் நோஞ்சான் பேர்வழிகளுக்கு அவர்கள் மரியாதை தருவதில்லை. இந்திரன் அவர்களின் இஷ்ட தேவன் மட்டுமல்ல; வீரத்தின் நிலைக்களமும் ஆவார். "பருத்த கழுத்து, கொழுப்பு குறைந்த வயிறு, அழகான புஜங்களுடையவன்" (8-17-8) என்று இந்திரன் பற்றிக் கூறப்பட்டுள்ளது. கொழுப்பு நிறைந்த வயிறு அதாவது தொந்தி என்று இந்திரன் வயது முதிர்ந்தவன் என்னும் பொருளில் சொல்லப்பட்டுள்ளது. ஏனெனில் தொந்தி பெருத்த உடல் ஆரிய இளைஞரின் ஆதர்சமாக இருக்க முடியாது. குப்தர் காலத்திய சிலைகளிலும், அஜந்தா ஓவியங்களிலும் நாம் காண்பது போல, பருத்த கழுத்தும், வலிமையான புஜங்களும், பரந்த மார்பும் ஆரியருக்கு விருப்பமானவை. பரத்வாஜ முனிவரின் வயோதிகம் 'ஐதரேய பிராமணத்தில் (3-5-49) வர்ணிக்கப்படுகிறது. அங்கே அவர் ஒடிசலானவராகவும், உயரமானவராகவும், வெள்ளை முடி கொண்டவராகவும் வர்ணிக்கப்படுகிறார். இளமையில் அவர் வெள்ளை முடிக்குப் பதிலாகப் பொன்னிறக் கேசமுடையவராக இருந்திருப்பார். முறுக்குடன் ஒடிசல் உடலாக இருந்திருப்பார்.'

ஆரியர்களின் உணவு வகைகள் ஊட்டச்சத்து நிறைந்த வையாகவும், உடல் நலம் பேணுபவையாகவும் இருந்தன. அந்தக் காலத்திலும் சப்தசிந்துப் பிரதேசத்தில் வெயில் கடுமையாகவே இருந்திருக்கும். ஆனால் ஆரியர் பதினைந்து தலைமுறையாக அங்கே வசித்து வந்ததால் அவ்வெயிலை அவர்கள் பொறுத்துக்கொள்ளும் அளவுக்கு மாறியிருப்பார்கள். பஞ்சாப் (சப்தசிந்து) இன்று போலவே அன்றும் உடல் நலம் பயப்பதாகவே இருந்திருக்கும். தினைமாவும், ரொட்டியும், இறைச்சியும், பாலும், அதன் சம்பந்தப்பட்டவையும் அப்போது நிறையவே கிடைத்து வந்தன. விவசாயமும், மாடு மேய்ச்சலுமே அவர்களின் முக்கிய வாழும் வழிகள். அவ்வப்போது பசுக்களைக் கொள்ளையடிப்பதும் அவர்களுக்கு வருவாய் தந்தது. ஆனால், இப்பொழுது சப்த சிந்து பூராவும் அவர்களுடைய உடைமையாயிருந்தது. ஆரியரல்லாதார் அனைவரும் அவர்கள் வசத்தில் இருந்தார்கள். ஆகவே, அவர்கள் மூன்று நூற்றாண்டுகளுக்கு

முன்பு போல, கொள்ளையடிக்க உரிமை பாராட்ட முடியாது. அவர்களின் கடமை நிறைந்த வாழ்க்கையை நிலை நிறுத்த, வடக்குத் திசை மலைகளிலே சம்பரனும், அவனது இன மக்களும் வாழ்ந்து வந்தார்கள்.

2. சாராயம்

ஆரியர் சாராயத்தை நல்ல பானமாகக் கருதாவிட்டாலும், அதையும் குடித்து வந்தார்கள். இது குறித்து 14-ஆம் அத்தியாயத்தில் விவரிப்போம்.

பாகம் III
அரசியல்

அத்தியாயம் ஐந்து

ரிக்வேத ரிஷிகள்

1. முக்கிய ரிஷிகள்

இந்திரன், அக்னி போன்ற மனிதரல்லாத கற்பனைப் பெயர்களை விட்டுவிட்டாலும், 'ரிக்வேத'த்தில் வரும் ரிஷிகளின் எண்ணிக்கை முந்நூற்று ஐம்பதுக்கும் சற்று அதிகம்தான்! இவர்களிலே அனைவரைக் காட்டிலும் புராதன ரிஷிகள் அங்கிரா, ரஹுக்கள், குஷிகர் போன்றவர்கள். இவர்கள் இயற்றிய மந்திரங்கள் (சுலோகங்கள்) வெகு சிலவே கிடைக்கின்றன. அவர்களுக்குப் பிந்தைய பழைய முக்கிய ரிஷிகள் சுலோகங்களின் தொகுப்பில் (சூக்தம்) ஒன்றாக வருகின்றனர். அவர்கள் வரிசையாக பரத்வாஜர், கஸ்யபர், கோதமர், அத்ரி, விசுவாமித்திரர், ஜமதக்னி, வசிஷ்டர் ஆகியோர். 'ரிக்வேத'த்தின் பத்து மண்டலங்களின் (அத்தியாயங்களின்) வரிசைப்படி பார்த்தால் இரண்டாம் மண்டலத்தில் கிருத்ஸமத், மூன்றாம் மண்டலத்தில் விசுவாமித்திரர், நான்காம் மண்டலத்தில் வாமதேவர், ஐந்தாம் மண்டலத்தில் அத்தி, ஆறாம் மண்டலத்தில் வசிஷ்டர், எட்டாம் மண்டலத்தில் கன்வர் முக்கியமானவர் களாகத் தோன்றுகின்றனர். முதல் ஒன்பதாம், பத்தாம் மண்டலங்களில் யாரோ ஒரு ரிஷியின் அல்லது அவரது குல-கோத்திரத்தின் முக்கியத்துவம் இல்லை. பவுத்த மத நூலான 'திரிபிடக'த்தின் 'தீக்நிகாயி'ல் 'தேவிஜ்ஜஸுத்த' என்ற பகுதியிலும் (1-13), மற்ற பகுதிகளிலும் மந்திரங்களை இயற்றியவர்களும், அவற்றைச் சொன்னவர்களுமாகப் பத்து ரிஷிகள் குறிப்பிடப்பட்டுள்ளனர்: அஷ்டகர், வாமகர், வாமதேவர், விசுவாமித்திரர், ஜமதக்னி, அங்கிரா, பரத்வாஜர், வசிஷ்டர், கஸ்யபர், பிரிகு ஆகியோர். இவர்களில் வாமகர் என்ற பெயரில் எந்த ரிஷியும் காணப்படவில்லை. மற்ற அனைத்து ரிஷிகளின் செய்யுட்கள் 'ரிக்வேத'த்தில் காணப்படுகின்றன. வாமதேவர்,

விசுவாமித்திரர், பரத்வாஜர், வசிஷ்டர் ஆகியோர் அதிக சுலோகங்களைப் படைத்தவர்கள். மந்திரங்களை அதிக எண்ணிக்கையில் படைத்தவர்கள் என்ற வகையில் அனைவரையும்விட அதிகமாக 103 சூக்தங்களை - செய்யுள் தொகுப்புகளை - இயற்றியவர் வசிஷ்டர்தான்! அவரை அடுத்து பரத்வாஜர் 60, வாமதேவர் 55, விசுவாமித்திரர் 48, கிருத்ஸமத் 40, கக்ஷீவான் 28, அகஸ்தியர் 26, தீர்க்கதமா 25, கோதமர் 20, மேதாதிதி 20, சியாவஸ்வ 15, குத்ஸ 14, மதுச்சந்தா 10, பராசரர் 5, ஜமதக்னி 5 சூக்தங்களையும் படைத்தனர். குறைவான அளவில் இயற்றி சற்று முக்கியத்துவம் உடையவர்கள்: கவஷ் 4, பிருகஸ்பதி 2, ஹர்யத் 1, அபாலா 1, அஷ்டகர் 1, குஷிகர்1, சுதாஸ்1, ரிக்வேத கால ஆரிய இனக்குழு மக்களின் புரோகிதர்கள் கீழ்க்கண்ட ரிஷிகளாவர்:

புரோகிதர்	இனக்குழு	பிரேதசம்
1. பிரிகு	திருஹ்யு	பருஷ்ணி-அஸிக்னி நதிகளிடையே
2. அத்ரி, க்ருத்ஸமத்	புரு	விபாஷ்-சுதுத்ரி இடையே
3. பரத்வாஜர்	திவோதாஸ், ஸுதாஸ் (பரதர்)	பருஷ்ணி-விபாஷ் இடையே
4. வசிஷ்டர்	ஸுதாஸ் (பரதர்)	”
5. விசுவாமித்திரர்	”	”
6. தீர்க்கதமா மாமதேயா	பரதர்-த்ருத்ஸு	”
7. கன்வர்	துர்வல்-யது	பருஷ்ணி-அஸிக்னி நதிகளிடையே

அதிக எண்ணிக்கையில் மந்திரங்களை இயற்றி வரலாற்று முக்கியத்துவம் படைத்தவர்களான ஆரிய இனக்குழு மக்களின் புரோகிதர்களும், ரிஷிகளுமான இவர்களுக்கு முக்கியத்துவம் அளிக்கத்தான்வேண்டும். வயதில் இவர்கள் மூத்தவர் - இளையவரானாலும் சமகாலத்தவராவர். இவர்களிலும்கூட பரத்வாஜர், வசிஷ்டர், விசுவாமித்திரர் ஆகியோருக்கு அதிக சிறப்புண்டு. இவர்கள் ‘சம்பர் யுத்த’த்தின் போதும், பின்னர் நடந்த ஸுதாஸ்மன்னனின் ‘பத்து அரசர்போரி’ன் போதும் வாழ்ந்து இருந்தவர்கள், வசிஷ்டரும், விசுவாமித்திரரும் ‘தரு’ யுத்தத்தில் பிரதானமாக பங்கெடுத்தவர்கள். ‘பத்து அரசர்போர்’

கி.மு. 1200 வாக்கில் நடைபெற்றது. ஆரியர் சப்த சிந்து பிரதேசத்திற்கு கி.மு. 5000-இல் வந்தனர். அதாவது அப்போதிருந்து விசுவாமித்திரர் காலம்வரை ஆரியர்களின் 14, 15 தலைமுறைகள் கழிந்துவிட்டன.

நாம் ரிஷிகளின் முன்னோர்களை ஆராய்ந்தால், ஒருவருடைய தலைமுறையும் அவர்களின் கொள்ளுத் தாத்தாவின் தலைமுறையைத் தாண்டவில்லை. பரத்வாஜரின் தந்தை பிரகஸ்பதி, தாத்தா லோகநாமா, கொள்ளுத்தாத்தா அங்கிரா ஆவர். கன்வரின் தந்தை கோரர், தாத்தா அங்கிரா ஆவர். கஸ்யபரின் தந்தையின் பெயர் மரீசிதக் என்பதை மட்டுமே நாம் அறிவோம். கோதமரின் ஒரு தலைமுறை மட்டுமே அதாவது அவரது தந்தை ரஹூகன் என்று நமக்குத் தெரிய வருகிறது. அத்ரியின் தந்தையின் பெயரும் நிச்சயமாகக் கூற இயலாத நிலை. விசுவாமித்திரரின் நான்கு தலைமுறைகள் அதாவது தந்தைகாத்தி, தாத்தா குஷிக், கொள்ளுத்தாத்தா இஷீரத் நமக்குத் தெரிய வருகின்றன. வசிஷ்டரும் அவரது சகோதரர் அகஸ்தரின் தந்தை மித்ராவருணர் என கூறப்பட்டுள்ளது. இவர் மனிதரல்ல, தேவரென்றால் அதன் பொருள், அவர்களின் முன்னோர்களில் ஒருவர் பெயர்கூட தெரியவில்லை என்பதுதான். பிரிகுவின் தந்தை வருணர், இவ்விதம் நான்கு தலைமுறைகள் அதாவது ஒரு நூற்றாண்டு அல்லது கி.மு. 4300க்கு முந்தைய எந்த ஒரு ரிஷியின் முன்னோரைப் பற்றிய தகவலும் இல்லை. பிற்காலத்தில் இந்த ரிஷிகளின் சம்பிரதாயங்களை மிகவும் எச்சரிக்கையாகப் பாதுகாக்க முயற்சிக்கப்பட்டது. ஆனால், முன்னோர் நினைவு ஏன் பாதுகாக்கப் படவில்லை என்பது ஆச்சரியமாக இருக்கிறது. என்றாலும் ஆச்சரியப்பட ஒரு அவசியமும் இல்லை. ஆரியர் சப்த சிந்துவிற்குள் வந்தபோது ஊர்சுற்றி வாழ்க்கை வாழ்ந்து கொண்டிருந்தனர். அப்போது அவர்கள் இனக்குழு வாழ்க்கையிலிருந்து விடுபட்டிருக்கவில்லை. ஆடுமாடுகளை மேய்ப்பதுதான் அவர்களுடைய முக்கிய வாழும் வகையாக இருந்தது. விவசாயம் அவர்கள் பெயரளவுக்குத்தான் செய்துவந்தனர். அவர்களுக்காகத் தானியம் விளைவிக்க போரில் தோற்ற சிந்து மக்கள் இருந்தனர். ஆனால் வாழ்க்கைக்குத் தேவையான பொருள்களையும், உல்லாச வாழ்வுக்கு அவசியமான வற்றையும் கைக்கொண்டு அவர்கள் நிலப்பிரபுத்துவ கலாசாரத்திற்கும், பொருளாதார வாழ்க்கைக்கும் தூரவிலகியிருக்க முடியுமா? நிலப்பிரபுத்துவத்தை நோக்கி முன்னேற இனக்குழுச்சுவர்களை இடித்துத்தள்ள வேண்டியது அவசியமாகும். அதாவது பல்வேறு இனக்குழு மக்களை ஒன்று சேர்க்கவேண்டும். ஒன்று

சேர்க்கும் முயற்சியின் இறுதி முடிவு ‘பத்து அரசர் யுத்தம்’ (‘தாஸராக்ஞு யுத்த’) என்பதில் வந்து சேர்ந்தது.

இந்தப் பின்புலனில் பார்த்தால், ரிஷிகளின் முதல் மூன்று, நான்கு தலைமுறைகள் மட்டுமே நமக்குத்தெரிவதன் காரணம் அவர்கள் இனக்குழு அமைப்பிலிருந்து நிலப்பிரபுத்துவ அமைப்பை நோக்கி நடைபோடத் தொடங்கிவிட்டார்கள் என்ற உண்மை புரிந்துவிடும். முக்கிய மூன்று ரிக்வேத ரிஷிகளுக்கு முந்தைய முந்நூறு ஆண்டு ஆரியர் சரித்திரம் நமக்குத் தெரியாதது போலவே, அதற்குப் பின்னரும் - சரித்திர, இலக்கிய ஆதாரங்களைப் பொறுத்தவரை - முந்நூறு வருட இருள் சூழ்ந்துதான் இருக்கிறது. ரிக்வேத ரிஷிகள் சப்தசிந்து ரிஷிகள்தான். அந்தக் காலத்தில் ஆரியர்களின் இருப்பிடமும், செல்வாக்கும் சப்தசிந்துபிரதேசம் முழுதும் அதாவது சரஸ்வதி நதியிலிருந்து சிந்துப் பள்ளத்தாக்கு வரையிலும் (இன்றைய ஹரியானா, பஞ்சாப், பக்தூனிஸ்தான்) பரவி இருந்தன. முந்நூறு ஆண்டுகளுக்குப் பின்னர் யஜுர்வேதம் அதர்வ வேதம், ஐதரேய - சத்பதபிராமண நூல்கள் போன்ற புராதன நூல்கள் கிடைக்கின்றன. இந்த பிராமண நூல்களைப் படைத்தவர்களான ஐதரேய மகீதாசரும், யாக்ஞ்யவல்க்கியரும் சப்தசிந்துவுடன் குருபாஞ்சாலமும் (மேற்கு உத்தரப்பிரதேசம்) ஆரியர்களின் கோட்டையான பிறகே, அவர்களின் செல்வாக்கு கிழக்கில் விதேகம் (வடபீகார்), தெற்கில் போஜம் (மத்திய நர்மதைப் பள்ளத்தாக்கு)வரை பரவியிருந்தது. இந்த முந்நூறு வருடங்களின் வரலாறு தடையின்றிக் கிடைத்திருந்தால், ஆரியர்கள் சப்தசிந்துவிலிருந்து கிழக்கு நோக்கி முன்னேறிய விதம் தெரிந்திருக்கும்.

அவர்கள் சப்தசிந்துவில் நுழைந்ததைப் பற்றியும் நமது இலக்கியத்தில் எவ்விதத் தடயமும் இல்லை. அதை அறிந்துகொள்ள நாம் ஒப்புவமை மொழியியலையும், நாட்டிய இயலையும் சார்ந்திருக்க வேண்டியுள்ளது. பின்னர் திடீரென்று குதித்துத்தாவி, முந்நூறு வருடங்களுக்குப் பிந்தைய திவோதாஸ், ஸுதாஸ் ஆகியோரைப் பற்றியும் அவர்களின் புரோகிதர்களான பரத்வாஜர், வசிஷ்டர் பற்றியும், அவர்கள் பங்கெடுத்த போர்களைப் பற்றியும் தெரிந்துகொள்கிறோம். இதன் தொடர்ச்சியான வரலாறு மறைந்து ‘பிராமண நூல்கள்’ வடிவில் அது நம் முன்னால் வருகிறது. அங்கே நமக்குக் ‘குரு. . . பாஞ்சால’ங்களின் வளமான இனக்குழுக்களும், அரசுகளும் காட்சியளிக்கின்றன. இதே காலத்தில் உபநிஷத்துகளின் உருவத்தில்

ஆரிய சிந்தனையாளர் இனக்குழுச் சிந்தனையிலிருந்து விடுபட்டெழுவதையும் காணலாம்.

முக்கிய ரிஷிகளின் அரசியல் வாழ்க்கை குறித்து அவர்களின் எஜமானர்களின் (ஆதரவு அளித்தவர்களின்) போர்களை விவரிக்கும் போது கூறுவோம். அந்த ரிஷிகள் உண்மையில் மதத்தலைவர்கள் (புரோகிதர்கள்), கவிஞர்கள் மட்டுமல்லாமல், தமது மக்களின் பிரதம மந்திரிகளும், படைத் தலைவர்களுமாக இருந்தனர். அவர்கள் வயோதிகத்தினால் நேரிடையாக யுத்தங்களில் பங்கெடுக்க முடியாதபோது, தமது இளம் சந்ததியினரையும், வம்சத்தாரையும் போரிலே பங்கெடுக்க அழைப்புவிடுத்தனர். அவர்களுடைய துதிப்பாடல்களாலோ அல்லது கடவுளர்களின் அருளாலோ அவர்களின் எஜமானர்களுக்கு (அரசர்களுக்கு) போரிலே வெற்றி கிடைக்கவில்லை; அதற்கு மாறாக அவர்களுடைய வம்சத்தைச் சேர்ந்த வலிமைபடைத்த இளைஞர்களின் வாட்களும், வில் அம்புகளுமே வெற்றியை ஈட்டித் தந்தன.

1. பரத்வாஜர்

இலக்கிய ரீதியில் பார்த்தால் 60 சூக்தங்களை (செய்யுள் தொகுப்புகளை) இயற்றிய பிரகஸ்பதியின் புத்திரர் பரத்வாஜர் ரிக்வேத ரிஷிகளில் இரண்டாம் இடத்தைப் பெறுகிறார். அவர் சுதாஸ் மன்னனின், தந்தை திவோதாஸின் புரோகிதர். ஆரிய இனமக்களின் பரஸ்பர சண்டைகளில் வசிஷ்டர் ஸுதாஸுக்கு உதவினார் எனில், ஸுதாஸின் தந்தை திவோதாஸ் பெற்ற வெற்றிகளுக்கு பரத்வாஜர் முக்கிய காரணமாவார். ரிக் வேதத்தில் ஆறும் மண்டலம் (அத்தியாயம், பரத்வாஜர், அவரது வம்சத்தவரின் மண்டலமாகும். அதிலே ரிஷி திவோதாஸின் வெற்றிகளை வர்ணித்துள்ளார். இதன் லட்சிய வாக்கியம் இதுதான். "உன் பாதுகாப்பைக்கொண்டு நாங்கள் முக்தி அடைவோம்" (5-1-12) (6-15-15) இவர்களுடைய மந்திரங்களில் (செய்யுட்களில்) மீண்டும் மீண்டும் சொல்லப்படும் மற்றொரு வாக்கியம், "நாம் சிறந்த வீரர்களுடன் நூறு நூற்றாண்டுகள் வரை மகிழ்ச்சியாக இருக்க வேண்டும்" (7-4-8; 7-24-10) என்பதுதான்! இவர்கள் ஆறேழு இடங்களில் "பொய்யன்" என்ற சொல்லைப் பயன்படுத்தியுள்ளனர் (6-5-1; 6-6-12 முதலியன).

இவர்களின் சுலோகங்கள் பலவற்றில் திவோதாஸின் பெயர் அடிபடுகிறது. ஆனால் ஸுதாஸின் பெயர் எங்கும் இல்லை. அப்போதைக்கு அவர் இறந்துபோயிருக்கலாம். அல்லது அவர்கள் ஸுதாஸுக்காக அமங்கலச்சொற்கள் கூறியிருக்கலாம்; அதனால் அந்தச் செய்யுட்கள் தொகுக்கப்படாமல் விடுபட்டிருக்கலாம். பழங்கால ரிஷிகளும், புரோகிதர்களும்கூட இன்றைய அவர்களுடைய வாரிசுகளைப் போலவே பேராசையிலும், வெறுப்பிலும் எந்த விதத்திலும் குறைந்தவர்களல்ல; ஆதலால் ஸுதாஸ் மன்னன் பரத்வாஜரை ராஜப் புரோகிதப் பதவியிலிருந்து நிர்த்தாட்சண்யமாக எடுத்தெறிந்து விட்டதால், அவர் மன்னன் விஷயத்தில் அமங்கலச் சொற்களே சொல்லியிருக்கக்கூடும். 'ரிக்வேத'த்தில் தொகுக்கப்பட்டுள்ள செய்யுட்கள் குறிப்பாக ரிஷிகளும், புரோகிதர்களும் தமது இஷ்டதேவதைகளின் மகிமைகளை வர்ணிப்பவையேயாணகும். பரத்வாஜரின் தேவர்கள் தோல்வியடைந்துவிட்டனர். பின் அவர்களின் தோல்வியை எடுத்துக்காட்டும் ரிஷிகளின் துதிப்பாடல்களை ஏன் பாதுகாத்து வைத்துக்கொள்ள வேண்டும்?

பரத்வாஜர் ஆன்மிக சக்தியை ஆதரிப்பவரல்லர். "எங்கள் உடல் பாறையைப் போல் இருக்கட்டும்" (6-75-12) என்று அவர் வேண்டுகிறார். இவருடைய எஜமானனான (போஷகனான) திவோதாஸுக்கும், மற்ற ஆரிய இன மக்களுக்கும் சம்பரன் என்ற தஸ்யு (ராட்சஸ) மன்னன் பிரதான எதிரியாக விளங்கினான். விபாஷ் (பியாஸ்), பருஷ்ணி (ராவி) நதிகளுக்கிடையிலான இன்றைய காஸ்கரா மலையரசன் அவன். ஏற்கெனவே நாம் தெரிவித்ததைப் போல அவன் திராவிட (சிந்து) இனத்தைச் சேர்ந்தவனல்லன்; கிராத (மங்கோலியன்) இனத்தைச் சேர்ந்தவன். அவனுக்கு 100 மலைக்கோட்டைகள் இருந்தன. அவைகளில் 19-ஆம் நூற்றாண்டு வரையிலும் பகைவர்களால் வெல்லற்கரிய காங்கரா கோட்டையும் சம்பரனின் கோட்டைகளில் (புரங்களில்) ஒன்றாக இருந்திருக்கலாம். தாமிரம் போன்ற உறுதியான உலோகத்திற்குப் பதிலாகக் கல்லால் கட்டப்பட்ட உறுதியான புரங்களைப் பற்றிய (கோட்டைகள் பற்றிய) குறிப்பு ஓரிடத்தில் வந்துள்ளது. இம்மலைக் கோட்டைகள் கல்லால் கட்டப்பட்டிருக்கலாம். சம்பரனைத் தவிர சுமுரி, துனி, சுஷ்ண, அசுப், பிஷ்ரு என்னும் பெயர்கள் படைத்த அசுர மன்னர்கள் பற்றி பரத்வாஜர் குறிப்பிட் டிருக்கிறார். அவர்களும் மலைமன்னர்களும் சம்பரனின் சகாக்களுமாவர்;

அவர்கள் ஆரிய விரோதிகளும்கூட! எல்லோரையும்விட பிரதம விரோதி சம்பரன் என்பதில் சந்தேகமில்லை. பயங்கரப் போர்களின் தலைவரும், புரோகிதருமான பரத்வாஜர் கவசம், வில், நாண், அம்புப்பொதி, ரதங்கள், குதிரைகள், கோடரிகள் போன்ற யுத்த சாதனங்கள் பற்றி வர்ணித்திருப்பது சகஜந்தான்!

பரத்வாஜர் வயலையும், காட்டையும் குறிப்பிடுகிறார் (61-14) அதிலிருந்து ஆரியர்களுக்கு வயலும், காடும் பயன்பட்டன என்பது தெளிவாகிறது. அவர்கள் வயலில் சவ்வரிசியையும், மற்ற தானியங்களையும் பயிரிட்டுச் சிறிதளவு விவசாயம் செய்து தினைமாவைத் தயாரித்து அதைத் தயிருடன் சேர்த்துச் சாப்பிட்டு வந்தார்கள். ஆயினும் அவர்களுடைய பிரதான உணவு பாலும், இறைச்சியும்தான்! அதற்காக ஒவ்வொரு குடும்பமும் ஆயிரக்கணக்கில் பசுமாடுகள் வைத்திருந்தது. இவ்விதம் வயல்களைக்காட்டிலும் அவர்களுக்கு மேய்ச்சல் நிலங்களே முக்கியத்துவம் வாய்ந்தவையாக இருந்தன. இச்சமயத்தில் குதிரைகள் போர்களுக்கும், சாதாரண சவாரிக்கும் உபயோகப்பட்டதுடன் அவற்றின் புலாலையும் ஆரியர் சாப்பிட்டனர். திவோதாஸின் மகன் ஸுதாஸைக் கொண்டு வசிஷ்டர் 'அஸ்வமேதயாக'த்தைச் செய்வித்தார் (ஐதரேய பிராமணம் 8-4-21) இதுவே அஸ்வமேதயாகம் பற்றிய மிகப்பழைய குறிப்பாகும். சாயமான் அப்யாவர்த்தி அரசன் இரண்டாயிரம் பசுக்களைத் தானமளித்தார். அக்காலத்தில் கோதானமும் அதிகமாகவே செய்யப்பட்டது. ஆரியர் உயர்ந்த பசுக்களையும், குதிரைகளையும் விரும்பினர். திவோதாஸ் அளித்த சோமபான அரங்கங்களில், தான் கலந்து கொண்டதாக பரத்வாஜர் குறிப்பிட்டுள்ளார் (6-16-5). அக்காலத்தில் சோமபானம் மிகவும் சாதாரணமானதால், அதை 'சோமயாகம்' எனச் சொல்லி, அதற்குத் தெய்வீக உருவமளிக்க வேண்டிய அவசியம் இருக்கவில்லை.

திவோதாஸின் தந்தை வத்ரயஸ்வர் ஆரியர்களின் இனக்குழு அமைப்பை ஒழித்து, அவர்களை ஒன்று திரட்டத் தொடங்கினார். அதை திவோதாஸ் முன் கொண்டு சென்றார். இதற்குப் பெரும் தடையாக இருந்தவர்கள் யதுக்கள். துர்வஸுக்கள் என்னும் இரு ஆரிய இனக்குழுக்கள். திவோதாஸ் அவர்களை வெற்றிகொண்டான். அவன் 60 ஆயிரம் அடிமைகளைக் (அசுரர்களை) கொன்று குவித்தான். ஏழு கரைகளை உடைத்தெறிந்த சரஸ்வதி நதியைப் பற்றி பரத்வாஜர் குறிப்பிட்டிருக்கிறார் (6-61-10). அடிமைகளின் ஏழு புரிகளை

(மலைக்கோட்டைகளை) புருக்களின் மன்னன் புருகுத்ஸன் நாசமாக்கினான் (6-20-10). பரத்வாஜர் பரதரின் மன்னன் திவோதாஸின் ஆதரவு பெற்றவர் மட்டுமல்ல; மற்ற ஆரிய இனக்குழு மக்களிடையேயும் அவருக்கு நல்ல மதிப்பு! பரத்வாஜரின் தந்தை பிரகஸ்பதி தேவன் என்றால், அவருடைய தந்தை யாரென்று தெரியவில்லை என்பது இதன் பொருள். ஆனால் ரிக்வேத ரிஷிகளின் பட்டியலைக் கவனித்தால் இவருடைய தந்தை பிரகஸ்பதி, லோகநாமா ரிஷியின் புத்திரரும், அங்கிராவின் பேரனுமாவார். அங்கிராவின் இன்னொரு புத்திரர் கோரர் என்பவர். அங்கிராவின் புத்திரர்களில் திரஸ்சி, இரண்யஸ்தூப், வசுஸ்ருத், ஸ்ருதகக்ஷ ஆகியோர் அடங்குவர். திரஸ்சியின் இரு புத்திரர்கள் ருஜிஷ்வா, சுமித்ரா என்பவர்களும் ரிஷிகளாக இருந்தனர். ஆனால் அங்கிராவின் இரண்டு மகன்களான கோரர், லோகநாமா ஆகியோரின் புத்திரர்கள்தான் அதிக புகழ் பெற்றவர்கள். கோரரின் புத்திரர் கன்வர். அவரது மகன்களான வத்ஸ, மேகாதிதி, பிரஸ்கன்வர், பிராகதர் பிரசித்தமான ரிஷி புத்திரர்கள். பிரகாதரின் மகன்கள் பலரும் ரிஷிகளானார்கள். அங்கிராவின் கொள்ளுப் பேரன் பரத்வாஜரும் சிறந்த குழந்தைகளைப் பெற்ற அதிர்ஷ்டக்காரர், அவரது புத்திரர்களான கர்க், ரிஜிஷ்வா, ஷிரன்பிட் ஆகியோர் ரிஷிகளானார்கள்.

2. வசிஷ்டர்

இவர் மற்ற எல்லா ரிஷிகளையும்விட அதிக எண்ணிக்கையில் (103) சூக்தங்களை இயற்றியிருக்கிறார். இவருக்குப் பிறகு இவரது எதிரியான பரத்வாஜர் வருகிறார். அவரது 60 சூக்தங்கள் கிடைக்கின்றன. இந்த ரிஷிகள் தமது வாழ்நாளில் இயற்றிய செய்யுட்கள் அனைத்தையும் இவர்களது வம்சத்தார் திரட்டியிருக்க முடியாது என்பதை ஒப்புக் கொள்ளலாம். கடைசி சுலோகத்தை இயற்றிய பிறகு குறைந்தபட்சம் இருநூறு வருடங்களுக்குப் பின்னரே (கி.மு. 1000ல்) அந்தச் செய்யுட்கள் தொகுக்கப்பட்டன. அவையும் எழுதப்பட்டுத் தொகுக்கப்படவில்லை; கேள்வி ஞானத்தால் மனப்பாடம் செய்யப்பட்டுத்தான் தொகுக்கப்பட்டன. அவற்றை எழுதுவதற்கு மேலும் பல நூற்றாண்டுகள் கழிந்துவிட்டன. எழுதி முடிக்கப்பட்ட பிறகும் இன்றும் வேத பாராயணம் செய்பவர்கள் தத்தமது மந்திரங்களை ராகம்போட்டு மனப்பாடம் செய்து வைத்துக் கொள்கிறார்கள். நவீன யுகத்தில் வேத பாராயணம் செய்பவர்களின்

எண்ணிக்கை குறைந்து வருவதை நோக்கும்போது, சில நூறாண்டுகளுக்குப் பிறகு அவர்கள் இல்லாமலே போகக்கூடும்.

வசிஷ்டரின் தந்தை மித்ராவருணர் தேவர் என சொல்லப்படுகிறார். இவருடைய சகோதரர் அகஸ்திய முனிவர். வசிஷ்டரின் இரு புத்திரர்கள் சித்ரமஹா, ம்ருலீக் என்னும் இரண்டு பெயர்கள் தென்படுகின்றன. அவர்கள் இயற்றிய மந்திரங்களும் உள்ளன. ஆனால் அவரது புத்திரர்களில் முக்கியமானவரும், அனேகமாக மூத்தவரும் சக்தி என்பவர். இவரது இரு மகன்கள் பராசரரும், கவுரவீதியும் ரிக்வேத ரிஷிகளே! பராசரரை வியாசருடனோ, கிருஷ்ண துவைபாயனருடனோ இணைக்கும் முயற்சி செய்யலாகாது; பிராமண நூல்களுக்குப் பிறகு எழுதப்பட்ட இலக்கியத்தில் ராமாயண, மகாபாரதத்திலும், அதிகமாகப் புராணங்களிலும் – இந்த ரிஷிகளின், அவர்களது சமகால மன்னர்களின் வம்சாவளிகளிலே பெருங் குழப்பம் செய்யப்பட்டுள்ளது.

'ரிக்வேத'த்தின் ஏழாவது மண்டலத்தைச் சேர்ந்தவர் (அத்தியாயம்) ரிஷி வசிஷ்டர், ஒவ்வொரு மண்டலத்திற்கும் பிரதான ரிஷிகள் இருக்கின்றனர். அவர்களுக்கும், வசிஷ்டருக்கும் ஒரு முக்கிய வேற்றுமை உள்ளது. மற்ற மண்டலங்களை இயற்றியதிலே அந்தந்த ரிஷிகளின் புத்திரர்களும், பேர்களும் கூடப் பங்கெடுத்துக் கொண்டிருக்கிறார்கள்; ஆனால் ஏழாவது மண்டலத்தில் அனைத்து 104 சூக்தங்களையும் படைத்தவர் வசிஷ்டர் ஒருவரே! அவருடைய மகள் சக்தியின் 32ம் சூக்கத்திலும், குமாரரிஷியின் 101, 102 சூக்தங்களிலும் சந்தேகம் தெரிவிக்கப்படுகிறது. வசிஷ்டரின் செய்யுட்களால் அக்காலத்திய வரலாறும், நிலவியலும் தெளிவாவதைப்போல், மற்றெந்த ரிஷியின் செய்யுட்களாலும் அவ்வளவு தெளிவாவதில்லை. இதுவே வசிஷ்டரின் சிறப்பாகும். இவருக்கு விருப்பமான வாக்கியம் "நீ மங்கல ஆசியுடன் எப்போதும் எங்களைக் காப்பாற்று!" இதை அவர் பன்னிரண்டு முறைக்கும் அதிகமாகவே தனது மந்திரங்களில் மீண்டும் மீண்டும் கூறியுள்ளார். ஆரியர்களுக்கும், அவர் தம் ரிஷிகளுக்கும் போலவே வசிஷ்டரின் பூஜைக்குரிய தேவனும் இந்திரன்தான்! அவனுக்குப் பின்னர் மித்திரன், சூரியன், அக்னி, விசுவதேவன், வருணன், அஸ்வித்வய, உஷா, சரஸ்வதி ஆகியோர் வருகிறார்கள், தற்போது சைவர்கள் செத்தபின் சிவலோகமான கைலாயம் போக விரும்புவதைப்போல், வைணவர்கள் வைகுந்தப் பதவி அடைய ஆசைப்படுவதைப் போல், கிருஷ்ணபக்தர்கள் கோலோ வாசம்

வேண்டுவதுபோல், அந்தக் காலத்தில் ஆரியர் இறந்த பிறகு 'இந்திரலோக'த்திற்கு செல்லச் இச்சைகொண்டார்கள்.

'ரிக்வேத'த்திற்கு அடுத்து காலப்படி சாமவேதம், யஜுர் வேதம், அதர்வணவேதம் இயற்றப்பட்டாலும் சரித்திரத்தைப் பொறுத்தவரை இவைகளால் நமக்கு அதிக உதவி கிடைக்காது. இவற்றுக்குப் பின்னர் 'பிராமண நூல்கள்' வருகின்றன. 'ஐதரேய பிராமணம்' ரிக்வேதத்தின் சொந்தபிராமண நூலாகும். இந்நூல்களின் நோக்கம் மந்திரங்களை (ரிக்வேத செய்யுட்களை) விளக்குவதல்ல, பிராமண நூல்கள் பிரமம் சம்பந்தப்பட்டவை 'பிரமம்' என்றால் யாகமும் (வேள்வியும்), மந்திரமும் என்று பொருள். இவை யக்ஞுங்களின் (வேள்விகளின்) பல்வேறு செயல்பாடுகளையும், அவைகளில் வேத மந்திரங்களைப் பயன்படுத்தும் விஷயத்தையும் தெரிவிக்கின்றன. 'ஐதரேய பிராமண'த்தில் ஆறுக்கும் அதிகமான இடங்களில் வசிஷ்டரின் பெயர் வருகிறது. ஒரு யாகத்தில் விசுவாமித்திரரும், ஜமதக்னி யஜுர்வேதம் படிக்கும் பிராமணராகவும், வசிஷ்டர் பிரம்மாவாகவும், அயாஸ்யர் பாடகராகவும் பங்கெடுத்துக்கொண்டதாக 7-3-16 செய்யுளால் தெரிகிறது. இதே வேள்வியில் சுயவஸின் மகன் அஜீகர்த்தன் ஒரு புரோகிதன், பேராசைப் பேயான அஜீகர்த்தன் முந்நூறு பசுக்களுக்காகத் தன்மகன் 'சுனஹஷேப்'பை தன் கை வாளாலேயே வெட்டிப் பலிகொடுக்கத் தயாரானான். மகன் அப்படிப்பட்ட அப்பனிடம் (பலியாக) வெட்டிக் கொள்ள மறுத்து விசுவாமித்திரரைத் தன் தந்தையாக்கிக்கொள்ள விரும்பி, அவருடைய மடியில் போய் உட்கார்ந்துகொண்டான். அஜீகர்த்தன் "ரிஷி! என் புத்திரனை எனக்குத் தந்துவிடு!" எனக்கேட்டான்.

ஆனால் விசுவாமித்திரரோ "மாட்டேன், இவனைத் தேவர்கள் எனக்குத் தந்தார்கள்!" என்று மறுத்துவிட்டார். அவர் சுனஹஷேப்பின் பெயரை 'தேவராத்நவசுவாமித்திரன்' என்று மாற்றிவிட்டார்.

அஜீகர்த்தன் மகனைப் பார்த்து, "நாங்கள் இருவரும் உன்னை அழைக்கிறோம். நீ அங்கீரஸ கோத்திரத்தைச் சேர்ந்த அஜீகர்த்தின் மகனாகிய ரிஷியாவாய்! ஓ ரிஷியே, நீ உன் பாட்டன் - முப்பாட்டன்களின் வீட்டைவிட்டுப் போகாதே! எங்களிடம் வந்துவிடு" எனவேண்டிக் கொண்டான்.

"நான் உன் கையில் சூத்திரனும் கையிலெடுக்காத அந்தப் பொருளைக் (வாளை) கண்டேன். ஓ ஆங்கிரஸனே, நீ முந்நூறு

பசுக்களை என்னைவிட மேலானவையாகக் கருதிவிட்டாய்!" என்று மகன் கூறினான்.

"அப்பனே! என் செய்கைக்காக வருந்துகிறேன். அதை நான் மாற்றிக்கொள்கிறேன். நானே நூறு பசுக்களை உனக்குத் தருகிறேன்" என்று அஜீகர்த்தன் மன்றாடினான்.

"ஒரு தடவை பாவம் செய்பவன் மறுமுறையும் செய்யக் கூடியவனே! நீ சூத்திரத் தன்மையிலிருந்து விடுபடவில்லை. நீ செய்த பாவம் எவ்விதத்திலும் மறையாது" என்றான் புத்திரன்.

விசுவாமித்திரர் இடைமறித்து, "ஆமாம், அந்தப் பாவம் மறையாது. இந்தச் சுயவசின் புத்திரன் கையில் வாளையெடுத்துக் கொல்லத் துணிந்தபோது, மிகப் பயங்கரமாகத் தோன்றினான். ஆகவே நீ உன்னை அவனுடைய மகனாகக் கருதாதே!" என்றார்.

இந்த 'ஐதரேய பிராமண நூலால் வசிஷ்டர், விசுவா மித்திரர், ஜமதக்னி, அயாஸ்யர், அஜீகர்த்தன், சுனஹஷேப் ஆகியோர் சமகாலத்தவர் என்பது தெளிவாகிறது. வசிஷ்டர் ஸுதாஸ் நபஜ்வனுக்கு ஒரு வேள்விமுறையைத் தெரி வித்ததாக இன்னொரு வாக்கியம் (7-5-34) தெரிவிக்கிறது. எட்டாவது பேரேட்டில் (8-4-21) ஒரு மிக முக்கிய தகவல் கிடைக்கிறது' இந்திரனின் இந்த மகாபிஷேகத்தின் போதே வசிஷ்டர் நபஜவன் ஸுதாஸின் மகாபிஷேகமும் செய்தார். அவன் பூமி முழுவதும் வெற்றி பெற்ற அஸ்வமேத யாகம் செய்தான்." என்பதுதான் அந்தத் தகவல்! ஸுதாஸின் தந்தை திவோதாஸின் மதிப்பிற்குரிய புரோகிதரான பரத்வாஜர் ஸுதாஸின் மகாபிஷேகம் ஏன் செய்யவில்லை? வசிஷ்டரே ஏன் செய்வித்தார்? திவோதாஸுக்கு பிரதர்த்தன் என்ற ஒருமகன் இருந்தான் பிற்காலத்தில் இருந்த காசி மன்னன் பிரதர்த்தனுடன் இவனைப்போட்டுக் குழப்பக்கூடாது. குடும்பப் புரோகிதரை விட்டு வெளிப்புரோகிதரை நாடியதிலிருந்து, அரியணைக்காக இரு சகோதரர்களிடையேயும் சண்டை ஏற்பட்டது. அனேகமாக பிரதர்த்தன் மூத்த மகனாக இருக்கலாம். திவோதாஸின் சிம்மாசனத்தில் பரத்வாஜர் அவனை அமர்த்தினார். குப்த வம்சத்து சந்திரகுப்தனைப் போலவே, ஸுதாஸும் தன் தந்தையின் தகுதியுள்ள வாரிசு. இரு சகோதரருக்கு மிடையே தகராறு மூண்டதும் பரத்வாஜர் பிரதர்த்தனை ஆதரித்தார். ஆனால் ஸுதாஸின் பக்கம் வசிஷ்டர் போன்ற புத்திசாலியும், பல வம்சங்களையுமுடைய புருஷர் இருந்தார். இந்த ரிஷி இந்திரனின்

மகாபிஷேகம் போன்று நபஜவன் ஸுதாஸின் மகாபிஷேகம் செய்வித்தார்" என 'ஐதரேயபிராமணம்' தெளிவாகவே கூறுகிறது. ரிக்வேதத்திலோ பிரதர்த்தன் - வசிஷ்டரின் சண்டை பற்றிய பிரஸ்தாபமில்லை. ஸுதாஸ் அரியணைக்காகத் தன் சகோதரனுடன் சச்சரவிட்டுக்கொள்ள நேர்ந்தது பற்றியும் அதிலே சொல்லப்படவில்லை. ஆனால் 'ஐதரேய பிரமாண'த்தில் வரும் விஷயம் 'ரிக்வேத'த்தில் மறுக்கப்படவில்லை. வசிஷ்டர் ஸுதாஸின் புரோகிதராக இருந்து பத்து அரசர் யுத்தத்தில் வெற்றிக்காக அனைத்தும் செய்தது மேற்குறிப்பிட்ட விஷயத்தை உறுதிப்படுத்துகிறது.

வசிஷ்டர் கூற்றுப்படி (7-4-7), ஸுதாஸின் தந்தை திவோதாஸ் நூறுபுரிகளை (மலைக் கோட்டைகளை) அழித்தான். வசிஷ்டருக்கு இது பெருமையாக இருந்தது. பரத இனக் குழுமக்களின் வீரத்தை வளர்த்ததில் தனக்குப் பெரும் பங்குண்டு என்பதில், அவருக்கு மகாப்பெருமை! அவர் சொல்கிறார், "கம்பால் அடித்து விரட்டப்படும் பசுக்களைப் போல் முதலில் பரத மக்கள் அனாதைக் குழந்தைகள் போல் பிரிக்கப்பட்டுக் கிடந்தனர்: வசிஷ்டர் அவர்களின் புரோகிதரானதுமே அவர்கள் வீரமுடன் போரிட்டனர்" (7-33-6), வசிஷ்டர் ஏழாவது மண்டலத்தில் பல இடங்களிலும் பரதரின் வெற்றிகளை வர்ணித்துள்ளார். பரதர் 'புரு' மக்களை வெற்றிகொண்டனர் (7-8-4) திருத்ஸுக்கள் யமுனைக்கு அக்கரையிலிருந்த மேத், அஜ், ஷிக்கு, யட்ச மக்களைத் தோற்கடித்தனர் (7-13-19), இவர்கள் ஆரியரல்லாதாராக இருக்கலாம். பத்து அரசர் யுத்தம் சிந்து நதிக்கரையிலே நடந்தது. அங்கே இந்திரன் ஸுதாஸைக் காப்பாற்றினான், அதாவது ஸுதாஸ் வெற்றி யடைந்தான் என்று வசிஷ்டரின் ஒருகூற்றால் தெரிகிறது (7-33-3).

புராணங்களின் காலத்தில் வசிஷ்டர் வேதிபுத்திரர் எனச் சொல்லப்பட்டது. இனக்குழு யுகத்தைச் சேர்ந்த தேவ கன்னிகைகள் நிரந்தரமாக மணம் செய்து கொள்ளாமலேயே இருந்து வந்ததோடு, அவர்களது காதலும் நிலையானதல்ல. அதனால் அவர்களை 'தேவகணிகையர்' என்றழைத்தார்கள். வசிஷ்டரை 'நமத்ராவருணர்' (மித்திரன், இந்திரன் ஆகியோரின் மகள்) என்றும், ஊர்வசிக்குப் பிறந்தவர் என்றும் சொல்லப்பட்டுள்ளது (7-33-11). அவர் அப்சரஸுக்குப் பிறந்தவரென்றும் கூறப்பட்டுள்ளது (7-33-12) தேவர்களுக்கும், தேவகன்னிகைகளுக்கும் பிறந்தவர் என்று சொல்லப்படுவதன் பொருள், பிற்காலத்தவருக்கு வசிஷ்டரின் பெற்றோர் பெயர் தெரியாது

என்பதுதான்! வசிஷ்டர் மந்திரவாதியை வர்ணித்திருக்கிறார். (7-104-15; 7-1-15). அவர் 'பொய்' என்னும் சொல்லையும் பயன்படுத்தி இருக்கிறார் (7-104-14). பிற்கால இலக்கியத்தில் வசிஷ்டரும், அகஸ்தியரும் சகோதரர்கள் எனக் கூறப்பட்டுள்ளது. இது 'ரிக்வேத'த்தின் ஒரு மந்திரத்தால் (7-35-10) உறுதிப்படுகிறது. வசிஷ்டர் வாழ்வில் மாபெரும் நிகழ்ச்சியும், வெற்றியும் பத்து அரசர் போரிலே சுதாஸின் வெற்றிதான்! அதாவது, சப்தசிந்துவில் சிதறிக்கிடந்த ஆரிய இனக்குழு மக்களை ஒன்றுபடுத்தியதாகும்! பத்து அரசர்கள் சேர்ந்து ஸுதாஸுடன் போரிட்டார்கள் (7-83-7). திரித்ஸுக்கள் நாட்டிலே பத்து அரசர் யுத்தத்தில் ஸுதாஸ் போரிட்டதும் குறிக்கப்பட்டுள்ளது (7-83-7,8).

3. விசுவாமித்திரர்

விசுவாமித்திரர் காத்தியின் புத்திரர், குஷிகரின் பேரர், இஷீரத்தின் கொள்ளுப் பேரர். கோதமரின் புத்திரரான வாம தேவர் விசுவாமித்திரரைக் காட்டிலும் அதிக அளவில் செய்யுட்களை இயற்றியுள்ளார். ஆனாலும் விசுவாமித்திரர் வசிஷ்டர், பரத்வாஜர் ஆகியோரைப் போன்று முக்கியத்துவம் வாய்ந்தவர். அதனால்தான் அவர் குறித்து நாம் இங்கே விவரிக்கிறோம். அவர் 'ரிக் வேத'த்தின் மூன்றாம் மண்டலத்தில் வரும் ரிஷி. 'ராமாயண'த்தில் வரும் விசுவாமித்திரர், வசிஷ்டர் ஆகியோருக்கு 'ரிக் வேத'த்துடன் எவ்விதத் தொடர்புமில்லை. ராமாயணத்தில் வரும் அவர்கள், வரலாற்றுப் புருஷர்களல்ல; வெறும் புராணக் கற்பனைப் பாத்திரங்கள்! இவர் இந்திரன், வருணன், பிரகஸ்பதி, பூஷா, சவிதா, சோம், மித்ரா ஆகிய தேவர்களைத் துதித்திருக்கிறார். 33 கோடி தேவர்களல்ல; 33 தேவர்களை இவரே முதன் முதலில் குறிப்பிட்டிருக்கிறார் (3-9-90). தமது நண்பர் யமதக்னி (10-167-113) பற்றியும், தனது வம்சத்தைச் சேர்ந்த குஷிக் மக்களைப் பற்றியும் (3-26-12) இவர் கூறியிருக்கிறார். கிழக்கத்திய குஷிக் இன மக்கள் எண்ணிக்கையிலும், செல்வாக்கிலும் சிறந்து விளங்கினார்கள். அதனால்தான் ஸுதாஸ் தனக்குப் பட்டம் கட்டி, பத்து அரசர் போரிலும் பேருதவி புரிந்த வசிஷ்டரை விட்டு விசுவாமித்திரரை நாடினான். தன் காரியத்தைச் சாதித்துக்கொள்ள விரும்பிய அந்த மன்னன் உதவிகரமான ஒரு புரோகிதனை விட்டு மற்றொரு புரோகிதனை நாடுவது இயற்கையே! முகத்தைத் திருப்பிக்கொள்ளும் இந்த மன்னனை வசிஷ்டரின் மகன் சக்தி எதிர்த்தாலும், உயிரை இழப்பதைத் தவிர அவனால் வேறொன்றும் செய்ய முடியவில்லை.

தான் நதிகளை ஆழப்படுத்தியதாக வசிஷ்டர் கூறியுள்ளார் (7-18-5). விசுவாமித்திரரும் அதைத் தானும் செய்ததாகச் சொல்லியுள்ளார். விசுவாமித்திரர் பியாஸ், சட்லஜ் நதிகளை ஆழப்படுத்துவதற்காகக் கேள்வி - பதில் முறையில் செய்த பிரார்த்தனைகள் 'ரிக்வேத'த்தின் அழகான செய்யுட்களாகும். அவை சிறந்த காவியமாகவும் திகழ்கின்றன. நதிகளின் இதயத்தையும் தொடக்கூடிய கவிதையை வசிஷ்டரல்ல, விசுவாமித்திரரே படைத்துள்ளார். அதன் சில பகுதிகள் கீழே தரப்படுகின்றன (3-33).

விசுவாமித்திரர் : "விபாஷ் நதியும், சதுத்ரி நதியும் நீர் நிறைந்து மலைகளின் அருகிலிருந்து கட்டறுத்துக் கொண்ட பெண் குதிரைகளைப் போல், அட்டகாசமாகத் தாவிக் குதித்துத் தம் கன்றுகளை நக்கத் துடிக்கும் கோமாதாக்களைப் போல் கடலை நோக்கிப் பாய்ந்தோடிக் கொண்டிருக்கின்றன" (1).

"ஓ இரண்டு நதிகளே! இந்திரனால் தூண்டப்பட்டு துதிப்பாடல்களைக் கேட்கும் நீங்கள் தேரோட்டிகளைப் போல் தூய்மையாகக் கடலை நோக்கிச் சென்று கொண்டிருக்கிறீர்கள்! அத்துடன் பாயும் அலைகளுடன் முன்னேறும் புனிதமானவைகளான நீங்களிருவரும் பக்கத்தில், பக்கத்தில் பாய்ந்தோடிக் கொண்டிருக்கிறீர்கள்!" (2)

"என் நற்சொல்லைக் கேட்பதற்காக ஒரு வினாடி ஓடுவதை நிறுத்தி நில்லுங்கள்! குஷிக் புத்திரனான நான் மன மகிழ்ச்சிக்காகப் பெரும் நதிகளை வரவேற்கிறேன்." (5)

நதிகள் : "வஜ்ராயுதம் தரித்த இந்திரன் மலையைக் கொன்று நதிகளுக்கு இடம் அமைத்தார். நற்கரங்கள்கொண்ட சவிதா தேவர் எங்களைக் கொண்டு செல்கிறார். நாங்கள் அவர் கட்டளைப்படி பரவிப் பாய்ந்து கொண்டிருக்கிறோம்." (6)

விசுவாமித்திரர் : "நில்லுங்கள் சகோதரிகளே! மிகத் தொலைவிலிருந்து எருது மேல் வந்துள்ள கவிஞனின் பேச்சைக் கேளுங்கள்! நீங்கள் சற்றுக் கீழிறங்கிச் சுலபமாகக் கடக்கக் கூடியவர்களாக மாறுங்கள்! தேரின் அச்சாணிக்குக் கீழே இருக்கும் நீர் நிறைந்த நதிகளாக நீங்கள் ஆகுங்கள்!" (9)

நதிகள் : "கவிஞனே! தூரத்திலிருந்து வரும் உன் சொல்லை நாங்கள் கேட்டுக் கொண்டிருக்கிறோம். குழந்தைக்குப் பால் கொடுக்கத்

துடிக்கும் தாய், அல்லது ஆடவனுக்கு இளம் பெண்ணைப் போல, நாங்கள் உனக்காகக் கீழே இறங்கி வருகிறோம்." (10)

விசுவாமித்திரர் : "அன்பானவைகளே! போரிலே பசுக்களை விரும்புபவர்களும், இந்திரனால் தூண்டப்படுபவர்களுமான பரதர் உங்களைக் கடந்து சென்றால், அதற்காக நான் உங்களை வேள்விக்குரியவர்களாக மதித்துத் துதிப்பேன். " (11)

"பசுக்களை விரும்பும் பரதர் நதிகளைத் தாண்டிச் சென்று விட்டார்கள். பிராமணன் நதிகளை அழகாகத் துதித்தான்." (12)

விசுவாமித்திரர் ஸுதாஸைப் பெரியவனாக்கினார். சிந்து நதியை ஸ்தம்பிக்கச் செய்தார் (3-53-9). அவர் பிற்காலத்தில் ஸுதாஸ் பெற்ற எத்தனையோ வெற்றிகளுக்கு உதவி புரிந்தார். தன் சம காலத்திய இரண்டு ரிஷிகளுக்கும் போலவே இவருக்கும் ஒரு குறிக்கோள் இருந்தது: அதை இவர் பல இடங்களிலும் குறிப்பிடுகிறார் (3-7-23; 3-7-11; 3-15-7; 3-22-5; 3-23-5). அக்குறிக்கோளில் அவர் தனது புத்திர பவுத்திரர்கள், (மகன்களும், பேரன்களும்) குழந்தை குட்டிகளையும், நல்லறிவையும் பெற வேண்டுமென வேண்டுகிறார். "விசுவாமித்திரரின் இக்கூற்று பரத வம்ச மக்களைப் பாதுகாக்கும்!" (3-53-12) என்ற நம்பிக்கையும் அவருக்கிருந்தது.

முந்நூறு பசுக்களுக்கு ஆசைப்பட்டுத் தன் மகனையே கொல்லத் துணிந்த அஜீகர்த்தனை விட்டு (தந்தையை விட்டு) விசுவாமித்திரரிடம் அடைக்கலம் புகுந்த சுனஹ ஷேப்பைப் பற்றி ஏற்கெனவே குறிப்பிட்டுள்ளோம். வாமதேவர் கோதமரின் மகனாயிருப்பினும், அவர் விசுவாமித்திரரின் சூக்தங்களைப் பரவச் செய்தார் என்று 'ஐதரேய பிராமணம்' குறிப்பிடுகிறது. (6-4-18) அந்நூலின்படி, விசுவாமித்திரர் அனைவருக்கும் நண்பர் (6-4-20). ஆனால் பெரிய பெரிய போர்களை ஆதரிப்பவர் எல்லோருக்கும் நண்பராக இருக்க முடியுமா? என்றாலும் சுனஹேஷேப்பைக் காப்பாற்றியதிலிருந்து அவர் நரபலியை ஒப்புக் கொள்ளவில்லை என்று தெரிகிறது. விசுவாமித்திரருக்கு நூறு மகன்கள் இருந்தார்கள் என்று சொல்வது சந்தேகத்திற்குரியதுதான். இந்த நூறு பேரில் அவருடைய மகன்களும், பேரன்களும், கொள்ளுப் பேரன்களும் சேர்ந்திருக்கலாம். மதுச்சந்தா, ரிஷபர், ரேணு, ரித் ரிஷி போன்றோர் அவரது புத்திரர்கள் போல் தோன்றுகிறார்கள். பேரப் பிள்ளைகளில் மதுச்சந்தாவின் மகன்கள் அகமர்ஷனும், ஜேத்தாவும், ரித்

ரிஷியின் பிள்ளை உத்கீலும் ரிஷிகளாவர். 'ஐதரேய பிராமணம்' கூறுகிறது. விசுவாமித்திரருக்கு நூறு பிள்ளைகள். மதுச்சந்தாவைவிட பெரியவர்கள் 50 பேர், சிறியவர்கள் 50 பேர். சுனஹஷேப்பை விசுவாமித்திரர் தத்தெடுத்துக் கொண்டது மூத்த பிள்ளைகளுக்குப் பிடிக்க வில்லை. அப்போது விசுவாமித்திரர், உங்கள் குழந்தைகள் சாப்பிடக்கூடாதவைகளைச் சாப்பிடுவார்களாக!" என்று அவர்களைச் சபித்தார். இவ்விதம் ஆந்திரா, புண்ட்ர, சபரர், புலிந்தர் ஆகிய தஸ்யுக்கள் விசுவாமித்திரரின் குழந்தைகளே! ஆனால், மதுச் சந்தாவும், அவருடைய ஐம்பது சகோதரர்களும், "எங்கள் தந்தை சொல்லை நாங்கள் ஒப்புக்கொள்வோம்! நாங்கள் உன்னை (சுனஹ ஷேப்பை) மூத்தவனாக ஏற்றுக்கொள்கிறோம். நாங்கள் உன்னைப் பின்பற்றுகிறோம்" என்று சொல்லிவிட்டார்கள். அதைக் கேட்டு விசுவாமித்திரர் மகிழ்ச்சி அடைந்தார். அவர் கீழ்க்காணும் மந்திரங்களால் புத்திரர்களுக்காகத் துதித்தார்:

"என் குழந்தைகளே, நீங்கள் குழந்தை குட்டிகளுடன் பெரு
வாழ்வு வாழுங்கள்!
நீங்கள் என் பேச்சை ஏற்று என்னைப் புத்திர
பாக்கிய சாலியாக்கி விட்டீர்கள்
ஓ காதியின் குழந்தைகளே, தேவராத் பாதுகாப்பில்
நீங்கள் புத்திரவான்களாவீர்கள்!
அவர் உங்களை சத்திய வழியில் அழைத்துச் செல்வார்.
ஓ குஷிக சந்ததியினரே, நீங்கள் வீரர் தேவராத்தின்
சீடர்களாகுங்கள்!
அவர் உங்கள் வழிகாட்டியும், நமது கல்வியின் பங்காளரும்
ஆவார்.
தேவராத்துடன் சேர்ந்த விசுவாமித்திரனின் எல்லா
உண்மையான புத்திரர்களுக்கும், காதியின்
பேரர்களுக்கும் செல்வமும், புகழும்கிட்டும்!"

(7-3-18)

'ஐதரேய பிராமணம்' சுனஹஷேப்பை 'தேவராத் நவசுவாமித்ர' என விளம்பரப்படுத்த முயன்றாலும், 'ரிக் வேதம்' மட்டும் 'ரிஷி சுனஹஷேப் அஜீகர்த்' என்றே கூறுகிறது.

4. வாமதேவர்

கோதம புத்திரர் வாமதேவர் வசிஷ்டர், விசுவாமித்திரருக்குப் பிந்தைய தலைமுறையைச் சேர்ந்தவராக இருக்கலாம். ஆனால்

அவருடைய புகழ் இம்மூன்று ரிஷிகளுக்கும் குறைந்த தல்ல. விசுவாமித்திரரின் சூக்தங்களை வாமதேவர் பரவச் செய்தாரென்று கூறினோம். வாமதேவர் தமது செய்யுட்களில் 'கோதம தந்தையிடமிருந்து' (4-4-11), என்றும் 'மமதாவின் மகன்' (4-4-13) என்றும் குறிப்பிட்டுள்ளதால், அவருடைய தந்தை 'கோதம மாமதேய' என்று தோன்றுகிறது. வாமதேவர் சில இடங்களில் பெயர் குறிப்பிட்டும், வேறு இடங்களில் பெயர் குறிப்பிடாமலும் திவோதாஸின், அவரது மகன் ஸுதாஸின் வெற்றிகளை விவரிக்கிறார். 'திவோதாஸ் நூறு புரங்களை (கோட்டைகளை) வெற்றிகொண்டார்' (4-26-3); 'இந்த நூறு கோட்டைகளும் தாமிரத்தால் கட்டப்பட்டவை' (4-27-1). திவோதாஸுக்காக நூறு மலைக்கோட்டைகளை இந்திரன் வெற்றிகொண்டார் (4-30-20). போரில் 30 ஆயிரம் அடிமைகள் மயக்கம் போட்டு விழுந்துவிட்டார்கள். பருஷ்ணி (பரதரின் ராவி நதி)யை இந்திரன் அருள் பாலித்தார் (4-22-2). இவ்விடங்களில் வாமதேவர் பரதரின் பெருமையையும், அவர்களது மன்னனின் பெருமையையும் பாடினார். சகதேவ புத்திரன் குமார சோமகன் (4-15-7, 9) ஸ்ருஞ்சயர்களின் மன்னன் தேவவாத், வைததி, ரிஜிஷ்வா, ஆர்ஜுனேய குத்ஸ - ஆகிய அரசர்களையெல்லாம் வாமதேவர் புகழ்ந்துரைத்துள்ளார். இவர்களில் சிலர் அவருடைய சம காலத்தவர்களாகவும் இருக்கலாம். 50 ஆயிரம் கிருஷ்ணர்கள் (கருப்பு அசுரர்கள்) கொல்லப்பட்டதாகவும் வாமதேவர் குறிப்பிடுகிறார் (4-16-13). அஸிக்னி (சீனாப் நதி) கூட அவருடைய 'ரிசா' (செய்யுள்)வில் வருகிறது (4-17-15). 'விடிகாலை தேவி' உஷா வானத்தில் சென்று கொண்டிருந்த போது, விபாஷ் (பியாஸ்) நதிக்கரையிலே அவனது ஊர்தி விழுந்துவிட்டதாக அக்காலத்தில் ஆரியர்கள் பரவலாகப் பேசிக்கொண்டிருந்தார்கள் (4-30-11). இவர் அடிமைகளில் 'கவுலிதர் சம்பர்' என்னும் பெயரைக் குறிப்பிட்டிருக்கிறார் (4-30-14, 15). செல்வாக்கு மிகுந்த இரு ஆரிய இனக் குழுக்களான 'துர்வஸ்', 'யது' ஆகியவைகளைப் பற்றியும் கூறியிருக்கிறார். ஏர் உழுதலையும் மேழியைப் பற்றியும் சொல்லி வாமதேவர் ஆரியரிடையே விவசாயம் பரவியிருந்ததை எடுத்துக் காட்டுகிறார். 'புன்சிரிப்பு உதிர்க்கும் அழகுப் பெண்கள்' (4-58-8) என்னும் வாக்கியத்தில் அவர் அழகிகளைக் குறிப்பிடுகிறார். வாமதேவர், நோதா - இருவரின் தந்தை கோதமர், பாட்டனார் ரஹுகெண், வாமதேவரின் பிள்ளைகளில் மூர்த்தன்வா, பிரஹத்திவ், பிரஹதுக்த ஆகிய ரிஷிகளின் பெயர்கள் காணக்கிடைக்கின்றன.

2. மற்ற ரிஷிகள்

5. கிரத்ஸமத்

இவர் சௌனகரின் புத்திரர், இவர் அத்ரியின் வம்சத்தவராக இருக்கலாம். இவரும் திவோதாஸ் - சம்பர் ஆகியோரிடையே நடைபெற்ற போரை வர்ணித்துள்ளார் (2-8-5). திவோதாஸ் 99 புரங்களை (கோட்டைகளை) வெற்றிகொண்டான் (2-19-6). சம்பரனின் 100 புரிகள் அழிந்தன (2-14-6, 7). பகைவர்கள் கருப்பு இனத்தவர்கள் (அடிமைகள்) (2-20-7). சம்பரனைத் தவிர ஸ்வஸ்ண, ஷுஷ்ண, அசுஷ், வியன்ஸ், பிப்ரு, நமுசி, சுமுரி, துனி, குயவ் போன்ற அடிமை மன்னர்களை இவர் குறிப்பிடுகிறார் (2-14-5). மலைவாழ் சம்பரன் நாற்பதாவது வருடத்தில் பிடிபட்டான் (2-12-11) என வாமதேவரும் கூறியுள்ளார். அதாவது பெரும் வீரனான சம்பரன் நாற்பதாண்டுகள் வரை ஆரியர்கள் கைக்குக் கிடைக்கவில்லை. "செம்மறியாட்டு ரோமத்தால் நெய்த கம்பளித் துணியில் வடிகட்டப்பட்ட சோமபானம் குடங்களில் வைக்கப்பட்டுள்ளது" (9-86-47) என்று கிரத்ஸமத் கூறியிருப்பதால், சோமத்தை அரைத்து, கரைத்து, வடிகட்டி கலசங்களில் வைக்கப்பட்டு வந்ததாகத் தெரிகிறது.

6. கக்ஷீவான்

இவர் தீர்க்கதமா அவுசத்யவின் புத்திரர். தீர்க்கதமாவும், கோதமரும் ஒருவரே என்று பிற்காலத்தில் சொல்லப்பட்டது. கக்ஷீவான் கோதமரை குறிப்பிட்டிருப்பினும், (1-176-9) கோதமர் இவருடைய தந்தை என்பது அதிலிருந்து தெரியவில்லை. இவர் பரத்வாஜரையும், அத்ரியையும் இரண்டிரண்டு முறை குறிப்பிட்டுள்ளார். ஆனால் இவர் அவர்களுடைய வம்சத்தவர் என்பது புலப்படவில்லை. இவரும் திவோதாஸ் பற்றிக் குறிப்பிட்டுள்ளார். (1-116-15, 16, 18). இவர் நூறு கட்டைகள்கொண்ட ஓடம் பற்றிக் கூறுகிறார் (1-116-5). இதிலிருந்து அக்காலத்தில் கடலில் செல்லும் கப்பல்களும் சப்தசிந்து பிரதேசத்தில் இருந்ததாகத் தெரிகிறது. விஷ்பலா, கோஷா போன்ற மேதாவிப் பெண்களையும் அவர் குறிப் பிடுகிறார் (1-117-7, 11). சிந்துநதிக் கரையிலிருந்த மன்னர் 'பாவ்யா' புரோகிதருக்கு எவ்வளவோ தானம் அளித்தார் (1-126-1, 4). அதில் கக்ஷீவானுக்கும் கொஞ்சம் கிடைத்திருக்கலாம். 'காந்தார செம்மறியாடுகள்' (1-126-7) என்று ஓரிடத்தில் கூறும்போது, அக்காலத்திலும் இன்றைய

பக்தூனிஸ்தான் செம்மறியாடுகள் தமது மிருதுவான ரோமத்திற்காகப் புகழ் பெற்றிருப்பதைப் போலவே, அன்றும் புகழ் பெற்றிருந்தன என்பது தெரிகிறது. கோதமரும், தீர்க்கதமாவும் ஒருவராகவே இருந்தால், கோதமரின் புத்திரர் வாமதேவருடனும், நோதாவுடனும் இவருடைய பெயரும் வரவேண்டும்.

7. அகஸ்தியர்

மித்ர-வருணனின் புத்திரரும், வசிஷ்டரின் சகோதரருமான அகஸ்தியர் ரிக்வேத சூக்தங்கள் 26ஐ இயற்றியவர். இவரது சுலோகங்கள் முதல் மண்டலத்தின் 165-191 சூக்தங்களில் வருகின்றன. இவர் தனது செய்யுட்களில் வசிஷ்டரை குறிப்பிடாவிட்டாலும், தன் மனைவி 'லோபாமுத்ரா'வின் பெயரைத் தந்துள்ளார். (1-179-4). புகழ் பெற்ற ஆரியப் பெண்மணி விஷ்வலா (1-182-1) பற்றி இவரும் சொல்லியிருக்கிறார். துர்வஷ், யது என்ற ஆரிய இன மக்களை பிரஸ்தாபித்தாலும், அவர்களுடைய போர்கள் பற்றி ஒன்றும் கூறவில்லை (1-17-9). துர்வஷ்-யது இனக் குழுவினருடன் சுதாஸ் பத்து அரச யுத்தத்தில் பங்கெடுத்தபோது, அதை இவருடைய உடன் பிறந்த சகோதரர் வசிஷ்டரே நடத்தினார் என்றால், அதன் எதிரொலி அகஸ்தியரின் செய்யுட்களில் கேட்டிருக்க வேண்டும். ஆனால் அப்படி ஒன்றுமில்லை, இவர் தினைமாவு, பயனளிக்கும் தானியங்கள், விஷம் தோய்ந்த அம்பு, தர்ப்பைப் புல் ஆகியவைகளைச் சொல்லியுள்ளார் (1-189-10; 1-191-3). புராணங்களில் அகஸ்தியரைக் குறித்துச் சொல்லப் படும் கதைகள் 'ரிக்வேத'த்தில் எங்குமே காணப்படவில்லை. அவர் மலைகளின் ஆசான் என்பதற்கும் எவ்வித ஆதாரமும் இல்லை. அதற்குப் பதிலாக அவர் ஐந்து ஆரிய இனக் குழுக்களுடன் ஒட்டியிருந்தவர்போல் தோன்றுகிறது (1-176-3).

8. தீர்க்கதமா

வச்த்யாவின் புத்திரரான தீர்க்கதமா 25 சூக்தங்களை படைத்தவர். இவருடைய தாயின் பெயர் மமதா என்றும் தெரிகிறது (1-158-1). இவரும் அடிமைகளைப் பற்றிக் கூறியுள்ளார் (1-158-5). இவர் வீரர்களைப் பற்றிச் சொல்லியிருப்பதால், தீர்க்கதமாவுக்குப் போரிலே விருப்பம் என்று தோன்றுகிறது (1-140-12). 'சமைக்கப்பட்ட நறுமணம் கமழும் குதிரை இறைச்சி' (1-162-12) என்று இவர் குறிப்பிட்டுள்ளதால், அப்போது

குதிரை மாமிசம் சாப்பிட்டது தெளிவாகிறது. வேள்வியில் கொல்லப்படும் குதிரை பற்றி இவர், 'குதிரை சாவதில்லை' (1-162-1) என்று கூறுகிறார்.

9. கோதமர்

ரஹூகௌின் புத்திரர் கோதமர் முதல் மண்டலத்தில் இருபதுக்கும் அதிகமான சூக்தங்களின் ஆசிரியராவார்.

10. மேதாதிதி

கன்வரின் மகன் மேதாதிதி இருபது சூத்திரங்களைப் படைத்தவர். தம் வம்சத்தாரை இவர் 'கன்வ மக்கள்' என நினைவு கூர்ந்தார். (1-14, 2, 5) ஆர்ஜுனேய குத்ஸ இவருக்கு நன்றியுடைவராயிருந்தார் (8-3-16). இவரை 'மேத்யோதிதி' என்றும் சொன்னார்கள். (8-1-8,11) மேதாதிதியின் கன்வர், பாட்டனார் கேரார், முப்பாட்டனார் அங்கிரா ஆவர்.

11. சியாவாஷ்வ

15 சூத்திரங்களைப் படைத்த அத்ரியின் புத்திரர் சியாவாஷ்வாவும் புகழ்பெற்ற ரிஷியாவார். இவர் அழகான தானமளிப்பதற்கு 'அர்ஹத்' என்னும் சொல்லைப் பயன்படுத்தியுள்ளார். (5-52-5). அந்தக் காலத்தில் பவுத்தர்களும், சமணர்களும் அர்த்தப்படுத்தும் விதத்தில் 'அர்ஹத்' என்னும் சொல்லுக்கு 'முக்தியடைந்தவன்' என்ற பொருள் இருக்க வில்லை. இவருடைய செய்யுட்கள் சப்த சிந்துவின் நிலவியலைப் புரிந்து கொள்வதில் மிகவும் உதவிகரமாக உள்ளன. இவர் சப்த சிந்துவின் கிழக்குப் பகுதியில் ஓடும் யமுனையைக் குறிப்பிட்டுள்ளார் (5-52-17) அதன் மேற்குக் கோடியில் பாயும் குபா (காபுல்), க்ரமு (குர்ரம்), சிந்து, சரயு ஆகிய நதிகளையும் குறிப்பிட்டுள்ளார். ஓரிடத்தில் ஸுதாஸின் பெயரையும் சொல்லியிருக்கிறார் (5-53-2). அத்ரியின் வம்சத்தாரில் இவர் எல்லோரையும்விட்ப் பெரிய ரிஷியாவார்.

12. குத்ஸ

15 செய்யுள் தொகுப்புகளை இயற்றிய இவர் அங்கிராவின் புத்திரர். இவர் தம் செய்யுட்களில் பல இடங்களிலும் அங்கிராவின் பெயரைக் குறிப்பிட்டிருக்கிறார் (1-104-2; 1-106-6) இவரும் 'அர்ஹத்' சொல்லைப் பயன்படுத்தியதுடன் (1-195-1), அடிமை மன்னர்களில் சுஷ்ண, பிப்ரு, விருத்ர, சம்பரன் போன்ற பெயர்களையும் கூறியிருக்கிறார் (1-103-8).

அசுரனான குயவனுக்கு இரண்டு மனைவிகள் இருந்ததாகச் சொல்கிறார் (1-104-3).

13. மதுச்சந்தா

விசுவாமித்திரரின் மகனும், தந்தையின் பக்தனுமான மதுச் சந்தா பத்து சூக்தங்களை படைத்துள்ளார். 'முஷ்டி ஹத்யா' (முஷ்டியால் கொல்லுதல்) என்ற சொல்லை இவர் பயன்படுத்தியுள்ளார் (1-8-2). அத்துடன் ருசிகரமான போதையூட்டும் சோமபானத்தையும் குறிப்பிட்டுள்ளார் (9-1-1). இவருக்கு ஜேதா, அகமர்ஷன் என்ற இரு ரிஷி புத்திரர்கள் இருந்தார்கள். அவர்களும் ஒவ்வொரு சூக்தம் இயற்றினார்கள்.

14. பிரஸ்கன்வர்

கன்வரின் புத்திரரான இந்த ரிஷி பத்து சூக்தங்களை படைத்தார். தன் மந்திரங்களில் இவர் ஆறேழு இடங்களில் கன்வரின் பெயரைக் குறிப்பிட்டிருக்கிறார். அத்ரி, அங்கிரா போன்ற ரிஷிகளையும், துர்வஷ், பக்த ஆகிய இனக்குழு மக்களையும் சொல்லியிருக்கிறார். இவர் கூறிய 'தஷ்விரஜ்', 'கோஷர்ய' ஆகியவை சப்தசித்துவின் வடமேற்குப் பகுதியில் சில இடங்களாக இருக்கலாம். 'சிந்துவின் நதிக்கரையிலே (1-46-8) என்று அவர் சொன்னதை வைத்து, அவர் இங்கே சிந்து நதியைத்தான் குறிப்பிடுகிறார் என்று சொல்ல முடியாது. ஏனெனில் அக்காலத்தில் 'சிந்து' என்றாலே 'நதி' என்றே பொருள். பிரஸ்கன்வர், குதிரைகள், பசுக்கள், ஆண்-பெண்கள் அனைவருக்குமே நலம் விழைகிறார் (1-47-6). சுதாஸ், துர்வஷ் இன மக்கள் பற்றியும் இவர் கூறியிருக்கிறார். துர்வஷுக்களுக்கும் யதுக்களுக்கும் கன்வரும், பிரஸ்கண்வரும் புரோகிதர்களாக இருந்தார்கள். அவ்விரு இனக் குழுவினருக்கும், சுதாஸுக்குமிடையே யுத்தம் நடைபெற்றது. தந்தையும், மகனும் புரோகிதர்களானதால், தத்தமது கிருகஸ்தர்களின் வெற்றிக்காக இந்திரனைத் துதித்திருக்கலாம்; ஆனால் அவர்களுடைய பகைவனான சுதாஸ்தான் போரில் வெற்றி பெற்றான். அதனால்தான் அந்த மந்திரங்களை (செய்யுட்களை) தொகுப்பது அவசியமெனக் கருதப்படவில்லை.

பத்தும், அதற்கும் அதிகமான சூக்தங்களை இயற்றிய ரிஷிகளைப் பற்றி மட்டுமே இங்கே கூறியுள்ளோம். அவர்களின் எண்ணிக்கை முந்நூற்று ஐம்பதைவிட அதிகம் என்று ஏற்கனவே கூறியுள்ளோம். மற்ற

ரிஷிகளில் சுனஹஷேப், அஜீகர்த் புத்ர, பராசரர், சக்தி புத்ர, அத்ரி முதலியோர் தலா ஒன்பது சூக்தங்களைப் படைத்தவர்கள். வசிஷ்டரின் பேரன் பராசரர் சப்த சிந்துவைச் சேர்ந்த ரிஷி. அவரைக் குரு-பாஞ்சால காலத்தவராகக் கருத முடியாது. மேதாதிதியின் தந்தையும், கோரரின் மகனுமான கன்வரும், மரீசியின் மகன் கஸ்யவரும் தலா எட்டு சூக்தங்களை படைத்தவர்கள். ரிஷிகளில் 'அபாலா' என்னும் ஆரியப் பெண்மணியும் இருக்கிறாள். அவளுடைய ஒரு சூக்தம் 'ரிக் வேத'த்தில் உள்ளது (8-80). 'அபாலா'வின் வேண்டுதலுக்கு இரங்கித் தேவர்கள் அவளது சரும நோயை அகற்றி அவளைக் கதிரவனைப் போன்ற சருமம் உள்ளவளாக்கி விட்டனர். ஆரியப் பெண்களில் தமது கணவன்மார்களை வெறுப்பவர்களும் இருந்திருக்கிறார்கள் என்று அபாலா கூறுகிறாள் (8-80-4). புத்தர் குறிப்பிட்ட பத்து ரிஷிகளில் விசுவாமித்திரரின் மகன் அஷ்டக்கும் ஒருவர். அவர் படைத்த ஒரேயொரு சூக்தம் கிடைக்கிறது (1-0-104). அதில் சப்த சிந்துவின் ஏழு நதிகளும், ஒன்பது கிளை நதிகளும், தொண்ணூறு கால்வாய்களும் குறிப்பிடப்பட்டுள்ளன (10-104-8). ரிஷிகள் பலரின் முன்னோர்களான வருண புத்திரர் பிருகு, இஷீரத் புத்திரர் குஷிக் ஆகியோரின் ஒவ்வொரு சூக்தம் கிடைக்கிறது. கன்வ வம்சத்தைச் சேர்ந்த வத்ஸனின் சூக்தம் ஒன்றும் உள்ளது. சப்த சிந்துவிலிருந்து துவங்கி பதினெட்டு - பத்தொன்பது நூற்றாண்டுகளுக்குப் பிறகு, வத்ஸரின் உண்மை நிலையை எவ்வளவோ மறந்துவிட்டனர். இது 'ஹர்ஷ சரிதம்' என்ற நூலில் பாணர் வர்ணித்த வத்ஸரின் பிறப்பு ஆகியவற்றில் காணலாம்.

அத்தியாயம் ஆறு

தஸ்யுக்கள்

1. சிந்து இனம் (பணி)

சிந்துப் பள்ளத்தாக்கில் நுழைந்தபோது ஊர்சுற்றி ஆரிய குதிரை வீரர்களை எதிர்த்து நின்ற இனம் உண்மையில் சிந்துப் பள்ளத்தாக்கில் மிக உயர்ந்த நிலையில் இருந்த இனமாகும். அவ்வினத்தின் நகரங்களின் இடிபாடுகள் மொகஞ்சோதாரோ, ஹரப்பாவிலே கிடைத்துள்ளன. அதன் கலாசாரச் சின்னங்கள் தெற்கிலே குஜராத்வரையிலும், கிழக்கிலே யமுனா பள்ளத்தாக்கு வரையிலும் கிடைத்துள்ளன. கிழக்கில் அவை இன்னும் வெகுதூரம் வரை கிடைத்தாலும் வியப்படைவதற்கில்லை. ஆனால் ரிக்வேத ரிஷிகள் தமது பயங்கரப் பகைவர்களென்று குறிப்பிடப் படுபவர்கள் சமவெளியைச் சேர்ந்த சிந்து கலாசார இனத்தவர் - திராவிடர் - அல்லர். ரிஷிகள் குறிப்பிட்டவர்கள் மலைகளில் வசித்து வந்தார்கள். அவர்களுடைய கோட்டைகள் (புரங்கள்) கற்களால் கட்டப்பட்டவை. இக்கோட்டைகளைத் தகர்க்க ஆரியர்கள் பெருமுயற்சி செய்யவேண்டி இருந்தது. சிந்து இனத்தாருடன் ஆரியர்களின் போர்கள் நிகழ்ந்தகாலம் கி.மு. 1500ஆம் ஆண்டு. மலைக்கோட்டைகளைத் தகர்த்த காலம், அதாவது ரிக்வேதத்தின் மிகப் பழைய ரிஷிகளின் காலம் அதன் பிந்தைய முந்நூறு ஆண்டுகளாகும். அந்த இடைக்காலத்தில் ஆரியர்கள் தவளைத் தாவலில் அல்லாமல், பாம்பு வேகத்தில் முன்னேறிக்கொண்டே சென்று சப்தசிந்து (யமுனையிலிருந்து சிந்து நதியைக் கடந்த பூமி) வரை பரவிவிட்டார்கள். மொகஞ்சோதாரோ, ஹரப்பா போன்ற தாமிரயுகத்தைச் சேர்ந்த அழகிய நகரங்களை வெற்றி கொண்டாலும், ஊர்சுற்றி ஆரிய மக்கள் அவற்றில் வாழத் தயாராயில்லை. பசுக்களையும், குதிரைகளையும் மேய்த்துக்கொண்டிருந்த இவர்கள் கும்பலாக இருக்கும் வீடுகளிலோ, கிராமங்களிலோதான் வாழ்ந்து

வந்தார்கள். அவர்களது கிராமங்களும் நிலையானவை அல்ல. கால்நடை வளர்ப்பில் வாழ்க்கையை ஓட்டுபவர்கள். தினைமாவிற்காகக் கொஞ்சமாக சவ்வரிசியைப் பயிரிட்டுக்கொள்பவர்கள் ஒரே இடத்தில் வருடம் பூராவும் இருக்க விரும்புவார்களா? இவர்களும் மத்திய ஆசியாவிலிருந்து வந்த சகர், ஹூணர், அவார், துருக்கியர் போன்று ஊர் சுற்றிகளைப் போலவே குதிரை ரோமங்களாலான கூடாரங்களுக்கு பிரதிகூலமான விஷயம் இந்தியாவில் பெய்யும் மழைக்குப் புல் பூண்டுகளால் வேய்ந்த குடிசைகள் பயனுள்ளவை.

ஆரியர்களை முதன் முதலில் எதிர்த்து நின்றவர்கள் சிந்து இனமக்கள், அவர்கள் முதலில் சுலபமாக ஆயுதங்களை வைத்திருக்கமாட்டார்கள் என்பது நிச்சயம். ரிக்வேத காலத்தில் அவர்கள் ஆரியர்களின் பிரதான எதிரிகளாக இருக்கவில்லை. ஆரியர்கள் தம்முடைய எதிரிகள் அனைவரையும் - சிந்து இனத்தவரையும், மலைப்பகுதி எதிரிகளையும் - கிருஷ்ணர்கள் (கருப்பர்கள்) என்றும், தபிஸ்கள் (அடிமைகள்) அல்லது தஸ்யுக்கள் என்றும் சொன்னார்கள். பகைவர்களிடையே ஒரு முக்கிய வேற்றுமையும் உள்ளது. ஆரியர் ‘பணி’ இனத்தாரை மட்டும் பால்சுரக்கும் பசுமாடுகளாகக் கருதினார்கள்; அவர்களைப் பகைவர்களாகக் கருதவில்லை ‘பணி’ இனத்தவர் செல்வச் செழிப்புடன் இருந்தார்கள். அவர்களிடமும் நிறைய பசுக்கள் இருந்தன. அவர்களுடனும் அவ்வப்போது சச்சரவுகள் நடந்தாலும், அவற்றுக்காக ஆரியர் பெருங்கவலை கொள்வதில்லை. இந்தப் ‘பணி’ இனத்தாரே ‘சிந்து’ இனப் பிரதிநிதிகள்.

‘பணி’ என்னும் சொல்லிலிருந்தே ‘பணள்’ (விற்பது), ‘பண்ய’ (விற்பனைப்பொருள்), ‘ஆப்பண்’ (கடைவீதி), ‘வணிக்’ (பனியா, வியாபாரி) என்ற பல்வேறு சொற்கள் தோன்றின. ‘பணி’ என்னும் பெயர் ஆட்சியை இழந்தாலும், உயர்ந்த கலாசாரத்தைக்கொண்ட சிந்து இனத்துக்கு மிகப் பொருத்தமான பெயராகும். ஆட்சியதிகாரத்தை இழந்துவிட்ட பிறகு அடிமைத்தனத்திலிருந்து தப்பித்துக்கொண்டவர்கள் விவசாயமும், வியாபாரமும் செய்தே தமது வாழ்க்கையை ஓட்ட இயலும். அவ்விரண்டிலும்கூட வியாபாரமே மிக்க லாபகரமானது. ‘ரிக்வேத’த்தில் ‘பணி’ இனத்தவரைக் குறித்துப் பல இடங்களிலும் குறிப்பிடப்பட்டுள்ளது. இவர்களைப் பற்றி குறிப்பிட்ட ரிஷிகளில் பரத்வாஜர், வசிஷ்டர், தீர்க்கதமா, ஔசத்ய, கோதமராஹீகண், கிருத்ஸமத், ஹிரண்யஸ்தூப், அஸித்தேவல் போன்ற புகழ்பெற்றவர்கள் இருக்கிறார்கள்.

எல்லோருக்கும் வயோதிகரான பரத்வாஜர், "அக்னி 'பணி' இனத்தாரின் செல்வத்தைப் பறித்துக்கொள்கிறார்" (6-16-3) என்கிறார். 'பணி' இனத்தாருக்கும், குத்ஸவுக்கும் சண்டை நடந்தது. அதைப்பற்றி பரத்வாஜர் கூறும்போது, "இந்திரனே, உன்அருள் பெற்ற கவிஞர் குத்ஸவை விட்டு நூற்றுக்கணக்கான 'பணி' இனத்தார் ஓடிவிட்டார்கள்" (6-20-4) என்கிறார். ஆரிய ரிஷிகள் பலாத்காரமுடன் மட்டுமே 'பணி'களின் செல்வத்தைப் பறிக்கவில்லை; அவர்களைத் தமக்குச் சாதகமாக்கிக் கொண்டும் தன்னலம் பேண விரும்பினார்கள். பரத்வாஜரே சொல்கிறார் (6-53-3): "ஓ பூஷாதேவனே! கொடுக்க விரும்பாதவர்களையும் தானமளிக்கும்படி செய்! 'பணி' இனத்தாரின் மனசை இளகச் செய்" மேலும் கூறுகிறார் (6-53-5)" 'பணிகளின் நெஞ்சைக் கிழித்தெறி! அவர்களை எங்களுக்கு வசமாக்கு! கத்தியால் 'பணி'களின் நெஞ்சைக் கீறிவிடு!' பரத்வாஜரின் சமகாலத்தவரான வசிஷ்டரும் 'பணி'களுக்கு எதிராக எல்லாவித வழிமுறைகளையும் அனுசரிக்க விரும்புவர். அவர் கூறுகிறார். "நல்ல வேள்வியான அக்னி 'பணி' இனத்தாரின் வாசலைத் திறந்தார். அவர்கள் பக்தியான, வேள்வியற்ற உளறு வாய்க்காரரும், கொடுமைக்காரரும் ஆவர். அந்த தஸ்யுக்களை அக்னி நாசமாக்குகிறார்." இதே காலத்தவரான ரிஷி உசத்ய புத்திர தீர்க்கதமா, "ஓமித்ராவருணரே, சிந்து இனத்தார் உம்முடைய தெய்வத்தன்மையைப் பெறவில்லை. 'பணி'களும் அதை அடையவில்லை" (1-151-9) என்கிறார். முதலில் குருடராக இருந்து பின்னர் பார்வை பெற்ற தீர்க்கதமாகோதமர் என்ற பெயரில் புகழ் பெற்றதாக பின்னாட்களில் கூறப்பட்டது. ஆனால் இக்கூற்று 'ரிக்வேத'த்துக்கு எதிரானது. தீர்க்கதமா உசத்யவின் மகன், கோதமர் ராஹூகண் மகன். இவ்விருவரின் சூக்தங்களும் (செய்யுள் தொகுப்புகளும்) வெவ்வேறாக இருக்கின்றன. கோதமரின் கண்ணும் 'பணி'களின் பசுக்களின் மீதே படிந்திருந்தது. ஓ அக்னியே, சோமனே! நீங்களிருவரும் வீரத்தைக் கொண்டு 'பணி'களின் பசுக்களைப் பறித்துக் கொண்டீர்கள்" (1-93-4) என்கிறார் அவர். தம்முடைய விரோதிகளின் பசுக்களையும், செல்வத்தையும் திருடுவதும், கொள்ளையடிப்பதும் ஆரியருக்கும், அவர் தம் கடவுளர்களுக்கும் தவறான காரியங்களல்ல.

இது மட்டுமல்ல, ரிஷி கிருத்ஸமத் கூற்றுப்படி, (2-24-6) மிக்க ரகசியமான இடங்களிலும் மறைத்து வைக்கப்பட்டிருந்த 'பணி'களின் செல்வங்களை ஆரிய ஞானிகள் அடைந்தார்கள். 'பணி'கள் செல்வந்தர்

மட்டுமல்ல, மற்றவருக்குக் கொடுக்க விருப்பமில்லாதவர்கள் என்னும் விஷயம் புதிதல்ல. பணியாக்களின் (வியாபாரிகளின்) சுபாவத்தின்படி 'பணி'கள் மற்றவரைக்காட்டிலும் சற்று அதிகமான கஞ்ச மகா பிரபுக்கள். இது விருந்தோம்பல் கொண்டு பாதி ஊர் சுற்றும் இனத்தாரான ஆரியரின் சுபாவத்திற்கு எதிரானது. ஹிரண்ய ஸ்தூப், 'பணி'களின் சுபாவத்தைக் கைக்கொள்ளாதீர் என்று இந்திரனை வேண்டுகிறார் (1-33-3) : ஓ இந்திரனே! அதிக செல்வம் தந்து 'பணி'களைப் போலாகாதீர்! எங்களிடமிருந்து அதிகப் பயனை எதிர்பார்க்காதீர்" 'பணி' இனத்தார் விழிப்புடனில்லாமல் உறங்கிக்கொண்டே இருக்கட்டும்! என கக்ஷீவான் என்னும் ரிஷியும் விரும்புகிறார் (1-124-10). 'பணி'களின் பசுக்களையும், செல்வத்தையும் ஒவ்வொரு ஆரியனும் விரும்பிக் கொண்டிருந்ததால் அவர்கள் உறங்கிக் கொண்டிருப்பதே கொள்ளைக்காரர்களுக்கு வேண்டுமல்லவா? இந்திரன் பணிகளிடமிருந்து தானியம் திருடச் சென்று, அதை கிரகஸ்தரிடையே (ஆரியரிடையே) வினியோகிக்கிறார்" என்று ஸம்வரணர் கூறுகிறார் (5-34-7).

"உணவு வகைகள் நிறைய வைத்துள்ள 'பணி'யை சோமதேவன் நாசமாக்க வேண்டும்; ஏனெனில் பணி ஓநாய் என்கிறார் ரிஜிஷ்வா (6-51-14). நீர் பணிகளிடமிருந்து செல்வத்தையும், பசுக்களையும் எடுத்துக் கொள்ளும்!" என சோமதேவனை அஸித்தேவலும் வேண்டுகிறார் (9-22-7) "நீர் பணிகளின் செல்வத்தைக் கைப்பற்றினீர்!" என்று பருக்ஷேப்பின் மகன் அனாஎத், சோமதேவனை வேண்டுகிறார்.

"மன்னா! இரண்டு சிவப்புக் குதிரைகளைத் தேரில் பூட்டி, தானம் செய்யாத பணிகளின் மேல் படையெடு" என்று பந்து ஒரு அரசரிடம் சொல்கிறார் (10-60-6). சம்பு என்ற ரிஷியின் காலத்தில் 'பணி' இனத்தலைவன் 'புபு' என்பவன் கங்கை மைதானத்தின் பரந்த மைதானத்தைப் போல் உயரமான பிரதேசத்தில் இருந்து வந்தான் (6-45-31). பணிகளுக்கு ஆபத்துகள் உண்டுபண்ண இந்த ரிஷிகள் தூண்டிதான் விடுகிறார்கள் என்பது புபு அறிவானாதலால், அவன் சம்யு ரிஷியை தாராளமாகத் தானமளித்துச் சரிப்படுத்திக் கொண்டு விட்டான். அதன் காரணமாகவே சம்யு புபுவுக்கு புகழாரம் சூட்டத் தொடங்கி விட்டார் (7-45-32, 33). கங்கையின் பரந்த வெளியைப் போலவே புபுவின் உள்ளமும் பரந்திருந்தது. புபு காற்று வேகத்திலே ஓடிக்கொண்டிருந்த ஆயிரம் பசுக்களையும் தானம் செய்துவிட்டான். அவனுடைய தாராள மனப்பான்மையால் சம்யு மட்டுமே பயனடைய

வில்லை; வேறு பல ரிஷிகளும் பயன் பெற்றார்கள். ஆயிரக்கணக்கான பசுக்களைத் தானம் தந்து, பல்லாயிரக்கணக்கான புகழுரைகளுக்குத் தகுதி பெற்ற புபுவைப் பாராட்டித் தீர்த்தார்கள் ரிஷிகள்.

'பணி'களுடன் ஆரியரின் உறவுகள் பற்றி 'ரிக்வேத'த்தின் பத்தாவது மண்டலத்தில் (அத்தியாயத்தில்) ஒரு முழு சூக்தமே இருக்கிறது (10-108). அதில் பணிகளுக்கும், ஸர்மாவுக்குமிடையே நடைபெற்ற பேச்சு வார்த்தை தரப்பட்டிருக்கிறது. ஸர்மா தேவர்களின் பெட்டை நாய் என்றாலும், இங்கே அது ஆரியர்களின் பேராசைக்கும், வன்முறைக்கும் பிரதிநிதியாக உள்ளது. இச்செய்யுட்களை இயற்றியவர்கள் 'பணி'களென்றும், ஸர்மா என்றும் குறிப்பிடப்பட்டுள்ளது. இதன் பொருள் உண்மையான படைப்பாளியின் பெயர் தெரியவில்லை. அந்த வினோதமான சம்பாஷணை இதுதான்:

பணிகள்: ஸர்மா, எந்த நோக்கத்தோடு நீ இங்கே வந்தாய்? நீ வந்த பாதை மிக நீண்டது. அதைப் பின்னால் திரும்பிப் பார்க்கவே முடியாது. எங்களிடம் என்ன இருக்கிறது? நீ பாதையிலுள்ள நதிகளின் நீரை எப்படிக் கடந்து வந்தாய்? - 1-

ஸர்மா : ஓ பணிகளே, நான் இந்திரனின் பிரதிநிதியாகி உங்கள் செல்வங்களைப் பெற வேண்டுமென்னும் விருப்பத் தில் மூழ்கியுள்ளேன். நீங்கள் பெருஞ் செல்வத்தைச் சேர்த்து வைத்துள்ளீர்கள். அதற்காகவே நான் வந்திருக்கிறேன். நீர் என்னைப் பாதுகாத்தது. நான் நதிகளின் நீரைத் தாண்டி வந்துள்ளேன். - 2-

பணிகள் : ஸர்மா! நீ பிரதிநிதியாக வந்துள்ள அந்த இந்திரன் எப்படிப்பட்டவன்? அந்த இந்திரன் இங்கே வந்தால் அவரை நாங்கள் எங்கள் நண்பராக்கிக்கொள்வோம். அவர் எங்கள் பசுக்களை ஏற்று எங்கள் பசுபதியாகட்டும்-3-

ஸர்மா : நான் பிரதிநிதியாக வந்துள்ள அவரை யார் வெற்றி கொள்ளமுடியுமென்பதை நான் அறியேன். ஆழமான நதிகள் கூட அவரைத் தடுத்து நிறுத்த இயலாது. ஓ பணிகளே! அந்த இந்திரனால் கொல்லப்பட்டு நீங்கள் உறங்கி விடுவீர்கள்!-4-

பணிகள் : ஓ ஸர்மா! வானத்தின் விளிம்பிலிருந்து எந்த பசுக்களை விரும்பி நீ வந்திருக்கிறாயோ, அவற்றைப் போரின்றி யார் பறித்துக்கொள்ள முடியும்? எங்கள் ஆயுதங்கள் கூர்மையானவையாக்கும்!-5-

ஸர்மா : பணிகளே, உங்கள் பேச்சு படைவீரர்களுக்குரிய பேச்சாக இல்லை. உங்கள் உடல்கள்பாவப்பட்டவை. நீங்கள் வரும் வழி வழக்க மானதல்ல. பிரகஸ்பதி உங்களை ஆபத்திலே சிக்க வைக்கக்கூடும்.–6–

பணிகள்: ஸர்மா, எங்கள் செல்வம் மலைகளால் பாதுகாக்கப் பட்டுள்ளது. எங்கள் இருப்பிடம் பசுக்களாலும், குதிரைகளாலும், தானியங்களாலும் நிறைந்துள்ளது. சிறந்த காவலர்களான பணிகள் அதைப் பாதுகாக்கிறார்கள். எங்கள் இருப்பிடத்திற்கு நீ வீணாகத்தான் வந்திருக்கிறாய்! – 7–

ஸர்மா : சோமபான போதையில் திளைக்கும் அயாஸ், ஆங்கிரஸ், நவகு போன்ற ரிஷிகள் இங்கே வருவார்கள். அவர்கள் இந்தப் பசுக்களைப் பறித்துச் சென்றுவிடுவார்கள். பிறகு உங்கள் இந்த வீரச் சொற்களெல்லாம் வெறும் உளறல்களாகத்தான் இருக்கும்.–8–

பணிகள் : ஓ ஸர்மா, தேவர்கள் பயந்துபோய் உன்னை இங்கு அனுப்பியிருக்கிறார்கள். நாங்கள் உன்னை எங்கள் சகோதரியாக்கிக் கொள்கிறோம். நீ திரும்பிப் போகாதே! ஓ அழகியே, நாங்கள் உனக்குப் பசுக்களைத் தருவோம்.–9–

ஸர்மா : நான் சகோதரத் தன்மையோ, சகோதரித் தன்மையோ அறியேன். அவற்றையெல்லாம் இந்திரனும், கோரர் வம்சத்தவரும், அங்கிரா வம்சத்தவரும் அறிவார்கள். அவர்கள் பசுக்களை அடையும் விருப்பத்தில் என்னை இங்கே பாதுகாப்பாக அனுப்பி வைத்திருக்கிறார்கள். அதனால்தான் நான் வந்தேன். பணிகளே, இங்கிருந்து தூரமாக ஓடிவிடுங்கள்!–10–

பணிகளே, இங்கிருந்து வெகு தொலைவிற்கு ஓடி விடுங்கள்! பசுக்கள் சங்கடங்களால் துன்பம் அனுபவித்துக்கொண்டிருக்கின்றன. அந்தப் பசுக்களை பிரகஸ்பதி, சோம தேவன், சோமத்தை அரைக்கும் கல், பிராமணரும், ரிஷிகளும் அடையட்டும்!

'பணி' இனத்தாரின் பரிதாபநிலை அப்போது எவ்வாறு இருந்ததென்பதற்கு இந்தப் பேச்சுவார்த்தை ஒரு சிறந்த எடுத்துக்காட்டு! இது நமக்குப் பத்தொன்பதாம் நூற்றாண்டின் முதல் பாகம் வரை மத்திய ஆசியாவில் வாழ்ந்து வந்த வடக்கு ஊர்சுற்றி மக்களை நினைவு படுத்துகிறது. அவர்கள் கொள்ளையடித்த பொருளை தர்மமான முறையில் (அறநெறியின்படி) சம்பாதித்ததாகவே கருதினார்கள்.

2 சம்பரனைச் சேர்ந்த மலைவாசிகள்

ரிக் வேதகால ஆரியர்களின் உண்மையான எதிரிகள் சம்பரனும் அவனைச் சேர்ந்த மலைவாழ் மக்களுமாவர். சம்பரன் திவோதாஸின் எதிரியாவான். அவனுக்கும் முன்பே அவனது இனத்தார் ஆரியரின் முன்னேற்றத்தைத் தடுத்து நிறுத்த போர் முரசு கொட்டினர். இம்மலைவாசிகளை ஆரியர் 'தாஸ்கள் (அடிமைகள்) என்றும், 'தஸ்யுக்கள்' என்றும் அழைத்தனர். சிந்து இனத்தைச் சேர்ந்த 'பணி' களையும் இதே பெயர்களில் அவர்கள் அழைத்தனர். ரிக்வேத ரிஷிகளின் நோக்கம் வரிசையான வரலாறு எழுதுவதல்ல; அவர்கள் ஆங்காங்கே சரித்திரச் செய்திகளைத் தொட்டுச் சென்றனர்; 'ரிக்வேத'த்திலே சிந்து இனம் பற்றியும், மலைவாழ் இனம் பற்றியும் தெளிவாக சொல்லப்பட்டிருக்குமென எதிர்பார்க்கக் கூடாது. இருப்பினும் அக்கால நிலைமையைக் கவனிக்கும்போது விஷயங்கள் நமக்குப் புலனாகவே செய்கின்றன.

அரசியல் போராட்டத்தை விட்டுவிட்ட சிந்து இன மக்களே பணிகள்! இப்போது மலைவாசிகள் வாளை ஏந்திக்கொண்டனர். வெற்றி கொள்ள இயலாத நூறு மலைக்கோட்டைகள் சம்பரன் வைத்திருந்தான். அவற்றை திவோதாஸ் அழித்தொழித்தான். திவோதாஸ் புருக்களின் கிளை இனக்குழுவான 'பரத' இனக்குழுவைச் சேர்ந்தவன். அவ்வினத்தை 'திரித்ஸு' என்றும் அழைத்தனர். இவர்களுக்கு மேற்கு எல்லை பருஷ்ணி (ராவி) நதி. சுதாஸின் வாழ்நாளில் பருஷ்ணி அருகில் வரை பக்தூணியரும் (பட்டாணியரும்), மற்ற மேற்கத்திய ஆரிய இனக் குழுவினரும் திரித்ஸுக்களுக்கு பெரும் தீங்கிழைத்தனர். கிழக்குத் திசையில் திருத்ஸுகளுக்கு எல்லைகளாக சுதுத்ரி (சட்லஜ்)யும், விபாஷும் (பியாஸும்) நதிகள் இருந்தன. மேற்கில் பக்தூணியரிடமும், பலானஸரிடமும் மேற்குமலைகள் இருந்தாலும், பரதர்களிடம் காங்கரா மட்டுமே இருந்தது. ஆகவே ஆரியர்களை அலைக்கழித்த மலைவாழ் மக்கள் இனம் காங்கரா மலைகளிலேயே வாழ்ந்திருக்கக்கூடும். ஆனால் அங்குள்ள இன்றைய 'கஷ்' இனத்தாரையும் இந்தோ-ஆரியர்களையும் மூவாயிரம் ஆண்டுகளுக்கு முந்தைய தாமிர யுக இனத்தவர் என்று நாம் சொல்ல முடியாது. அப்படியாயின், இங்கே எந்த இனம் வாழ்ந்திருந்தது? சிந்து இனத்தவர்தான் இங்கே இருந்து வந்தார்களா? இம்மலைவாழ் மக்களையும் 'கிருஷ்ணர்கள்' (கருப்பர்) என்றே குறிப்பிட்டிருப்பதால்,

அவர்களும் மொகஞ்சோதாரோ, ஹரப்பா வாசிகளின் சகோதரர்களே! நாம் தாமிரயுகத்தில் வாழ்ந்த இமாலயகிராதர் பற்றி ஆராய்ந்தால், அவர்கள் வேறு இனத்தவர் என்பதைப் புரிந்துகொள்வது சுலபமாகிவிடும்.

३. மோன்-க்மேர் (கிராதர்)

ஒரு சமயம் இமயமலை பூராவும் 'கிராத' இனத்தவர் வாழ்ந்து வந்தனர். மேற்கில் சம்பாவிலிருந்து, கிழக்கில் அசாமில் நாகர் பூமி வரையிலும், அதையும் கடந்து பர்மா தாய்லாந்தைத் தாண்டி, இந்தோசீனா வரையும் இவ்வினத்தை இன்றும் காணலாம். சம்ஸ்கிருதத்தில் 'கிராதர்' எனப்படுவோரைத் தற்கால அறிஞர்கள் 'மோன் -க்மேர்' என்றழைக்கின்றனர். கிர் அல்லது கிராத இனம் 'ரிக்வேத'த்திலே குறிப்பிடப்படா விட்டாலும், இம்மலைகளில் அக்காலத்தில் இவ்வினம் மட்டுமே வசித்து வந்தது. இன்று இந்த இனத்தின் மிச்ச சொச்சங்கள் திபேத் எல்லையோரத்திலும், பள்ளத்தாக்கின் பல இடங்களிலும் மட்டுமே காணப்படுகின்றன. மேற்கிலிருந்து கிழக்கில் செல்லச் செல்ல இவர்களின் எண்ணிக்கை பெருகிக்கொண்டே போகிறது. கிழக்கு நேப்பாளத்தை இன்றும் 'கிராததேசம்' என்றே அழைக்கின்றனர். கிராத மக்கள் சீன, மங்கோலிய, திபேத்திய இனங்களுடன் தொடர்புள்ளவர்கள், ஆனால் இவர்களுடைய தொடர்பு இந்திய ஆரியர்கள் மேற்கு ஐரோப்பியருடன் கொண்டிருந்த தொடர்பைப் போல மிக மிக தூரத்து உறவேயாகும். கிராத் அல்லது மோன்-க்மேர் மக்களின் முகங்கள் மங்கோலியத் தன்மை நிறைந்திருக்கும். அதனால் திபேத்திய எல்லையில் எஞ்சியுள்ள மோன்-க்மேர் மக்களை எத்தனையோ அறிஞர்களே திபேத்தியராகக் கருதும்போது, சாதாரண மக்களைப் பற்றிச் சொல்லவே வேண்டாம்.

பல மோன்-க்மேர்கள் தமது மொழியையே மறந்து விட்டனர். மேலும் சிலர் சிறுபான்மையினராக இருப்பதால், தங்கள் முகச் சாயலையும் இழந்து விட்டதில் வியப்பில்லை. ஆனால் மேலும் பலர் இன்றும் தமது மொழியையே பேசுகின்றனர். இவர்கள் சம்பாவைச் சேர்ந்த லாஹீலி, லாஹீலுக்குக் கீழ்ப் பகுதிகளிலுள்ள மக்கள், குல்லூவின் மலாணா கிராமத்தவர், மேல் சத்லநஜச் சேர்ந்த கின்னோர் அல்லது கனௌர், மாணா நீதியைச் சேர்ந்த மார்ச்சார், அஸ்கோட் (அலமோடா)விலுள்ள ராஜி அல்லது ராஜகிராதர், மேற்கு நேப்பாளத்திலுள்ள

மகர்-குரங், மத்திய நேப்பாளத்தைச் சேர்ந்த தமஸ், நேப்பாள பள்ளத்தாக்கைச் சேர்ந்த நேவார்கள், கிழக்கு நேப்பாளத்தின் மூன்று கிராத இனத்தவர்-லிம்பூ, ராக்கா, ராயீ-சிக்கிமில் லேப்சா இன மக்கள், அசாமில் நாகாக்கள் முதலியோர் கணக்கிடுதல், பஞ்ச பூதங்கள் போன்ற எத்தனையோ சொற்கள் இவர்களது மொழிகளிலுள்ளவை திபேத்திய மொழிக்கு நெருக்கமாக உள்ளன; ஆனால் இம்மொழிகளில் உள்ள பல சொற்கள் தனித்தன்மை கொண்டவை. தண்ணீரைக் குறிக்கும் 'த்தீ' என்னும் சொல்லையே எடுத்துக்கொள்வோம். இது சம்பாவிலிருந்து நாகாலாந்து வரையிலும் ஒரே மாதிரியாக உள்ளது. நேவார் மக்கள் தண்ணீருக்கு இச்சொல்லைப் பயன்படுத்தாவிட்டாலும் இறைச்சி நீரை 'லா-த்தீ' என்கின்றனர். இதனால் அவர்களிடையேயும் 'த்தீ' சொல் பரவியிருப்பது தெரிகிறது. பத்ரீநாத்திலிருந்து கைலாஷ் செல்லும் வழியில் மனித சஞ்சாரமற்ற ஒரு முகாமின் பெயர் 'த்தீ-பானீ' என்பதாகும். இங்கே கிராத மொழிச் சொல்லும், இந்திச் சொல்லும் சேர்ந்து வந்திருக்கின்றன. இவ்வினங்கள் தற்போதும் கிராத மொழி பேசுகின்றன. பல இடங்களில் இவ்வின மக்களை கிராதர் என்றும் அழைக்கின்றனர். ஆனால் சில கிராதர்கள் தமது மொழியை விட்டு, மலை நாட்டு மொழி அல்லது திபேத்திய மொழி பேசத் தொடங்கினர். திபேத்திய மொழிக்காரர்களை குறிப்பிட்டுக் கூற முடியாது. காரணம், இருவரின் முகச் சாயலிலும் எவ்வித வேற்றுமையும் இல்லை. எனினும் திபேத்திய மொழி பேசுவோர் கி.பி. ஏழாம் நூற்றாண்டின் பிற்பகுதியிலிருந்து மேற்கு மானசரோவர், நேப்பாளத்திலுள்ள இமயமலைகள் ஆகியவற்றை நோக்கி முன்னேறினர். அவர்கள் இங்குள்ள பழங்குடியினரை மோன்ப்பா' என்றும், அவர்களது நாட்டை 'மோன்-யுல்' (மோன்நாடு) என்றும் அழைக்கின்றனர். காட்மண்டுவிலிருந்து நேராக வடக்கு திபேத்திய எல்லைக் குள்ளிருக்கும் பிரதேசத்தை இன்றும் 'மோன்-யுல்' என்கின்றனர்.

இந்த 'மோன்' சொல் யர்யாவின் பழைய பிரஜைகளுக்கும் பயன்படுத்தப்பட்டது. இவர்களைக் குறிப்பிட 'மோன்' என்ற சொல்லையும். கம்போடியா (கம்போஜம்) வின் 'க்மேர்' என்னும் சொல்லையும் இணைத்து அறிஞர்கள் 'மோன்-க்மேர்' என்னும் சொல்லை உருவாக்கினர். 'ஸ்பிதி' மக்களும் முதலில் கிராதரே எனத் தெரிகிறது. கங்கோத்ரிக்கு மேலுள்ள நேலஸ் மக்களும் மோகன்கள்தான்; ஆயினும் அவர்கள் இன்று 'மோன்' (கிராத) மொழி பேசுவதில்லை.

நீத்தி–மாணா பிரதேசத்திலுள்ள 'தோல்ச்சா' மக்கள் இன்றும் மலைநாட்டு மொழி பேசுகின்றனர். அதேபோல் அல்மோராவைச் சேர்ந்த 'மிலம்' காரர்களும் மலை நாட்டு மொழியே பேசுகின்றனர். ஆனால் இவர்களின் முகச் சாயல் கிராதர்களைப் போன்றுள்ளது. இவர்கள் கிராதர்களின் மிச்ச சொச்சங்கள்தான். நேப்பாளத்தில் மோன்ப்பாக்கள் பெரும்பாலும் தெற்கில் 'கஸ்' மொழி பேசும் பெரும்பான்மை மக்களிடையே வசிக்கின்றனர். அவர்கள் மெள்ள மெள்ள தமது சொந்த மொழியே மறந்துவிட்டனர்.

கிராதர் அல்லது மோன் மக்களின் ஒரு பகுதியினர் இமயத்திற்குக் கீழே பள்ளத்தாக்கில் வாழ்கின்றனர். அவர்களை 'த்தாரு' அல்லது 'போக்தா' என அழைக்கின்றனர். 'த்தாரு' மக்கள் ஹரித்துவார் அல்லது யமுனை நதியின் மேற்கில் காணப்படுவதில்லை என்றாலும், அவர்களது தாமிர யுகத்து முன்னோர்கள் ஜம்மு வரையிலும் பரவியிருந்தாலும் வியப்படையத் தேவையில்லை. இன்று 'த்தாரு' இனத்தார் நைனிதால் பள்ளத்தாக்கிலிருந்து தர்பங்காவின் வடக்குப் பள்ளத்தாக்கு வரை வசிக்கின்றனர். அவர்களுக்குக் கிழக்கிலுள்ள மேச்சி, கோச் ஆகியோரும் 'மோன்'கள்தான்! 'த்தாரு' இனத்தவர் தமக்குத் தெற்கில் மிக அருகிலிருக்கும் மக்களின் மொழியைப் பேசுகின்றனர். அவர்களிடையே நமதிலி, போஜ்புரி, அவதீ (இந்தியின், பிராந்திய மொழிகள்) ஆகியவை புழக்கத்தில் உள்ளன. ஆனால் அவர்களது மங்கோலிய முக ஜாடை அவர்களைத் தமது அண்டை மக்களிடமிருந்து வேறுபடுத்துகிறது.

இன்றும் இமயத்தில் மோன் அல்லது கிராத இன மக்கள் வசிக்கிறார்கள் என்பது மேற்கூறிய விவரங்களிலிருந்து அறியலாம். மேற்கிலே அவர்களின் எண்ணிக்கை குறைந்துகொண்டே போயிற்றென்பது உண்மைதான்! காரணம், அங்கே அவர்களின் பூமியில் வெளியார் பலாத்காரமாக நுழைந்ததுதான்! ரிக் வேத ஆரியர் காங்கராவிலிருந்த் மலை நாட்டு கிராதகரின் கோட்டைகளைப் பறித்துக்கொண்டு இதைத் தொடங்கி வைத்தார்கள். காங்கரா மாவட்டத்தில் கல்லூ சப் டிவிஷனில் மலாணா பள்ளத்தாக்கில் கிராத மொழி பேசும் மலாணா கிராமம் ஒன்று மட்டுமே இன்று இருக்கிறது. அது மொழியால் கிராத கிராமமானாலும்,

சுற்றுப்புறமும் உள்ள 'கங்' இனத்தவர் கடலில் அது தன் தனித் தன்மையைப் பாதுகாத்துக்கொள்ள முடியுமா? 'மிலம்' கிராமத்தவர் முக ஜாடையில் 'மோன்' இனத்தவரானாலும். மொழியால் 'கஸ்'கள். இதற்கு நேர்மாறாக மலாணா வாசிகள். முகச் சாயலில் 'கஸ்'களானாலும், மொழியால் 'மோன்'கள். குறிப்பாக இன்று காங்கரா மாவட்டத்திலே கிராத முகச் சாயலும் கிடைப்பதில்லை; அம்மொழியைக் கேட்கவும் முடியவில்லை. ஆனால் ஊர்களின் பெயர்களிலே அம்மொழி உயிருடன் இருக்கிறது. சரித்திரப் புகழ் வாய்ந்த பைஜநாத் கிராமம் உள்ள இன்றைய பைஜநாத் கிராமத்தை பத்து பதினோரு நூற்றாண்டுகளைச் சேர்ந்த கல்வெட்டுகள் 'கிர் கிராம்' (கிராதர் கிராமம்) என்றே குறிப்பிடுகின்றன. பெஜநாத் பள்ளத்தாக்குகள் வெகு தூரத்திலில்லை.

பருஷ்ணி-சுதுத்ரி-விபாஷ் நதிகளிடையே பரத திரித்ஸு இனக் குழுவினரின் பிரதேசத்தைச் சேர்ந்த மலைவாசிகள் காங்கிராவினராகவே இருக்க முடியும். அவர்கள் அக்காலத்தில் கிராதர்கள். அவர்கள் கருப்பர்களல்ல; சற்று மஞ்சள் நிறத்தவராக இருப்பார்கள். 'ரிக் வேத' ஆரியர்கள் 'பணி'களை அழைத்ததைப் போலவே இவர்களையும் ஏன் கருப்பர் என்று சொன்னார்கள் என்பதைப் புரிந்துகொள்வது சுலபம்தான். ரிக் வேத ஆரியர் உருவத்திலும், நிறத்திலும் ஐரோப்பியர் போன்று வெள்ளை வெளேரென்று இருந்தார்கள். அதனால் அவர்களுக்கு இவ்விருவரும் கருப்பர்களாக இருந்ததில் வியப்பில்லை.

பணிகளின் செல்வங்களைப் போல் கிராதரின் செல்வச் செழிப்பு ஆரியர்களைக் கவர்ந்திழுக்கும் வாய்ப்பு மிகக் குறைவுதான்! அந்தக் காலத்தில் மலைகளிலும்கூட நல்ல காடுகளும், மேய்ச்சல் நிலங்களும் இருந்து வந்தாலும், அவை பஞ்சாபிலுள்ள காடுகளுக்கும், மேய்ச்சல் நிலங்களுக்கும் இணையானவையல்ல.ஆயினும் ஆரியர்களின் எண்ணிக்கை உயர்வும், அவர்களுடைய பசுக்கள், குதிரைகளின் வளர்ச்சியும் அவர்களை வடக்கு நோக்கிச் செல்ல நிர்ப்பந்தித்தன. பின்னர் மாடு மேய்க்கும் 'மோன்'களுக்கும், ஆரியர்களுக்குமிடையே சண்டை துவங்கி விட்டது. ஆரியர்கள் பலாத்காரம் செய்து, மலைக்குக்

கீழே வாழ்ந்து வந்த ‘மோன்’களை விரட்டி விட்டார்கள். சப்த சிந்துவின்-யமுனையிலிருந்து சிந்து நதியைக் கடந்துள்ள பகுதியின்-வட மலையின் பள்ளத்தாக்கில் எங்குமே ‘த்தாரு’ இனத்தவர் இல்லாதது அதை ருசுப்படுத்துகிறது. ஆனால் ‘மோன்’கள் வாய்மூடி மவுனமாக பொறுத்துக் கொள்வார்களா? அவர்களும் ஆரியரைப் போலவே மாடு மேய்ப்போரும், ஊர் சுற்றிகளும், வீரர்களுமாயிற்றே! அவர்களும் பழிவாங்க ஆரிய கிராமங்களின் மேல் படையெடுக்கத் துவங்கி யிருக்கலாம். இப்போது ஆரியர் முன்னே றாமல் இருக்க முடியாது. மோன்களின் மலைக் கோட்டைகளில் சம்பரனுடன் போர் செய்வது அவர்களுக்குத் தவிர்க்க முடியாததாயிற்று.

அத்தியாயம் ஏழு

முதல் ஆரிய மன்னர்கள்

வரலாற்று முற்காலமாக இருந்தாலும், 'ரிக்வேத'த்தின் மிகத் தொன்மையான ரிஷிகளான பரத்வாஜர், விசுவாமித்திரர், வசிஷ்டர்- ஆகியோரின் சமகால மன்னர்களான திவோதாஸும், ஸுதாஸும் வாழ்ந்த காலங்களில் சரித்திரத்தை நாம் சுலபமாகவே தெரிந்துகொள்ள முடிகிறது. உள்நாட்டு, அதைவிட அதிகமாக வெளிநாட்டு இந்தோ-ஐரோப்பிய இனங்களின் மொழியையும், மற்ற ஆதாரங்களையும் வைத்துப் பார்க்கும்போது, ஆரியர் சிந்து பள்ளத்தாக்கில் நுழைந்த காலம் கி.மு.1500 ஆக இருக்கலா மென்பதே சரியானதாகத் தோன்றுகிறது. 'ரிக்வேத'த்து ரிஷிகள் இக்காலத்திற்கு மிக நீண்ட இடைவெளிக்குப் பின்னரே தோன்றினர். அதனால் அவர்கள் தமது துவக்ககால முன்னோர்கள் பற்றி மிகச் சொற்பமாகவே தெரிவிக்க முடியும். ரிக்வேத ரிஷிகள் தமது 'ரிசா'க்களை (செய்யுட்களை) சரித்திர நாயகர்களை அமரர்களாக்குவதற்காக இயற்றவில்லை; அவர்கள் பிரதானமாக புரோகிதர்களாதலால், தமது கடவுளர்களை மகிழ்விப்பதற்காகவே இயற்றினர், அச்செய்யுட்களில் ஆங்காங்கே ரிஷிகளை ஆதரித்தவர்களைப் பற்றிய (கிரகஸ் தர்களைப் பற்றிய) புகழுரைகளும் இடம் பெற்றுள்ளதால், இவை போன்ற 'ரிசா'க்கள் வேறு பலவும் இருக்கலாமென தோன்றுகிறது. அச்செய்யுட்களின் நோக்கமெல்லாம் தேவர்களை சந்தோஷப்படுத்துவதேயாதலால், அந்த ரிஷிகளின் வாரிசுகள் தமது முன்னோர் படைத்த அனைத்துச் செய்யுட்களையுமே மனப்பாடம் செய்திருக்கமாட்டார்கள். ரிக்வேத கால மன்னர்களான திவோதாஸ், திரஸ்தஸ்யு ஆகியோரைக் காணும்போது இரண்டு, மூன்று தலைமுறைகள் பற்றி மட்டுமே அறிய முடிகிறது.

'ரிக்வேத'த்தின் மிகப் பழைய ஐந்து இனக்குழுக்கள் த்ருஹ்ய, அனு, யது, துர்வஷ், புரு என்பவையாகும் இவ் வினக்குழுவின்

பெயர்கள் அவர்களுடைய ஒரு முந்தைய தலைவன் பெயரால் ஏற்பட்டிருக்கலாம். உஜ்பெக்கியரைப் போல் ஊர் சுற்றி இனங்களில் இந்தப் பழக்கம் உள்ளது. ஆரியரும் ஊர்சுற்றி இனத்தவர்தாம். அவர்கள் மட்டுமல்ல; அவர்களது ரிக்வேதகால வாரிசுகளும் பாதி ஊர்சுற்றிகள்தான்! அவர்களின் கிராமங்கள் உண்மையில் பசுக்களுக்கும், குதிரைகளுக்கும் வசதியாகத் தற்காலிகமாக உபயோகப்படுத்துவ தற்காகக் கும்பலாகக் கட்டப்பட்ட வீடுகளின் வரிசையாகும். அங்கேயே சமீபத்திலேயே அவர்கள் கொஞ்சம் சவ்வரிசியைப் பயிரிட்டு வந்தனர். மேற்கூறிய ஐந்து இனக் குழுவினர்தான் முக்கியமாக இருந்தனர். இதனால்தான் பின்னாளில் 'பஞ்சஜன்' என்னும் சொல் 'மனிதன்' என்ற பொருளில் வழங்கப்பட்டது. ஐந்து இனக் குழுவினரில் வட கோடியில் 'புரு' இனத்தார் வசித்து வந்தனர். ரிக் வேதகாலத்தில் இவர்களிலிருந்து பல கிளைகள் தோன்றின. அவை குஷிக், பரத், த்ரித்ஸு ஆகியவை. அவர்களில் குஷிகர் யமுனைக்கருகே சரஸ்வதி பள்ளத்தாக்கில் வாழ்ந்து வந்தனர். எல்லைப் பகுதிகளில் பகைவர்களின் அச்சம் அதிகமாக இருக்கும். அதனால் அப்பகுதிகளில் எண்ணிக்கையிலும், வலிமையிலும் உயர்ந்தவர்களான ஆரிய இனக் குழுவினர் மட்டுமே வசிக்க முடியும், 'புரு' இனத்தவர்கள் அப்படிப்பட்டவர்கள்தான்! பிற்காலத்தில் இந்த 'புரு'க்களிலிருந்து 'குரு' இனத்தவர் தோன்றி, யமுனை, கங்கைப் பள்ளத்தாக்குகளில் தமது செல்வாக்கினைப் பரப்பினர், ஆனால் இது 'ரிக் வேத'த்திற்குப் பிந்தைய விஷயமாகும்.

ரிக் வேத காலத்திய மன்னர்களுக்கு முந்தைய மன்னர்களைப் பற்றிக் கவனிக்கும்போது, நமக்கு ஐவர் மட்டுமே தெரிய வருகிறார்கள்; மனு, புரூரவா, நஹிஷ், யயாதி, மந்தாதா. புரூரவா 'புரு' இனக் குழுவினருடன் சம்பந்தப்பட்டிருக்கலாம். மனுவின் மக்களாகையால், 'மனுஷ்ய' என்னும் சொல் 'மனிதர்'என்ற பொருளில் வழங்கப்படுகிறது. வேதத்தில் 'நஹிஷீபிரஜா' என்னும் சொல்லால் 'மனிதர்' என்ற பொருள் கொள்ளப்படுகிறது. இதிலிருந்து நஹீஷனின் சிறப்பு விளங்குகிறது.

1. மனு

'ரிக்வேத'த்தில் 'மனு' என்னும் சொல் 31 இடங்களில் வந்தாலும், சில இடங்களில் இந்த புராதன மன்னனை அச்சொல் குறிக்கவில்லை. உண்மையில் ரிக்வேதத்தின் முதல் முந்நூறு வருடங்களில் மூன்று,

நான்கு மன்னர்களின் பெயர்கள் மட்டுமே காணக்கிடைக்கின்றன. அதன் காரணம், மன்னர் சிலர் மட்டுமே இருந்ததுதான்! இதன் பொருள், அப்போதைக்கு முடியரசு பரவியிருக்கவில்லை; குடியரசுதான் கோலோச்சிக் கொண்டிருந்தது. மனுவைக் குறிப்பிடும் ரிஷிகளில் பரத்வாஜர், கோதமர், குத்ஸர் போன்ற மிகப்பழைய ரிஷிகளும் உள்ளனர். மனுவைக் குறிப்பிட்ட வாம தேவரும்கூட அக் காலத்தியவர் தான்! திவோதாஸின் மகன் அல்லது வம்சத்தவன் பருச்சேப்பும் மனு குறித்துக் கூறியுள்ளார். கிரத்ஸமத், சதாபூண், கஸ்யபர் முதலியோரும் அவரது பெயரைக் குறிப்பிடுகின்றனர். மனு தேவர்களின் பெரும் பக்தர் என்பது ரிசாக்கள் வாயிலாகவே தெரிகிறது. மனு விஷிஷிப்ராவை வெற்றி கொண்டாரென்று சதாப்ருண் ரிஷி (5-45-6) கூறுகிறார். விஷிஷிப்ரா ஆரியர் பகைவனா அல்லது அனாரியனா என்பது தெரியவில்லை. ஆரியரல்லாதவனாயிருந்தால் (அனாரியனாயிருந்தால்) அவன் வடக்கு மலைகளில் (காங்ரா-ஜம்மு) வாழ்ந்தவனா அல்லது மைதானப் பிரதேசத்தைச் சேர்ந்தவனா? அங்கீரஸ கோத்திரத்தைச் சேர்ந்த குத்ஸரும், கிருத்ஸமதும் மனுவைப் 'பிதா' என்றும் 'பிதர்' என்றும் குறிப்பிட்டுள்ளார்கள். பிதாமனு ருத்ரனைப் பூஜித்தார்' (1-14-2) என்று குத்ஸர் கூறியிருக்கிறார். 'பிதா மனு' 'மருத்' தேவர்கள் தந்த மருந்தை வாங்கிக்கொண்டார்' (2-331-13) என க்ருத்ஸமத் சொல்லியிருக்கிறார். த்ருவஸ்யு வாந்தன் என்னும் ரிஷி (10-100-5) மனுவை 'எங்கள் தந்தை' என்கிறார். அக்னிதேவன் 'மனுவை தாசர்கள் மேல் ஆதிக்கம் செலுத்த வைத்தார்' என்கிறார். 'தாசர்' என்பவர்கள் ஆரியரல்லாதார், சப்தசிந்து அல்லது அருகிலிருந்த மலைவாசி களென்பது நமக்குத் தெரியும், 'பவமான சோமதேவர் தஸ்யுவிடமிருந்து மனுவைக் காப்பாற்றினார்' என கஸ்யப மாரீசர் (9-92-5) சொல்கிறார். தாசர் அல்லது தஸ்யுக்களுடன் நடைபெற்ற போரிலே வெற்றி பெற்றதால் தான் மனுவின் புகழ் உயர்ந்தோங்கியது என்று இதிலிருந்தெல்லாம் தெளிவாகிறது. ஆரியர்களின் முதல் அல்லது அனைவரையும் விட அதிக செல்வாக்குள்ள மன்னர் மனுதான் என்பது உறுதி! ஆனால் மனுவின் ராஜ்ஜியம் சப்தசிந்துவில் எங்கே இருந்ததென்று சொல்வது கடினம்.

2. புரூரவா

அங்கிரா கோத்திரரான ஹிரண்யஸ்தூபரின் கூற்றுப்படி (1-31-4), அக்னிதேவன் மனுவுக்காக 'த்யௌ' (சுவர்க்கத்தை) படைத்தார். புரூரவாவுக்கு சொர்க்கலோகம் மேலும் சிறப்புற்றுத் திகழ்ந்தது. புரூரவா

வீரரென 'ரிக் வேத'த்தில் புகழப் பட்டுள்ளார். அவர் ஒரு உல்லாசப் பிரியரான மன்னர், ஊர்வசி என்னும் அப்சரையுடன் அவருடைய காதல் கிளுகிளுப்பூட்டக் கூடியதாக இருந்ததால், அதை ரிக்வேதத் தொகுப்பாளர் மறைக்கவில்லை. இக் காதல் கதை உண்மையானதாக இருப்பினும் ஆச்சரியப்படத் தேவையில்லை. ஆனால் அப்போது ஊர்வசி அப்சரை அல்லாமல், மானிடப் பெண் என ஒப்புக்கொள்ள வேண்டும். புரூரவாவின் அதிகாரத்தை ஒப்புக்கொள்ளாத ஒரு வீர இனக்குழுக் குமரியாக ஊர்வசி இருந்திருக்கக்கூடும், காதலர் இருவரும் எத்தனையோ சோதனைகளை அனுபவிக்க வேண்டியிருந்தது. புரூரவா தன் காதலியின் உள்ளத்தைக் கொள்ளை கொண்டாலும், அது தற்காலிகமானதாகத்தான் இருந்தது. இது 'ரிக் வேத'த்தின் பத்தாம் மண்டலத்தில் (அத்தியாயத்தில்) (7-10-95) வர்ணிக்கப்பட்டுள்ளது. இந்த சூக்தம் (தொகுப்பு) புரூரவா-ஊர்வசியின் சம்பாஷணையாக 'ரிசா'க்களாக (செய்யுட்களாக) கூறப்பட்டுள்ளது. இத்தொகுப்பு 'ரிக் வேத'த்தின் இனிமையான தொகுப்புகளில் ஒன்றாகும். இங்கே நாம் சில செய்யுட்களைத் தருகிறோம்;

புரூரவா : ஓ கல் மனது கொண்டவளே, நீ உன் மனசை இங்கே ஈடுபடுத்தி நில்! நாம் அளவளாவுவோம். நாம் இப்போது பேசிக்கொள்ளாவிட்டால், நமது எதிர்காலம் இன்பம் நிறைந்ததாக இருக்காது. -1-

ஊர்வசி : நாம் பேசிக்கொள்வதால் ஆகப் போவது என்ன? முதல் காலைப்பொழுது போல் நான் உன்னருகே வந்தேன். ஓ புரூரவா, நீ உன் இல்லத்துக்குச் சென்றுவிடு! காற்றைப் போல் நான் உனக்குக் கிடைக்காதவள்-2-

புரூரவா : நீ இல்லாவிட்டால் என் அம்புப் பொதியிலிருந்து அம்பு எய்ய முடியாது. செல்வம் கிடைக்காது நூற்றுக்கணக்கான பசுக்களை வெற்றி கொண்டு நான் கொண்டுவர இயலாது. வீரர்களில்லாமல் என் செயல்கள் சோபிக்காது. நீ இல்லாவிட்டால் என் வீரர்கள் வீர முழக்கமிடவும் தயங்குகிறார்கள்-3-

ஊர்வசி : ஊர்வசியின் மாமனாருக்கு உஷா செல்வம் வழங்க விரும்பினால், அவள் அருகிலிருக்கும் இல்லத்திலிருந்து படுக்கை அறைக்குள் சென்று இரவும், பகலும் இன்பமாக இருப்பாள் -4-

ஓ புரூரவா, ஒரு நாளைக்கு மூன்று முறை நீ என்னைத் தடிகொண்டு தாக்குகிறாய்! நான் எந்த ஒரு சக்களத்தியுடனும் சண்டை போட்டதில்லை: எனது இல்லத்திற்கே நீ வந்து கொண்டிருந்தாய். நல் வீரனே, அப்போது நீ என்னுடைய தனிமைப்படுத்த முடியாத அங்கமாக இருந்தாய்-5-

புரூரவா பிறந்தபோது தேவ பத்திகள் வந்தார்கள். பாய்ந்தோடும் திறமை வாய்ந்த நதிகள் அவனை வளர்த்து ஆளாக்கின. ஓ புரூரவா, மாபெரும் போரிலே தஸ்யக்களை அழிப்பதற்காகத் தேவர்கள் உன்னை வலிமையுள்ள வனாக்கினார்கள்-7-

புரூரவா : புரூரவா மனிதனாக இருந்தும், மனிதரல்லாதாரை சேவிக்க முன் வந்தபோது. அவர்கள் மான்களைப் போலவும்,தேரில் பூட்டிய குதிரைகள் போலவும் அச்சங்கொண்டு ஓடிவிட்டார்கள் -8-

ராவைத் தழுவக்கூடிய அவன் மரணமே இல்லாத அமரருடன் தொடர்புகொள்ள அவர்களிடம் செல்ல முயன்றபோது, அவர்கள் மறைந்து விட்டார்கள். அவர்கள் தமது உடலைக் காட்டவில்லை. விளையாடிக் கொண்டிருந்த குதிரைகள் போல் ஓடி விட்டார்கள். -9-

மின்னலைப் போன்ற ஒளி பெற்ற ஊர்வசி என் விருப்பங்களையெல்லாம் நிறைவேற்றி வந்தாள். அவள் எனக்காக ஒரு சிறந்த மானிடப் புத்திரனைப் பெற்றாள். ஊர்வசி அவனுக்கு நீண்ட ஆயுளை வழங்கட்டும்! -10-

ஊர்வசி : ஓ புரூரவா, நீ உன் பாதுகாப்புக்காக என்னுள் உன் வீரத்தை நிரப்பி அவனைத் தோற்றுவித்தாய்! இதை அறிந்து அப்போதே நான் உன்னிடம் சொன்னேன். அப்போது நீ என் பேச்சைக் கேட்கவில்லை. இப்போது வீணாக ஏன் பேசிக்கொண்டிருக்கிறாய்? -11-

புரூரவா : பிறந்த மகன் உன்னைத்தான் விரும்புவான். அவன் உண்மையறிந்து கண்ணீர் உகுக்க மாட்டானா? அன்பால் கட்டுண்ட கணவன்-மனைவியை யார் பிரிக்க முடியும்? மாமனார் இல்லத்தில் எரிந்து கொண்டிருக்கும் தீயை யாரால் அணைக்க முடியும்? -12-

ஊர்வசி : நான் சொல்கிறேன், அவன் கண்ணீரும் சிந்த மாட்டான்; அழவும் மாட்டான். நான் அவனுக்கு நல்லதே செய்வேன். அவனை நான் உன்னிடம் அனுப்பி விடுவேன். நீ வீட்டிற்குத் திரும்பிப் போய்விடு! நீ என்னை அடைய முடியாது -13-

புரூரவா : சுதேவன் (புரூரவா) இன்று கீழே விழுந்து விடுவான். மிகத் தொலைவு சென்று அவன் பிறகு திரும்பவே மாட்டான். அவன் துன்பங்களுக்கடியில் அமிழ்ந்து போவான். அவனை ஓநாய்கள் கடித்துத் தின்றுவிடும். -14-

ஊர்வசி : ஓ புரூரவா, நீ சாகவில்லை, கீழே விழவில்லை, உன்னை ஓநாய்கள் தின்னமாட்டா. பெண்கள் அன்பைப் பொழிவதில்லை. அவர்களின் இதயங்கள் மனித இதயங்களல்ல; ஓநாய்களின் இதயங்கள் -15-

பல்வேறு உருவங்களில் திரிந்துகொண்டே நான் மனிதர்களிடையே நான்காண்டு இரவுகளைக் கழித்தேன். ஒவ்வொரு நாளும் கொஞ்சம் நெய் மட்டுமே சாப்பிட்டு, அத்தோடு திருப்தியடைந்து சுற்றிக் கொண்டிருந்தேன் -16

புரூவா : வானத்தையே நிறைக்கும், உலகங்களெல்லாம் சுற்றும் விமானம் படைத்த ஊர்வசியை நான் இங்கேயே தங்கி விடும்படி வேண்டுகிறேன். சொர்க்கத்தையே தானம் செய்த நான் உன் அருகிலேயே இருக்கவேண்டும். திரும்பி வா, என் நெஞ்சு எரிந்து சொண்டிருக்கிறது. -17-

ஊர்வசி : ஓ இலா புத்திரனே நீ மரணத்தைத் தழுவுவாய் என்று இந்தக் கடவுளர்கள் உன்னிடம் கூறுகிறார்கள். உன் மக்கள் வேள்வி செய்து தேவர்களை வணங்குவார்கள். நீயும் சொர்க்கத்தில் மகிழ்ச்சியாக இருப்பாய் -18-

இத் தொகுப்பிலிருந்து புரூரவா தஸ்யுக்களுடன் நடை பெற்ற யுத்தத்தில் பங்கெடுத்தான் என்பது தெரிகிறது. அவன் தாயாரின் பெயர் இலா-ஊர்வசி. அவனுக்கு ஒரு மகனைப் பெற்றாள். மகாபாரதத்திலும், புராணங்களிலும் புரூரவா-ஊர்வசி குறித்துப் பல கதைகள் வருகின்றன. பிற்கால எழுத்தாளர்கள் அலகாபாத் எதிரிலுள்ள ஜூஸியை (பிரதிஷ் டானத்தை) புரூரவாவின் தலைநகர் என்றார்கள். ஆனால் பிற்காலக் கருத்துக்கள் 'ரிக்' வேதத்திற்கு நேர் எதிரானவை யாதலால், அவற்றின்

துணைகொண்டு வேதத்திற்குப் பொருள் சொல்ல முனைபவர்கள் சகதியில் சிக்கிக் கொள்ளாமல் இருக்க மாட்டார்கள்.

3. நஹுஷ்

அக்னி தேவன் மக்களிடமிருந்து கட்டணம் வசூலிப்பவனாக நஹுஷைப் படைத்தார் என்று வசிஷ்டர் (7-6-5) கூறுகிறார். இதையே ஹிரண்யஸ்தூப் ஆங்கிரஸும் சொன்னார் (1-31-11) : தேவர்கள் நஹுஷை பிரஜாபதி (மக்கள் தலைவன்) ஆக்கினார்கள்.

4. யயாதி

யயாதி நஹுஷின் மகன் என்று கயபிலாத்ரிஷி கூற்றால் தெரிகிறது (10-63-1) அக்னிதேவனைப் போலவே மனு, அங்கிராவும் யயாதியிடம் வந்து கொண்டிருந்ததாக ஹிரண்யஸ்தூப், ஆங்கிரஸ் (31-17) சொல்கிறார்.

5. மந்தாதா

இவரும் தஸ்யுக்களை அழித்த பழங்கால ஆரிய மன்னராவார் (8-39-8).

ரிக் வேத பழைய மன்னர்களில் இவ்வைந்து பெயர்களே காணக் கிடைக்கின்றன. இவர்கள் ஆரியர்களின் பகைவர்களுடன் போர்களும் புரிந்திருக்கிறார்கள். ஆனால் இவர்கள் சப்தசிந்துவில் (யமுனையிலிருந்து சிந்துவைக் கடந்த பூமி வரை) எந்தப் பகுதிகளை ஆண்டார்கள் என்பதை கச்சிதமாகக் கூற முடியாது. கி.மு. 1500-ல் ஆரியர்கள் சிந்துப் பள்ளத்தாக்கில் பிரவேசித்த பிறகு எவ்வளவு காலத்திற்கு இவர்கள் தோன்றினார்கள், இவர்களுக்கு எத்தனை வருடங்களுக்குப் பின்னர் - அல்லது எத்தனை தலைமுறைகளுக்குப் பின்னர் - புகழ்வாய்ந்த ரிக் வேத கால மன்னர்களான திவோதாஸும், ஸுதாஸும் இருந்தார்கள் என்பதையும் உறுதியாகக் கூற இயலாது.

அத்தியாயம் எட்டு

சம்பரன்

1. தஸ்யுக்கள்

ஆரியர் தமது பகைவர்களை **'தஸ்யுக்கள்'** என்றழைத்தனர். ரிக்வேத காலத்தில் (கி.மு.1200) அவர்களுடைய பிரதான விரோதிகள் மலைவாசிகளான தாசர்கள் அல்லது தஸ்யுக்களாவர், அப்போது மைதானத்தில் வாழ்ந்துகொண்டிருந்த தாசர்களால் அவர்களுக்கு ஆபத்தொன்றுமில்லை. மலைவாழ் தாசர் இமயமலைக் கிராதர் என்பதை நாம் ஏற்கெனவே சொல்லியிருக்கிறோம். இவர்களை அழிக்கவே ஆரியர் முனைப்புடன் இருந்தனர். "இந்தக் கருப்பு தாசர்களை இந்திரன் அழித்தான்" (2-20-7) என்றும், "இந்திரன் கருநிற சருமங் கொண்டவர்களைக் கொன்றார்" (1-130-8) என்றும் பருச்சேப் கூறினார். பருச்சேப் மலைவாழ் தாசர்களின் இணையற்ற வீர மன்னனான சம்பரனை வெற்றிகொண்ட திவோதாஸின் மகன். தாசர்களின் உருவம் கருநிறமென்று சொல்லப்பட்டது. வசிஷ்டர் அவர்களை 'சிஷ்னதேவர்' என்கிறார் (7-21-5). 'சிஷ்னதேவர்' என்றால் ஆண்குறியை தேவனாகக் கருதி பூஜிப்பவர்கள். பூஜிக்கப்பட்ட கல்லாலான ஆண்குறிகள் சமவெளிதாசர்களின் புராதன நகரங்களான மொகஞ்சோதாரோ, ஹரப்பாவில் கிடைத்துள்ளன. கிராதரின் தாமிரயுகத்து இடிபாடுகள் இன்னும் சரியாகக் கண்டுபிடிக்கப்படவில்லை. அவர்களும் ஆண் குறியைக் கடவுளாக கருதியிருக்கக் கூடும். அவர்கள் பாம்பைக் கடவுளாக மதித்தனர் என்பதற்கு அது தொடர்பான எத்தனையோ பெயர்கள் இமயமலைப் பகுதியில் கிடைக்கின்றன. ஆண் குறியைக் கடவுளாக வழிபடுபவர்கள் ஆரியர்களின் சத்தியத்தை ('ரித்'தை) எங்கே மழுங்கடித்து விடுவார்களோ என்று வசிஷ்டர் பெருங்கவலை கொண்டார். பரத்வாஜர் சம்பரனைக் கொன்ற திவோதாஸ் மன்னனின்

புரோகிதர். 'புரோகிதர்' என்றால் தேவர்களைத் துதிப்பவர் யாகங்களை நடத்துபவர் என்பது மட்டுமல்ல. பிரதான புரோகிதர் தனது மன்னனின் பிரதமருங்கூட! திவோதாஸூம், அவருடைய மகன் ஸுதாஸூம் பெரிய படைத் தலைவர்களும் கூட! அவர்களுடைய மிகப் பெரிய பலம் திறமையுள்ள புரோகித ராவார். மலைவாழ் பகைவர்கள் ஆண் குறியைப் பூஜிப்பவர்கள் என்பதை பப்ரூவைகானஸூம் (10-99-3) சொல்லியுள்ளார்.

தமது வடக்கு விரோதிகளின் மாயாஜாலமென்றாலும், மந்திர தந்திரமென்றாலும் கூட ஆரியர்கள் நடுங்கிக்கொண்டிருந்தனர். 'வசிஷ்டரும் நூறு மாயா ஜாலங்களை அறிந்தவர் எனப்பட்டார் (7-18-21) அசுரர் (தஸ்யுக்கள்) பெரிய மாயக்காரர்கள், கிருத்ஸமத் கூற்றின்படி, இந்திரன் மாயக்கார அரக்கனை மாயத்தாலேயே கீழே சாய்த்தார், (2-11-10,19). அவர்களுடைய தந்திரோபாயங்கள் மிக சாமர்த்திய மானவையாக இருந்தன. அவர்கள் ஆரியர்களைத் திக்கு முக்காடச் செய்தனர். அவர்கள் நேருக்கு நேர் போரிடவில்லை, தமக்கு ஆயிரமாண்டுகளுக்குப் பின்னர் தோன்றிய சாணக்கியனுக்குப் பல விஷயங்களிலும் அவர்கள் ஆசான்கள்.

தமது பகைவர்களிலே எல்லாக் கெட்ட குணங்களைப் பார்த்தாலும், தம்மிலே சகல கல்யாண குணங்களைக் காண்பதும் இன்றும் காணப்படுகிறது. ஆரியர் பார்வையில் சம்பரனைச் சேர்ந்தவர்கள் எல்லாக் கெட்ட குணங்களும் நிறைந்தவர்களாகக் காணப்பட்டார்கள். பிரஜாபதியின் புத்திரர் விமதின் கூற்றுப்படி, அவர்கள் கெட்ட காரியங்களையே செய்பவர்கள், நோயாளிகள் (10-22-8). அவர்கள் மற்ற மத சம்பிரதாயங்களைப் பின்பற்றுபவர்கள் மட்டுமல்ல; மானிடப் பிறவியே அல்லர் (அமானுஷ்யர்). அவர்கள் ஆரிய ரிஷியான மனுவின் குழந்தைகள் அல்லர் என்ற பொருளிலேயே அவர்கள் 'அமானுஷ்யர்' எனச் சொல்லப்பட்டார்கள். 'தஸ்யுக்கள் எங்களை நாலாப்புறமும் சூழ்ந்து கொண்டிருக்கிறார்கள். பகைவர்களை நாசமாக்கும் இந்திரன் இந்த தாசர்களை (அடிமைகளை) அழிப்பாராக! என்று விமத் நடுங்கிக் கொண்டே கூறுகிறார். ஆனால் உண்மையில் தஸ்யுக்கள் ஆரியர்களை நாலாப் பக்கமும் சூழ்ந்து கொண்டிருந்தார்களா? தெற்கில் சமவெளிப் பிரதேசத்தை அவர்கள் வேண்டுமெனக் கோரவில்லை. அதிகபட்சமாக அவர்கள் இமயத்தில் கீழ்ப்பகுதியிலுள்ள பள்ளத்தாக்குக் காடுகளுடன் மட்டுமே சம்பந்தப்பட டிருந்தார்கள். ஆரியர் வருகைக்கு முன்பிருந்தே அங்கே அவர்கள் இருந்து வந்தார்கள். கங்கையின் கிழக்குப்

பகுதியைப் போல் பஞ்சாப் பள்ளத்தாக்கு அவ்வளவு உடல் நலத்தைக் கெடுப்பதாக இருந்திருக்காது. தம் முன்னோர்களிலிருந்து வாழ்ந்து வரும் மண்ணை விட மறுத்ததில் என்ன குற்றம்? அவர்களுடைய பிரதேசத்திற்குள் ஆரிய கால்நடை மேய்ப்பாளர்கள் புகுந்தால் அவர்கள் சும்மா இருப்பார்களா?

"நீ செய்வதையெல்லாம், உண்பதையெல்லாம், வேள்வி புரிவதை யெல்லாம், தானமளிப்பதையெல்லாம், தவம் புரிவதையெல்லாம் ஓ அர்ச்சுனா! எனக்கு அர்ப்பணித்து விடு!" என்று 'கீதை'யில் கண்ணபிரான் சொல்கிறார். அனைத்தையும் கண்ணனுக்கு அர்ப்பணித்து விடும்படி 'பகவத்கீதை'யிலே கூறப்பட்டிருந்தாலும், அது கூறப்பட்ட பிறகு அனைத்தையும் அர்ப்பணித்து விட்டவர் ஒருவராவது தோன்றினார்களா என்பது சந்தேகம்தான்! ஆனால் ரிக் வேத ரிஷிகள் இதை முழுவதுமாக அனுசரித்தார்கள். 'கீதை' இயற்றப்பட்ட காலத்தில் வேத மந்திரங்கள் வெறும் மனப்பாடம் மட்டுமே செய்யப்பட்டன; அவற்றின் பொருளைத் தெரிந்துகொள்ள வேண்டியது அவசியமானதாகக் கருதப்படவில்லை. இல்லாவிட்டால், கவிஞர் பாணர் போன்றவர் கூடச் சிறு வயதில் வேத சுலோகங்களை மனப்பாடம் செய்தும், வேதங்களுக்கு எதிரான விஷயங்களைக் கூறியிருக்க மாட்டார். ஆகவே வேதத்தின் செல்வாக்கால்தான் 'கீதை'யில் 'அனைத்தையும் அர்ப்பணிக்கும்' விஷயம் கூறப்பட்டுள்ளதென்று நாம் சொல்ல முடியாது. வேதகால ரிஷிகள் தமது எல்லா வெற்றிகளுக்கும் தேவர்களையே காரணகர்த்தாக்களாக நினைத்து வந்தார்கள். அவர்களைப் பொறுத்த வரையில் உண்மையான வெற்றியாளர்கள் வத்ரயஷ்வரோ, குத்ஸரோ, திவோதாஸோ, ஸுதாஸோ அல்லது அவர்களது முக்கிய ஆலோசகர்களான பரத்வாஜரோ, வசிஷ்டரோ, விசுவாமித்திரரோ அல்லர். உண்மையில் எல்லாச் சாதனைகளையுமே இந்திரன்தான் செய்தார். மனித வெற்றியாளர்கள் இந்திரனின் கையிலுள்ள கருவிகள் மட்டுமே!

அவர்கள் தம் வெற்றிகளுக்கு விதியையோ, அதிர்ஷ்டத் தையோகூடக் காரணமாகக் கருதியதில்லை. "இந்திரன் தாசர் (அடிமை) வர்ணத்தாரை தாழ்வுறச் செய்து மறையச் செய்து விட்டார்." (கிருத்ஸமத், 2-12-4) 'ஓ இந்திரனே, செல்வந்தனான தஸ்யுவைக் கொல்!" (ஹிரண்யஸ்தூப், 1-33-4" இந்திரனே, தாச (அடிமை) இனத்தாரை வசப்படுத்திக்கொள்!" (கிருத்ஸமத், 2-1-4). ரிஷிகள் ஆரியரின் வீரத்தைக்

குறைத்தும் மதிப்பிடவில்லை. கன்வ புத்திரர் கோரர் கூற்றின்படி, அக்னி தேவனுடன் யது, துர்வஷ் இனக்குழுவினரும் அழைக்கப் பட்டார்கள் (1-36-18). அக்னி இதே நோக்குடன் பிரஹத்ரத் துர்வீதியைக் கொண்டு வந்தார். ஐந்து ஆரிய இனக் குழுவினரில் யதுக்களும், துர்வஷுக்களும் மிக வலிமையுள்ளவர்கள். ஒரு சமயத்தில் இவ்விரு இனக் குழுவினருக்கும், பரதருக்குமிடையே ஆரியத் தலைமைக்காகப் போட்டா போட்டி நடந்தது. திவோதாஸ் இவர்களைத் தன் வசப்படுத்திக் கொள்வதில் வெற்றியடைந்தாலும், அவ்வெற்றி அவனுக்குத் தன் சொந்த வலிமையால் அல்லாமல், சம்பரனுக்கு எதிராக ஆரியர் ஒன்றுபடுவதன் தேவையால் மட்டுமே கிட்டியது. அக்காலத்தில் இவ்விரண்டு இனக் குழுவினரின் தலைவர்களாக பிரஹத்ரதும், துர்வீதியும் விளங்கினார்கள். தாசர்களுடன் போர்க்களமாக இருந்த மேற்குத் திசையிலிருந்து அவர்கள் வந்திருந்தார்கள். ரிஷி வாமதேவர் கூறினார்(4-16-13): "இந்திரன் ஐம்பதாயிரம் கருப்பர்களைக் கொன்றார். அவர்களின் கோட்டைகளை (புரங்களை) அழித்தார்" இந்த ஐம்பதாயிரம் கரு நிறத்தவர் எப்போது கொல்லப்பட்டார்கள்?' திவோதாஸ் தாசர்களுடன் ஜீவ மரணப் போர் புரிந்துகொண்டிருந்த சமயத்தில்தான் அவர்கள் கொல்லப்பட்டிருக்கலாம். "இந்திரன் தஸ்யுக்களைக் கொன்று, அவர்களின் கல்லாலான கோட்டைகளை (புரங்களை) அழித்தார்" என்று கிரத்ஸமத் (2-20-8) சொல்கிறார். இக்கோட்டைகளை அழித்தவன் திவோதாஸ்தான்!

தாசர்களிலே ஆண்கள் மட்டுமல்லாமல், அவர்களது பெண்களும் போர்க்களத்தில் உறுதியாக நின்று போர் புரிந்தார்கள். ஆரியர் தமது பெண்களைப் போர்க்களத்திற்கு அனுப்புவதில்லை. சப்த சிந்து பிரதேசத்தில் ஆரியர்கள் பதினைந்து தலைமுறைகள் வாழ்ந்துவிட்ட பின்னர், சிந்து இனத்தாரின் நாகரிகமான வாழ்க்கை முறைகளை ஏற்றுக் கொண்டு விட்டார்கள் போலும்! அந்த வாழ்க்கை முறைகளில் பெண்களை ஆண்கள் மத்தியில் கொண்டுவரக்கூடாது என்பதும் ஒன்று. பப்ருவின் ஒரு ரிசா (செய்யுள்) கூறுகிறது (5-30-9): "தாசர்கள் பெண்களை ஆயுத பாணியாக்கினார்கள். அதைப் பார்த்து இந்திரன், இந்த அபலைப் படை என்னை என்ன செய்யும்?" என்றார். முதன் முதலில் பெண்களை 'அபலைகள்' என்று இங்குதான் சொல்லப்பட்டிருக்க வேண்டும். பெண்களில் படை வீரர் ஆகும் தகுதி இல்லை என்று இதில் தொனிக்கிறது.

'ரிக் வேத'த்தின் மிகப் பழைய மன்னன் மனு ஆவார். மனு ரிஷியும், வெற்றியாளரும்கூட, அவர் ரிக் வேத காலத்திற்கு முன்பே இருந்தவர். சம்பரனுடன் நடைபெற்ற போருக்கு முந்தைய ரிஷிகளின் செய்யுட்களை 'ரிக் வேத'த்தில் தொகுக்கவில்லை. ஆனாலும் வசிஸ்டரின் பேரனான கவுரவீதியின் கூற்றுப்படி, மனு ரிஷியாவார் (10-73-7) . "மனு ரிஷிக்காக இந்திரன் தாசன் நமுசியைக் கொன்றார்." நமுசி சம்பரனுக்கு முந்தைய மலையரசனாக இருந்திருக்கலாம். பின்னாளில் சம்பரனுக்கும், நமுசிக்கும் உறவு முறை இருந்ததாகச் சொல்லப்பட்டது. சம்பரனின் எதிரியின் பிரதான ஆலோசகர் பரத்வாஜரும்" தாசன் நமுசியின் தலையை இந்திரன் தூள் தூளாக்கினார்" (6-20-6) என்றும், " இந்திரன் தாசன் நமுசியின் தலையை வெட்டினார்"(5-30-7,8) என்றும் கூறியுள்ளார். இந்தக் கொலை மனுவின் காலத்தில் நடைபெற்றது. "தபீதிக்காக முப்பதாயிரம் தாசர்கள் கீழே வீழ்த்தப்பட்டார்கள்" (4-30-21) என வாம தேவர் கூறுகிறார். ஆரிய மன்னன் தபீதியின் எதிரி யார்? யாருடைய முப்பதாயிரம் படை வீரர்கள் அழிக்கப்பட்டார்கள்? தபீதி திவோதாஸுக்கு முந்தைய ஒரு ஆரியத் தலைவனாக இருந்திருக்கலாம்.

ஆரியர்கள் எதிர்கொள்ள நேர்ந்த தாசர் - படைத் தளபதிகளின் பெயர்கள் நமக்குப் பல சுலோகங்களில் கிடைக்கின்றன.

பரத்வாஜர் (6-18-8)	:	சுமிரி, துனி, பிப்ரு, சம்பர், சுஷ்ண.
வசிஷ்டர் (7-99-4)	:	தாசன் . விருஷஷிப்ரனைக் குறிப்பிடுகிறார்.
குத்ஸ ஆங்கிரஸ் (1-103-8)	:	சுஷ்ண, பிப்ரு, குயவ், விருத்ர, சம்யம்.
கிருத்ஸமத் (2-14-5)	:	சுஷ்ண. அசுஷ், வியம்ஸ், ருதிக்ரா.
வஷ் அஸ்வபுத்ர (8-46-32	:	தனக்கு நூறு தாசர்களை (அடிமைகளை) பரிசளித்த ஒரு 'நல்ல' தாசனான பல்பூத்தைக் குறிப்பிடுகிறார்.

பழங்கால தாச வீரர்களில் நமுசியும், ரிக் வேத காலத்தவர்களில் சம்பரனும் மாபெரும் வீரர்கள். சம்பரனின் உதவியாளர்களில்

எத்தனையோ வீரப் படைத் தளபதிகள் இருந்தார்கள். சம்பரன் ஒருவன் மட்டுமே வீரத் தளபதி அல்ல. சம்பரனை அடுத்து அதிகமாகக் குறிப்பிடப்படும் மாவீரன் சுஷ்ணனாகும்.

2. சம்பரனின் தளபதிகள்

1. சுஷ்ணன்

சுஷ்ணனும், அவனுடைய எதிரியான குத்ஸ ஆர்ஜுனேய ஔஷிஜும் சம்பரனும், திவோதாஸும் வாழ்ந்த காலத்திலே அவர்களின் படைத்தளபதிகளாக இருந்தவர்கள். 'ரிக் வேத'த்தில் தெளிவாகச் சொல்லப்படாவிட்டாலும், சம்பரனுக்கு சுஷ்ணனும், திவோதாஸுக்கு குத்ஸ ஆர்ஜுனேயவும் வலது கரங்களாக விளங்கினார்கள். 'ரிக் வேத'த்தில் குத்ஸர் மூன்று பேர் வருகிறார்கள். குத்ஸ ஆங்கிரஸ் ஒரு ரிஷி . அவர் குத்ஸ ஆர்ஜுனேயவுக்கு சம காலத்தவராக இருக்கலாம். புரு இனக் குழுவில் ஒரு குத்ஸர் (புரு குத்ஸர்) இருந்தார். அவர் சம்பர் யுத்தத்திற்குச் சற்று முன்னால் இருந்தார். சம்பரனின் எதிரியும், திவோதாஸின் சம காலத்தவனுமான த்ரஸதஸ்யு (தஸ்யுக்களைத் துன்புறுத்துபவன்) இவருடைய மகன்தான் மூன்றாம் குத்ஸன். இதே அர்ஜுன-புத்திரன் வீரத்தில் திவேதாஸுக்கு எவ்விதத்திலும் குறைந்தவனல்ல. சுஷ்ணனை இவனே கொன்றான். ஆனால் ஆரிய ரிஷிகள் இவ்வெற்றியை ஒரு மனிதனுக்காவது தருவார்களா? அதனாலேயே, "இந்திரன் சுஷ்ணனின் சந்ததியினரையும் அழித்துவிட்டார்" (8-40-10, 11) என நாபாக் கூறினார். கன்வ புத்திரர் மேதாதிதியின் கூற்றுப்படி, சுஷ்ணனின் அசையும் கோட்டைகள் அழிக்கப்பட்டன (8-1-28). அக்காலத்தில் கோட்டைகளையும், மலைக் கோட்டைகளையும் 'புரங்கள்' என்றழைத்தார்கள். இவைகளைக் கல்லாலும், மரத்தாலும் அமைத்தார்கள். ஆனால் குறிப்பாக மலைவாழ் மக்களுக்குக் கற்களால் கோட்டைகள் அமைப்பது எளிதல்லவா! நிலையான புரங்களுடன் அசையும் புரங்களையும் போர்க் காலத்தில் தற்காலிகமாக அமைத்திருக்கலாம்.

ஹிரண்யஸ்தூப் ஆங்கிரஸரின் கூற்றுப்படி (1-32-12) "இந்திரன் சுஷ்ணனைச் சின்னாபின்னாமாக்கினான்" சுஷ்ணன் பெரிய மாயா ஜாலக்காரனாக இருந்ததால் அவனை அழிப்பது அவ்வளவு எளிதாக

இருந்திராது. அவனுடைய மாயோ பாயங்களை இந்திரன் போன்ற ஆரியர்களின் மாபெரும் தேவனால்தான் எதிர்கொள்ள முடியும். அதனால்தான் விசுவாமித்திரன் பேரனும், மதுச்சந்தாவின் மகனுமான ஜேதா, “ஓ இந்திரனே, நீர் மாயாஜாலத்தால் மாயாவியான சுஷ்ணனை அழித்தாய் !” (7-11-7) என்கிறார். சப்ய ஆங்கிரஸரும் சுஷ்ணனை மாயாவி என்றும், அவனது கோட்டைகள் கல்லாலானவை என்றும் சொல்லியுள்ளார். (1-56-33) “சுஷ்ணனின் புரங்கள் தூள் தூளாக்கப்பட்டன.” (வாமதேவர், 4-3-13).

சுஷ்ணனும், குத்ஸனும் : சுஷ்ணனை அழிப்பவர் இந்திரனாகவே இருக்கும்போது, அவனைக்கொன்ற கரங்களைப் பற்றிச் சொல்ல வேண்டியது என்ன இருக்கிறது? ஆனால், ரிஷிகள் அந்தக் கரங்களை மறக்கமாட்டார்கள். அதனால்தான் வசிஷ்டர் கூறுகிறார், (7-19-2) “இந்திரனே ! நீர் குத்ஸனைக், காப்பாற்றினீர். நீர் சுஷ்ணனையும் குயவையும் ஆர்ஜுனே யக்காக கொன்றீர்.” குத்ஸ ஆர்ஜுனேயவின் எதிரிகள் சுஷ்ணனைத் தவிர, குயவும் என்பது இதிலிருந்து தெரிகிறது. வசிஷ்டரும் குத்ஸ - சுஷ்ணனின் யுத்தம் பற்றிக் குறிப்பிடுகிறார் (7-20-5) “இந்திரன் சாரதி குத்ஸனுக்காக சுஷ்ணனைப் போன்ற மாபெரும் எதிரியைக் கொன்றார்.” பரத்வாஜரும் குத்ஸனை “சாரதி” என்கிறார். ஆனால் “சாரதி” என்றால் மகாபாரதத்திலும் , புராணங்களிலும் வரும் பொருள்கொண்டு விடக்கூடாது. ‘சாரதி “ என்னும் சொல் ‘தேரோட்டி’யையும் ‘மகா சேனாதிபதி’யையும் குறிக்கும். இவ்விரண்டு ரிஷிகளின் சம காலத்தவரான வாம தேவர் (4-3-13), சுஷ்ணனின் புரங்களை அழித்ததைப் பற்றி மட்டுமே கூறுகிறார். குத்ஸன் தாராளமாகத் தான மளிப்பவன் (பரத்வாஜர், 6-26-3). சுஷ்ணனுக்கும், குத்ஸனுக்கும் யுத்தம் நடந்து கொண்டிருந்தபோது குத்ஸன் இளம்வயதில் இருந்தான். இவ்விஷயம் நோதா கவுதமரின் கூற்றால் தெரிகிறது (7-63-3). இந்திரன் போரில் குத்ஸனை சுஷ்ணனிடமிருந்து காப்பாற்றினார் என்று ஸவ்யா (1-51-6) என்பவர் சொல்கிறார். இதன் பொருள் சுஷ்ணன் இளைஞனான குத்ஸனின் வாழ்வுக்கு ஆபத்து உண்டாக்கினான் என்பதேயாகும். குத்ஸனை, காற்றுக் குதிரைகளின் மேல் கொண்டுவந்த இந்திரன் சுஷ்ணனைக் கொன்றான் (1-175-4). குத்ஸன் குதிரை மீதமர்ந்து போர்க்களத்திலிருந்து ஓடிவிட்டான் என்றும், இந்திரன் வந்து தன் வஜ்ராயுதத்தால் சுஷ்ணனின் சிரத்தைக் கொய்து விட்டார் என்றும் இதற்குப் பொருள்கொள்ளக் கூடாது.

சுஷ்ணனின் தோழன் குயவனுடன் குத்ஸனின் போர் குறித்து வாமதேவர் குறிப்பிடுகிறார் (4-16-12) "குத்ஸனுக்காக நீர் சுஷ்ண அரக்கனைக் கொன்றீர். இந்திரனே, நீர் குயவைச் சேர்ந்த ஆயிரக்கணக்கான தஸ்யுக்களைக் கொன்றீர்." சுஷ்ணனையும் , அசுஷையும் கொன்றது பற்றியும், குத்ஸனைக் காப்பாற்றியது பற்றியும் ஸவ்ய ஆங்கிரஸரும் (1-51-6) கூறுகிறார், குத்ஸ ஆங்கிரஸ ரிஷி (1-104-3) குயவோடு அவனுடைய இரு மனைவிகளைக் கொன்றது பற்றியும் குறிப்பிடுகிறார். குயவ் பாலில் குளித்தான் என்றும் சொல்லப் பட்டுள்ளது. மந்திரவாதிகள் பாலில் குளிக்கிறார்களென்று அக் காலத்தில் நம்பப்பட்டிருக்கலாம். குயவின் இரு மனைவிகளும் தம் கணவருடன் வாளேந்தி சண்டையிட்டியிருக்கலாம். அவர்கள் சண்டை போடா விட்டாலும், ஆரியர்கள் பெண்கள்பால் இரக்கம் காட்டத் தயாராயில்லை. சாரதி குத்ஸனுக்காக சுஷ்ணனையும், அஷுஜனையும், குயவையும் இந்திரன் கொன்றது பற்றியும், திவோதாஸுக்காக அவர் சம்பரனின் 99 கோட்டைகளை அழித்தது பற்றியும் , கிரத்ஸமதும் (2-19-4) குறிப்பிட்டுள்ளார்கள். கௌரவ வீதியும் (5-29-9) பரத்வாஜரும் கூட சாரதி குத்ஸனைக் குறிப்பிட்டுள்ளார்கள். 'சாரதி' என்ற அடைச் சொல் பிரத்தியேகமாக குத்ஸ ஆர்ஜுனேயக்காகவே பயன்படுத்தப் பட்டாற்போல் தெரிகிறது.

2. பிப்ரு

'ரிக்வேத'த்தில் பலமுறை குறிப்பிடப்பட்டுள்ள இரண்டாவது தஸ்யு தளபதி பிப்ரு. இவன் ஆரியவீரன் ரிஜிஷ்வாவுடன் போர் புரிந்தான். மாபெரும் நான்கு ரிஷிகளில் வாமதேவர் கூறுகிறார். "இந்திரனே, நீர் விததியின் மகன் ரிஜிஷ்வாவுக்காக பிப்ரு மிருகயாவைக் கொன்றீர். ஐம்பதாயிரம் கருப்பரையும், அவர்களது புரங்களையும் அழித்தீர்." (4-16-13). பிப்ருவை கானஸின் கூற்றுப்படி (10-99-11), "ரிஜிஷ்வா ஔஷிஜ் பிப்ருவை நிர்மூலமாக்கினார்." ரிஜிஷ்வா உஷிஜ குலத்தைச் சேர்ந்தவன் என்பது இதிலிருந்து தெளிவாகிறது. பிப்ரு தன்னுடைய பசுக் கூட்டத்துடன் இருந்தான். அச்சமயத்திலேயே ரிஜிஷ்வா பசுக்களைக் கொள்ளையடிப்பதற்காக பிப்ருவின் மேல் படையெடுத்தான். அவனது படையெடுப்பு வெற்றியுடன் முடிந்தது. வசிஷ்டரின் பேரன் கௌரவீதி இந்த வெற்றியில் தனக்கும் பங்கு கேட்கிறார். "கௌரவீதியின் துதிப்பாடல்கள் இந்திரனே, உமக்கு வலிமை

கூட்டிற்று. நீர் வைததிக்காக பிப்ருவைக் கொன்றீர்" (5-29-11) என்கிறார். பிப்ருவுடனான போரில் ரிஜிஷ்வா ஆபத்தில் சிக்குண்டாரா, அல்லது ரிஷி வேண்டுமென்றே வெற்றி இந்திரனால் தான் கிட்டியது என்றாரா புரியவில்லை. இந்திரன் பிப்ருவின் புரத்தை அழித்தார். "தஸ்யுக்களுடன் நடைபெற்ற யுத்தத்தில் அவர் ரிஜிஷ்வாவைக் காப்பாற்றினார்." என சவ்ய ஆங்கிரஸரும் (1-51-5) கூறுகிறார்.

சம்பரனுடனும், அவனது உதவியாளர்களுடனும் நாற்ப தாண்டுகளுக்கும் மேலாக நடந்த யுத்தத்தை 'ரிக் வேத'த்தில் 'தஸ்யுக்கள் கொலை' என்று சொல்லப்பட்டது. அக்காலத்தில் 'கொலை' என்னும் சொல் தனிநபர் கொலைக்கு மட்டுமல்லாமல் போருக்கும் சொல்லப்பட்டது.

3. வங்கிருத், 4. கரஞ்ச், 5. பர்ணய்

ரிஜிஷ்வாவுக்கு எதிராகப் போரிட்ட தளபதிகளில் பிப்ருவுடன் வங்கிருதும் இருந்தான். ஸவ்யாவின் கூற்றுப்படி, ரிஜிஷ்வா வங்கிருதின் நூறு வீரர்களைத் தோற்கடித்தார். (1-53-8). ரிஷ்வா தஸ்யுக்கள் பலரையும் கொன்றார் என குத்ஸ ஆங்கிரஸும் கூறுகிறார். (1-101-1). பிப்ருவின் வழிமுறைகள் மிகவும் உறுதியானவை. "பிப்ரு அசுர மாயாவி. அவனை ரிஜிஷ்வா இந்திரனின் உதவியால் வெற்றிகொண்டார்" என அங்க் அவுரவ் (10-138-3) சொல்கிறார். இங்கே "அசுரன்" என்ற சொல் பிப்ருவுக்காக பயன்படுத்தப்பட்டுள்ளது. 'தாசனு'ம் 'அசுர'னும் ஒரே பொருளில் உபயோகிக்கப்பட்டு வந்தன.

6. வர்ச்சி

உத்விரஜில் நடந்த யுத்தத்தில் வர்ச்சி கொல்லப்பட்டான் என்பது கர்க்கின் கூற்றால் (6-42-21) தெரிகிறது. வசிஷ்டர் உத்ஷரஜையும், சம்பரனையும் ஒன்றாகக் குறிப்பிடாவிட்டாலும், அவர் சொல்வதிலிருந்து (7-99-5) வர்ச்சி பெரும் எண்ணிக்கையில் அசுர வீரர்களைக் கொண்டு திவோதாஸை எதிர்த்தான் என்று தெளிவாகிறது. "நூறு ஆயிரம் வீரர்களுடன் கூட வர்ச்சி அசுரனும் கொல்லப்பட்டான்." நூறு ஆயிரம் (ஒரு லட்சம்) வீரர்கள் ஒரே இடத்தில் குவிக்கப்பட்டுக் கொல்லப்படும் வாய்ப்பு குறைவுதான். பெரும் எண்ணிக்கையில் தாசர்கள் போரில் கொல்லப்பட்டனர் என்பதுதான் இதன் பொருளாகும். தாசர்களின் இவ்வளவு பெரிய படை குவிக்கப்பட்ட இடத்தில் ஆரியர்களின்

பெரும்படையும் குவிக்கப்பட்டிருக்கக்கூடும். ஆகவே 'உத்விரஜ்' என்னுமிடம் மலையிலிருந்தாலும், அது சமவெளிப் பிரதேசமாக இருக்கலாம். அது காங்ரா மலைகளுள் நுழையும் இடமாக இருக்கலாம். அது கமேரி (நூர்பூர்) போன்றதாக இருக்கலாம். வர்ச்சியின் நூறாயிரம் ஆட்கள் கொல்லப்பட்டதைப் பற்றி கிரத்ஸமதும் (2-14-6) கூறுகிறார். "தாசன் வர்ச்சியின் நூறாயிரம் ஆட்கள் கொல்லப்பட்டதாக" வாமதேவரும் உரைக்கிறார். (4-30-15). இதிலிருந்து வர்ச்சி சம்பரனின் சாதாரண சீடனல்ல; அவன் சுயமாகவே மிகுந்த செல்வாக்கு படைத்தவன் என்பது புரிகிறது.

வர்ச்சியின் நூறாயிரம் வீரர்கள் கொல்லப்பட்டதுடன் சம்பரனின் நூறு கோட்டைகளும் அழிக்கப்பட்டதாக கிருத்ஸமத் (2-12-14) கூறுகிறார்.

மேலே குறிப்பிடப்பட்டுள்ள அசுரப் படைத் தளபதிகளைத் தவிர வேறு தளபதிகளும் இருந்திருக்கக்கூடும்; ஆனால் இந்திரனின் மகிமையின் புகழ்பாட அவர்களுடைய பெயர்களையெல்லாம் குறிப்பிடத் தேவையில்லை (7-18-20). சம்பரனுடன் கூடவே மன்யமான் புத்திரன் தேவக்கை இந்திரன் கொன்றதாக வசிஷ்டர் கூறினார். இதனால் தேவக்கும் சம்பரனைப்போல் ஆரியரல்லா அரசனாக இருக்கலாம் எனத் தோன்றுகிறது. ஆனால் 'தேவக்' என்ற பெயரும் , அவனது தந்தை 'மன்யமான்' என்ற பெயரும் அவர்கள் ஆரியர்கள் என்பதைத் தெரிவிக்கின்றன. தேவக் தன் சொந்த மக்களுக்கு எதிராக அசுரர் பக்கம் இருந்திருக்கலாம். இப்படிப்பட்ட உதாரணம் 'ரிக்வேத'த்தில் வேறெதுவு மில்லை. அந்தச் சமயம் சப்தசிந்துவில் ஆரியர்களுக்கும், சம்பரனுக்கும் பலத்த மோதல் நடந்து வந்தது. சம்பரன் பழிக்குப் பழி வாங்கத் துடித்துக் கொண்டிருந்தான். ஆரியர்கள் கரு நிறத்தவரைப் பூண்டோடு அழித்திடத் துடித்தால், வெள்ளை நிறத்தவரைக் குறைந்தது தமது எல்லையருகே உயிருடன் இருக்கவிடக் கூடாதென்று சம்பரன் கருதினான். சம்பரனின் ஆட்கள் மாபெரும் வீரர்களும், துணிச்சலுடன் போராடுபவர்களும் ஆவர். இதை ரிக்வேத ரிஷிகளே ஒப்புக்கொண்டுள்ளனர், அத்துடன் இன்னொரு விஷயத்தையும் நாம் கவனத்தில்கொள்ள வேண்டும், கூர்க்காக்களின் வீரத்தையும், துணிவையும் கண்டு பிரிட்டிஷார் தமது கூலிப்பட்டாளத்தில் அவர்களைச் சேர்த்துக்கொண்டனர், இன்றும் மலாயாவிலும், உலகின் பல பகுதிகளிலும் தமது சாம்ராஜ்ஜிய விஸ்தரிப்புக்காக கூர்க்காக்களை பலி கிடாக்களாக்கிக் கொண்டிருக்கின்றனர்.

இந்த கூர்க்காக்களும் கிராத சந்ததியினர்தாம்! இது அவர்களின் கண்களும், மூக்கும் மங்கோலியச் சாயலுடன் இருப்பதைக் கண்டு தெரிந்துகொள்ளலாம்.

பிப்ரு விரஜம் (பசுத்திடல்) என்பதிலிருந்து தஸ்யுக்களும் பெரும் எண்ணிக்கையில் பசுக்களை வைத்திருந்ததாகத் தெரிகிறது. ஆரியர்களின் முக்கிய ஜீவனோபாயம் பசுக்களும், குதிரைகளும், ஆடுகளும், செம்மறியாடுகளும்தான்! தாசர்கள் குதிரைகளை அதிகமாகப் பயன்படுத்தவில்லை போலும்! மலைப் பாதைகளில் பயணத்திற்குக் குட்டிக்குதிரைகள் (கோவேறு கழுதைகள்) அப்போதைக்குத் தோன்றவில்லை. ஆரியர்கள் வைத்திருந்த பெரிய பெரிய சிந்துக் குதிரைகள் மலைப்பகுதி யுத்தத்திற்கும், பயணத்திற்கும் அவ்வளவாக உபயோககரமாக இருந்திருக்காது. குத்ஸ ஆர்ஜுனேயவை 'சாரதி' எனச் சொல்லப்பட்டிருப்பினும், மலைப்பிரதேசப் போரிலே தேர்களுக்கு எந்த வேலையும் இல்லை. இதிலிருந்தும் 'சாரதி' என்றால் 'தேரோட்டி' என்றல்லாமல், படைத் தளபதியின் விருதாக இருக்கலாம் எனத் தெரிகிறது.

3. சம்பரன்

ரிக்வேத ஆரியர் காலத்தில் இரண்டு பெரும் யுத்தங்கள் நடைபெற்றன. 'ஒன்று 'தஸ்யுஹத்யா' (சம்பரனுடன் நடந்த யுத்தம்) அல்லது தாசர்களுடன் நடைபெற்ற போர், இரண்டாவது ஆரியர் தமக்குள் செய்துகொண்ட 'தாஸராக்ஞ யுத்த' (பத்து அரசர் யுத்தம்). முதல் யுத்தத்தில் பிரதான எதிரிகள் சம்பரனும் திவோதாஸுும் என்றால் இரண்டாம் யுத்தத்தில் பத்து ஆரிய மன்னர்களுக்கு எதிராக சுதாஸ் வாளேந்தினான். இவ்விரண்டு போர்களும் 'ரிக்வேத'த்தில் குறிப்பிடப்பட்டாலும், சம்பரனுடன் நடைபெற்ற போரே மீண்டும் மீண்டும் சொல்லப்பட்டுள்ளது. இதற்குக் காரணமும் உண்டு. பத்து அரசர் யுத்தத்தில் இரு தரப்பினரும் இந்திரனின் பக்தர்களேயாதலால், இந்திரனின் மகிமையை உயர்த்திக்காட்ட அது அவ்வளவாகப் பயன் படாதல்லவா? இந்திரன் பத்து மன்னனிடம் அதிருப்பி கொண்டு சுதாஸுக்கு வெற்றி தந்துவிட்டார் என்று மட்டுமே கூற இயலும். போரின்போது இரு தரப்பு ரிஷிகளுமே இந்திரனை சந்தோஷப்படுத்த முயற்சிக்கலாம். சம்பரனுடன் யுத்தம் நாற்பதாண்டு காலம் நீடித்ததைப்

போலவே , பத்து அரசர் யுத்தமும் நீண்ட காலமே தொடர்ந்தது. அதில் வெற்றி நிலையாக ஒருவருக்கே கிடைக்கவில்லை. இடையிடையே வெற்றிகள் பெற்றுக்கொண்டிருந்த பல்வேறு மன்னர்களைச் சேர்ந்த ரிஷிகள், இந்திரனின் பெருமையைப் பாடி 'ரிசா'க்களை (செய்யுட்களை) படைத்திருக்கக்கூடும். ஆனால் பிற்காலத்தில் அவைகளைப் பாதுகாக்க வேண்டிய தேவை இருக்கவில்லை. சம்பரன் போர் இந்திர தேவர்களுக்கும் - சிஷ்ண தேவர்களுக்கும் (ஆண்குறி தேவர்களுக்கும்) நடைபெற்றதாகும். அப்போரில் இந்திரனின் சீடர்களுக்கு வெற்றி கிடைத்தது. இந்திரனின் மகிமையை இந்த சந்தர்ப்பத்தில்தான் அதிகமாக எடுத்துக்காட்ட முடியும். அதனால்தான் 'ரிக்வேத'த்தில் சம்பரன் யுத்தத்தின்போதே, அது சம்பந்தப்பட்ட 'ரிசா'க்களில் அதிகமாக வர்ணிக்கப்பட்டிருப்பதில் வியப்பேதுமில்லை. 'ரிக்வேதம்' பூராவிலும் சம்பரனுடன் நடந்த யுத்தத்தின் எதிரொலியே கேட்கிறதென்பது சில அறிஞர்களின் கருத்தாகும்.

பரத்வாஜர், வசிஷ்டர், வாமதேவர்- அனைவருமே சம்பரன் யுத்தத்தை வர்ணித்துள்ளனர். ஆனால் சம்பரனுடன் போரிட்டது திவோதாஸ். அவனுடைய புரோகிதர் (பிரதமர்) பரத்வாஜர். அவர் சோமத்தின் (கஞ்சா அல்லது அதைப் போன்றதொரு போதையூட்டும் தாவரம்) மகிமையைப் பாடும்போது, "அதன் போதையில் மயங்கி இந்திரன் திவோதாஸைக் கொன்றார்" (6-43-1) என்கிறார். சம்பரனின் தந்தை பெயர் 'குலிதர்' என்பது வாமதேவரின் கூற்றால் (4-30-14) தெரிகிறது. "இந்திரன் தாசனான கௌலிதர் சம்பரனை பெரும் மலைகளுக்குள் கொன்றான். '' சம்பரன் பெரும் மலைக்குள்ளே இருந்தான். பெரும் மலை என்று அக்காலத்தில் இமயமலையைக் குறிப்பிட்டனர். அப்போது 'பரத' இனக் குழுவினரின் பூமி பரூஷ்ணி (ராவி) நதிக்கும், ஷுதுத்ரி-விபாஷ் (சட்லஜ்-பியாஸ்) நதிகளுக்குமிடையே இருந்தது. இதனருகே பெரிய மலை காங்கராவின் இமயமலைதான்! 'ஸிவாலிக்' என்ற சிறிய மலை அதனுடனேயே சேர்ந்திருந்தது. அதை இன்றும் தனியானதாக யாரும் கருதுவதில்லை. சிறிய மலைக்குள் அல்லாமல் பெரும் மலைக்குள் சம்பரன் இருந்தானென்று கூறப்பட்டத்திலிருந்து, அவனுடைய புரங்கள் (மலைக்கோட்டைகள்) ஸிவரிலிக் மலைகளின் பின்னால் பெரிய மலைகளில் இருந்தன என்று தெரிகிறது. பத்தொன்பதாம் நூற்றாண்டு வரை வெற்றிகொள்ள முடியாமலிருந்த காங்ரா கோட்டையும் அங்கேதான் இருக்கிறது. இந்த

மலையும் சம்பரனின் ஒரு புரமாகப் பயன்பட்டிருந்தால் வியப்படையத் தேவை இல்லை. காங்ரா கோட்டையில் இந்த நூற்றாண்டின் மிகப் பயங்கரமான நில நடுக்கம் ஏற்படுவதற்கு முன்புவரை பல புராதனப் பொருட்கள் இருந்தன. பூகம்பத்தில் அவை அழிந்து போயின, இந்தப் பகுதி நில நடுக்கம் ஏற்படக்கூடிய பிரதேசத்தில் உள்ளதால், சம்பரனின் கோட்டைகள் சம்பந்தப்பட்ட இடிபாடுகளை நாம் தேடிக் கண்டுபிடிக்க இயலாது.

சம்பரனின் புரங்களை அழித்ததைப் பற்றியும், செல்வம் கொழிக்கும் மலைக்குள் ஆரியர் நுழைத்ததைப் பற்றியும் சோமாஹுதி (2-24-2) கூறுகிறார்.'' "சம்பரன் மலைகளில் இருந்தான்."நாற்பதாவது ஆண்டில் அவனைக் கொல்வதில் ஆரியர் வெற்றிபெற்றனர் (கிருத்ஸமத்) (2-12-11) "அவன் மலையில் வாழ்ந்த தாசன் (அடிமை) அவனைக் கொன்று தன் அற்புதமான ரட்சிப்புகளால் இந்திரன் திவோதாஸைக் காப்பாற்றினார்.'' -வாமதேவர், (6-26-5). வசிஷ்டரின் கூற்றுப்படி, "இந்திரனும், விஷ்ணுவும் சம்பரனுடைய 99 புரிகளை அழித்தனர்.'' (7-99-5).

சம்பரனின் புரிகள் (கோட்டைகள்) 99, 100, 90 என்று பலவாறு கூறப்பட்டுள்ளது. சம்பரனின் 99 புரிகள் அழிக்கப்பட்டன என்றும், நூறாவது புரியை திவோதாஸ் 'அதிதிக்வா'வுக்குத் தந்ததாகவும் வசிஷ்டரைப் போன்றே வாமதேவரும் (4-26-3) குறிப்பிட்டுள்ளார். வாமதேவர் தமது 'ரிசா'க்களில் இந்திரனின் வாயால் எல்லா விஷயங்களையும் கூற வைத்திருக்கிறார். இதனால் ரிஷிகளின் மேல் அவர்களுடைய தேவர்கள் வந்து கொண்டிருந்ததாகத் தெரிகிறது. இது ஒன்றும் ஆச்சரியப்படக்கூடிய விஷயமல்ல. இன்றும்கூட ஆயிரக் கணக்கான ஆண்கள் - பெண்கள் மீது இமயமலையில் அவர்களின் தேவர்கள் வந்து, 'நான்' என ஆரம்பித்து எல்லா விஷயங்களையும் சொல்லுகின்றனர். இமயத்தில் மட்டுமல்ல; எல்லா இடங்களிலுமே இப்படி சாமியாடுபவர்கள், குறி சொல்பவர்கள், அருள்வாக்கு கூறுபவர்கள் நிறையவே இருக்கின்றனர். ஆனால் அன்றைக்கும் இன்றைக்குமுள்ள பிராதன வேற்றுமை என்னவெனில், அன்று எல்லோரும் இப்படிப்பட்ட 'தேவர்களி'ன் தோற்றத்தைப் பக்தியுடன் பாராட்டினர்: இன்று மக்களிடம் அப்படிப்பட்ட பக்தி காணப்படவில்லை. திவோதாஸின் மற்றொரு பெயர் 'அதிதிக்வா' என்பதாகும். பல ரிசாக்கள் அவனை 'அதிதிக்வா' என்று மட்டுமே குறிப்பிடுகின்றன. திவோதாஸ்

விருந்தாளிகளுக்குப் பெருஞ்சேவை செய்பவன் என்று இதிலிருந்து தெரிகிறது (அதிதி : விருந்தாளி). 'அதிதிக்வா'வை ஒரு விருதாகக் கருத வேண்டியதில்லை,

திவோதாஸின் மகன் அல்லது வம்சத்தவன் பருச்சேப் 99க்குப் பதிலாக 90 புரிகள் அழிக்கப்பட்டன என்கிறான் (1-130-7) "இந்திரன் திவோதாஸ் அதிதிக்வாவுக்காக 90 புரிகளை அழித்தொழித்தார்," பிற்காலத்து ரிஷி சுஹோத்ராவின் கூற்றுப்படி, "தஸ்யு சம்பரனின் நூறு புரிகளை இந்திரன் அழித்தார். (6-31-4). இந்த வித்தியாசம் எல்லாம் ஏன்? வசிஷ்டரும், பரத்வாஜரும் கூறியதுதான் சரி; திவோதாஸ் 99 புரிகளை அழித்துவிட்டு, ஒன்றைத் தனக்காக வைத்துக்கொண்டான்.

சம்பரன் எங்கே கொல்லப்பட்டான் என்பதை பரத்வாஜரின் மகன் கர்க் சொல்லுகிறார் (6-47-21), சம்பரனுடன் நடைபெற்ற போரின்போது கர்க் தன் தந்தைக்கு வலதுகரமாக இருந்து திவோதாஸுக்கு உதவி புரிந்து கொண்டிருந்திருக்கலாம். "இந்திரன் (திவோதாஸ்) சம்பரனையும், தாசனான வர்ச்சியையும் உத்விரஜத்தில் கொன்றார்" என்று அவர் கூறுகிறார். மற்ற தாசர்களுக்கிருந்ததைப் போலவே சம்பரனுக்கும் 'விரஜங்கள்' (பசுக்கொட்டில்கள்) இருந்திருக்கலாம். அந்த இடம் காங்ரா மாவட்டத்திலேயே எங்கேயாவது இருந்திருக்கலாம். ஆனால் மூவாயிரம் வருடங்களுக்குப் பிறகும் அதே பெயர் இருக்கு மெனக் கூறமுடியாது.

சம்பரனுடனும், அவனது இனத்துடனும் நடந்த பயங்கரப் போர் குறித்து, நாம் 'வெற்றியாளன் திவோதாஸ்' அத்தியாயத்திலும் சொல்வோம்.

4. கிராதர்

காங்ராவில் தற்போதும் அந்தப் போரின் பெயர் வேறு உருவத்தில் நிலவுவதாகவே தோன்றுகிறது. காங்ரா பிரதேசத்தின் பெயர் ஜலந்தர் என்பதாகும். இமயமலையின் ஐந்து பகுதிகளில் - நேப்பாளம், கூர்மாசலம் (குமாவூ), கேதார் (கட்வால்), ஜலந்தர், காஷ்மீர் - ஆகியவைகளில் ஜலந்தரும் ஒன்று . காஷ்மீர எல்லையிலிருந்து சட்லஜ் வரையிலுள்ள பிரதேசத்தை ஜலந்தர் என்றும், மேற்குப் பிரதேசத்தை துர்கர் (டோக்ரா) என்றும் பகுத்து வந்தனர். இரண்டின் எல்லையும் ராவி

நதியாக இருந்தது. தற்போது மைதானத்திலுள்ள ஜலந்தரை மட்டுமே ஜலந்தராகக் கருதுகின்றனர். ஆனால் முதலில் மலைப் பகுதியைத்தான் ஜலந்தர் என அழைத்து வந்தனர். ஜலந்தர் ஒரு கொடூரமான அரக்கன் என்றும், அவனைத் தேவி கொன்றாள் என்றும் புராணக்கதை விவரிக்கிறது. அந்த தேவி நகர் கோட்டிலுள்ள புகழ் பெற்ற பவானியாவாள். அரக்கனின் பூதாகார உடல் விழுந்த பகுதிக்கு ஜலந்தர் எனப் பெயர் வந்தது. 'ஜலந்தர்' என்றால் ஜலத்தைத் தன்னகத்தே கொண்டவன். இப்பிரதேசத்தில் சட்லஜ், பியாஸ் போன்ற நதிகள் ஓடுகின்றபடியால், இதன் பெயர் பொருத்தமாகவே இருக்கிறது.

'விருத்ரா' என்பவன் நீரைத்தடுத்து நிறுத்துபவன் என்று வேத காலக்கதை கூறுகிறது. இந்திரன் அவனைத் தன் வஜ்ராயுதத்தால் கொன்று நீரை விடுவித்தார். சம்பரனையும் 'விருத்ரா' என்றனர். அவனது சமகாலத்திய ரிஷிகள் அவனைப் பயங்கரமான அசுரப் பகைவன், பெரிய மாயாவி என்றெல்லாம் குறிப்பிட்டாலும், அவன் மனிதனேதான்! காலம் செல்லச் செல்ல சம்பரனின் மானிட உருவை மறைத்து, அவனை அரக்கனாகவே ஆக்கிவிட்டனர். சம்பரனுடன் நாற்பதாண்டு காலம் நடைபெற்ற போரைப் பழங்காலத்தில் 'இந்திர - விருத்ர-யுத்தம்' என்றும் சொல்லி வந்தனர். அக்காலத்தில் புராண காலத்தில் புகழ் பெற்ற துர்க்கா பவானி ஆரியரிடையே பிரசித்தமாகவில்லை. பிற்காலத்தில் பவானியின் புகழ் ஓங்கியது. மக்கள் இந்திரனை மறந்துவிட்டதும், சம்பரனுக்கும், திவோதாஸுக்குமிடையே நடந்த யுத்தத்தையும் தேவிக்கும், ஜலந்தருக்குமிடையே நடந்த யுத்தமாக்கப் பட்டுவிட்டது. ஜலந்தரின் பூதாகார உடல் கீழே விழுந்ததால் இந்தப் பிரதேசத்தின் பெயர் ஜலந்தரென்று சூட்டப்பட்டது.

சம்பரனுக்கும், திவோதாஸுக்குமிடையே (கிராதருக்கும், ஆரியருக்குமிடையே) நடைபெற்ற போர்பற்றி நமக்கு ஆரியர் மூலமாகவே தெரிய வந்துள்ளது. சம்பரனின் ஆட்களும் இந்நிகழ்ச்சியை ஞாபகப்படுத்திக் கொண்டிருந்திருப்பர்; ஆனால் அதை அறிந்துகொள்ள நமக்கு வழி ஏதுமில்லை. சம்பரனின் இனத்தவர் நாற்பதாண்டு யுத்தத்தில் லட்சக்கணக்கானோர்; மாண்டபின்னரும், இமயமலையில் தஞ்சம்கொள்ள அவர்களுக்கு நிறையவே இடம் இருந்தது. அதை ஆரியர்கள் நெருங்கவும் முடியாது. கிராதர் தோல்வி கண்டபிறகு இமயமலையின் உள் பகுதிக்குச் சென்றுவிட்டனர். பியாஸ் ராவி நதிகளின் மேல் பாகங்களில் - சம்பா, குல்லூ பகுதிகளில் - அவர்கள்

ஆரியர்களிடமிருந்து பாதுகாப்பாக இருந்தனர். இப்போதோ சம்பாவைச் சேர்ந்த லாஹுலி, லாஹுல் ஆகியவற்றின் கீழ்ப் பகுதிகளிலும், குல்லூவின் மலாணா கிராமத்தில் மட்டுமே கிராத மொழிபேசும் மக்கள் இருக்கின்றனர். இவர்கள் மொழி விஷயத்தில் கிராத வம்சத்தை வெளிப்படுத்துபவர்களாக இருப்பினும், மத விஷயத்தில் தமது மற்ற சகோதரர்களையே பின்பற்றுகின்றனர். கிராதர்களின் மங்கோலிய முகச்சாயல் சீனாப் நதியின் மேல் பகுதிகளில் மட்டுமே காணப்படுகிறது. ஆனால் அவர்கள் சம்பரன் - யுத்தப் பரம்பரையைத் தொடர்வார்கள் என்னும் நம்பிக்கை இல்லை. இருப்பினும் அவர்களுடைய சம்பிரதாயங்களையும், தொல் பொருள்களையும் ஆராய வேண்டிய அவசியம் எவ்வளவோ இருக்கிறது.

கீழ்ப்பகுதி மலைகளிலிருந்து கிராதரை ஆரியர் விரட்டியடித்தனர். அவர்களைத் தம்முடன் இணைத்துக்கொண்டவர்கள், அவர்களை வட திசைப்பக்கம் விரட்டியவர்கள் ஆரியர்களல்ல; அவர்களுடைய மத்திய ஆசிய சகோதரர்களான 'கஸ்' இனத்தவரே! அவர்கள் சமவெளிகளில் அல்லாமல், முழு மலைப்பிராந்தியங்களான காஷ்கர், கஷ்கர் (கில்கித்), காஷ்மீரில் தம்முடைய 'கஷ்' அல்லது 'கஸ்' என்னும் பெயரைப் பதித்து விட்டு முன்னேறினர். அவர்கள் கிராதர்களின் பூமியான நேப்பாளம் வரை புகுந்தனர். அவர்களின் இந்த நுழைவு அமைதியாக நடந்திருக்காது. இரண்டு இனங்களும் மாடு மேய்க்கும் இனங்கள்தாம். மேய்ச்சல் நிலங்களுக்காக மாடு மேய்ப்போரிடையே ரத்தக்களரி நடைபெறுவது இயற்கையே! இதை நாம் கி.மு. இரண்டாம் நூற்றாண்டில் மத்திய ஆசியாவில் ஹூணர்களுக்கும், சகர்களுக்குமிடையே நடைபெற்ற போர்களிலே பார்த்தோம். சீனாவின் தாக்குதலிலிருந்து உயிரைக் காப்பாற்றிக்கொள்ள ஓடிக்கொண்டிருந்த ஹூணர்கள் (மங்கோலியர்கள்) தமது சொந்த பூமியிலிருந்து வெளியேறி சகர்களின் பூமிக்குள் நுழைந்ததும் இருவருக்குமிடையே பயங்கர யுத்தங்கள் நடந்தன. அவைகளில் தோல்வியடைந்து சகர்கள் தமது பூமியைவிட்டு வெளியேறினர். அவர்கள் தப்பித்துக் கொண்டு இந்தியாவுக்கு வந்தனர். 'கஸ்' இனத்தாருக்கும், கிராதருக்கும்கூட ஆரம்பத்தில் மோதல்கள் ஏற்பட்டிருக்கக் கூடும். கிராதர் விட்டுச் சென்று கொண்டிருந்த பள்ளத்தாக்குகளை எல்லாம் 'கஸ்'கள் ஆக்கிரமித்துக் கொண்டிருந்தனர். சரணாகதி அடையத் தயாரான கிராதர் அங்கேயே தங்கி இருந்து காலப்போக்கில் 'கஸ்'களாக மாறி விட்டனர்.

சம்பரனுடைய வம்சத்தவரின் முடிவு இப்படித்தான் ஆயிற்று.

அத்தியாயம் ஒன்பது

திவோதாஸ்

1. முற்கால ஆரியத் தலைவர்கள்

1. தத்யங் (ததீச்)

திவோதாஸுக்கு முந்தைய ஆரிய மன்னர்களான மனு முதலியவர்கள் பற்றி ஏற்கனவே கூறினோம். திவோதாஸின் மகன் அல்லது சந்ததியான பருச்சேப் கீழ்க்கண்ட ஆரியத் தலைவர்களின் பெயர்களைக் கூறுகிறார். (1-139-9) தத்யங் (ததீச்), அங்கிரா, பிரியமேத், கன்வர், அத்ரி மனு இவர்களில் அத்ரியும், கன்வரும் மன்னர்கள் என்பது சந்தேகந்தான்!

2. ரும் 3. ருஷம் 4. ஷியாவாக் 5. கிருப்

இன்னும் சில மன்னர்களைக் குறித்து 'ரிக் வேத'த்திலே சொல்லப்பட்டாலும், அவர்கள் திவோதாஸுக்கு முந்தை யவர்களா, பிந்தையவர்களா என்பதை உறுதியாகச் சொல்ல முடியாது, இந்திரன் ருஷம், ஷியாவாக், கிருப் ஆகிய ஆரிய மன்னர்களைக் காத்தார் என்று மேதாதிதி (8-3-12) கூறுகிறார். தேவாதிதி என்னும் மற்றோர் ரிஷியும் (8-4-2) ரும், ருஷம், ஷியாவாக், கிருப் முதலியவர்கள் காக்கப்பட்டதாகச் சொல்லு கிறார். பிஜ்வன் என்பவனும் பழையதொரு வம்சத்தை நிறுவியவனாக இருக்கலாம். அந்த வம்சத்திலே திவோதாஸின் தந்தை வத்ரயஷ்வனும், மகன் சுதாஸும் தோன்றினர். நமக்கு பிஜ்வன் குறித்த வேறெந்தத் தகவலும் கிடைக்கவில்லை.

6. வத்ரயஷ்வர்

வத்ரயஷ்வருடன் நாம் நம்பத் தகுந்த சரித்திர யுகத்தில் அடியெடுத்துவைக்கிறோம். பரத்வாஜரும், சுமித்ரரும், இவரைக்

குறிப்பிட்டுள்ளனர், சுமித்ரர் தன்னை வத்ரயஷ்வரின் சந்ததி என்கிறார். "வத்ரயஷ்வர் நிலைநிறுத்திய அக்னி காணத் தகுந்தது" என்கிறார் சுமித்ரர் (10-69-1, 2-11-12). சப்த சிந்துவின் ஆரியர்களுக்கு அக்னி கண்கண்ட தெய்வமாகும். ஒவ்வொரு இல்லத்திலும் அக்னி பிரதிஷ்டை செய்யப்பட்டு பூஜை நடந்து வந்தது. ஆரியர்கள் அக்னியின் பரம பக்தர்கள் . சுமித்ரரின் கூற்றுப்படி, (2) வத்ரயஷ்வரின் அக்னி நெய்யால் வார்க்கப்பட்டது. பழங்காலத்தில் வத்ரயஷ்வர் அதைக் கொளுத்தினார், தந்தைக்கு மகன் சேவை செய்வதைப்போல வத்ர யஷ்வர் அக்னிக்கு சேவை செய்து வந்தார். (10) வத்ரயஷ்வரின் அக்னி பகைவர்களைத் தொடர்ந்து வெற்றி கொள்வதற்கு உதவியது. அவருடைய அக்னி பகைவர்களை அழிப்பதாகும் (12). சுமித்ரரின் இச்சொற்களிலிருந்து, வத்ரயஷ்வர் ஒரு வலிமை படைத்த ஆரிய வீரரென்று தெரிகிறது. அவர் பல பகைவர்களை வென்றார். 'விருத்ர' என்று பகைவர்களைக் குறிப்பிட்டுள்ளதால், அவர்கள் தஸ்யுக்களாக இருக்கலாம். வத்ர யஷ்வரின் மகன் திவோதாஸின் முக்கிய எதிரிகள் தஸ்யுக்களானாலும், ஆரியர்களையும் வசப்படுத்திக்கொள்ளவும் திவோதாஸ் அவர்களு டனும் போரிட வேண்டியிருந்தது. அலெக்சாந்தருக்கு முன் பிலிப் சக்ரவர்த்தியைப் போன்றும், சமுத்திர குப்தனுக்கு முன் சந்திர குப்தனைப் போன்றும் வத்ரயஷ்வர் முதல் வெற்றியாளராவார். மகன் பெற்ற மாபெரும் வெற்றிகளின் முன்பு தந்தையின் வெற்றிகள் மங்கிப்போய் விட்டன. வத்ரயஷ்வர் பரத-புரு-திரித்ஸு இனக்குழுவைச் சேர்ந்தவர், அவர்களுடைய இருப்பிடம் ராவி-சட்லஜ் நதிகளுக்கிடையே இருந்தது. பரத்வாஜரின் கூற்றுப்படி, சரஸ்வதி நதி வத்ரயஷ்வருக்கு திவோதாஸ் என்னும் வீரமகனை அருளியது. (6-61-1). அவர் வெற்றிகளை ஈட்டிக்கொண்டே சத்லஜுக்குக் கிழக்கே சரஸ்வதிக் கரையை அடைந்தபோது, அங்கேயே திவோதாஸ் பிறந்ததாகத் தோன்றுகிறது. சரஸ்வதி நதி சப்தசிந்துவின் புனித நதியாகும். இன்றைக்குக் கங்கையை மதிப்பதைப் போல், அன்றைக்கு சரஸ்வதியை வழிபட்டனர்.

பரத்வாஜர் : திவோதாஸின் வெற்றிகள் பற்றிக் கூறுவதற்கு முன் பரத்வாஜர் பற்றிச் சற்றுக் கூடுதலாகவே சொல்ல வேண்டும். ஏனெனில் பரத்வாஜர்தான் திவோதாஸின் சாணக்கியர். தனது காலத்தில் மிகச் செல்வாக்கு படைத்த புரோகிதர். அவர் ஒரு உயர்ந்த கவிஞரும்கூட! அவருடைய நூற்றுக்கணக்கான 'ரிசா'க்கள் (செய்யுட்கள்) 'ரிக் வேத'த்தின் ஆறாவது மண்டலத்தில் (அத்தியாயத்தில்) உள்ளன. அந்த

மண்டலத்திற்கே 'பரத்வாஜ மண்டலம்' என்றே பெயர். அவர் 'பரத' இனத்தாருக்கு மட்டுமின்றி, மற்ற இனக் குழுவினருக்கும் 'மரியாதைக் குரியவர'ாக இருந்தார், மற்ற மன்னர்களும் அவரை வெகுவாக மதித்தனர். பல மன்னர்கள் அவருக்குச் செய்த தானங்கள் பற்றி அவரும், அவரது மகன் கர்கும், மற்ற ரிஷிகளும் குறிப்பிட்டிருக்கின்றனர். இதிலிருந்து அம்மன்னர்கள் அனைவரும் திவோதாஸ் - பரத்வாஜரின் சம காலத்தவர் என்று தெரிகிறது.

7. அப்யாவர்த்தி சாயமான்

'பார்த்த'வர்களின் இம்மன்னன் பரத்வாஜருக்கு 'வது'வுடன் ஒரு தேரும், இருபது பசுக்களும் அளித்தார் (6-27-8), அடிமைப் பெண்ணையும் 'வது' என்று சொல்லி வந்தனர், சாயமான் அடிமைப் பெண்ணுடன் தேரும் வழங்கினார்.

8. சுமீட்

பரத்வாஜருக்கு சுமீட் இரண்டு பெண் குதிரைகளும், நூறு பசுக்களும் தந்தார். 'பெருக்' சமைத்த உணவும், ஷாண்ட் தங்கத்துடன் பத்து தேர்களும் அளித்தார் (96-63-9). அனைவரையும் விட அதிகமாக ஷாண்ட் தானம் வழங்கினார்.

9. புருநீத்

நோதா கௌதமரின் கூற்றுப்படி (1-59-7), புருநீத் சாதவ நேயனும் பரத்வாஜருக்கு தானமளித்தார், சாதவன் என்பது ஒரு இடத்தின் பெயராக இருக்கலாம்.

10. பிரஸ்தோக்

பிரஸ்தோக் பரத்வாஜருக்கு பத்து கருவூலங்களும் பத்து குதிரைகளும் கொடுத்ததாக கர்க் (6-47-22) கூறுகிறார். கருவூலம் என்று இன்று கஜானாவைச் சொல்கிறோம். ஆனால் அக்காலத்தில் ஒரு குறிப்பிட்ட நிதியைக் கருவூலமென்றனர். "திவோதாஸ் அதிதிக்வாவிடமிருந்து சம்பரனின் செல்வத்தை நாங்கள் பெற்றோம்" என இங்கேயே கூறுகிறார். சம்பரனிட மிருந்து கிடைத்த செல்வமனைத்தும் பரத்வாஜர் ஒருவருக்கே எப்படித் தர முடியும்? அதற்கு வேறு பல பங்குதாரர்களும் இருந்தனர். அதனால்தான் கர்க் அடுத்த 'ரிசா'வில்

சொல்கிறார். "நான் திவோதாஸிடமிருந்து பத்து குதிரைகள், பத்து கருவூலங்கள், பத்து உணவு-உடைகள், பத்து தங்கக்கட்டிகள் பெற்றேன்.''

திவோதாஸ் இறந்த பின்னர் பரத்வாஜர் அல்லது அவரது மகனுக்கு (கர்க்கு) புரோகிதம் (பிரதம மந்திரிப் பதவி) கிடைக்கவில்லை. திவோதாஸின் வீரமகன் சுதாஸின் புரோகிதராக வசிஷ்டரானார். ஆனால் இதன் காரணமாக பரத்வாஜருக்கும், வசிஷ்டருக்குமிடையே அத்தனை மனக் கசப்பு ஏற்படவில்லை. வசிஷ்டரின் இடத்தை விசுவாமித்திரர் பிடித்துக்கொண்டமைக்கு அவர்கள் இருவரிடையே அதிகமாகவே மனக்கசப்பு வளர்ந்தது. வசிஷ்டரின் சந்ததி யினரிடையேயும் வெறுப்பு வளர்ந்ததாகத் தெரியவில்லை. முனிவசிஷ்டர் கூறுகிறார். அக்னி, அத்ரி, பரத்வாஜர், கவிஷ்டர், கன்வர் ஆகியோரைக் காத்தருளினார். அக்னியை வசிஷ்டர் வரவேற்கிறார்.

பரத்வாஜர் பல இனக் குழுக்களில் மதிப்பு பெற்றிருந்தார் என்று இம்மேற்கோள்களால் தெரிய வருகிறது. அவர் தன்னுடைய இந்தச் செல்வாக்கை சம்பரனுடன் நடைபெற்ற போரில் திவோதாஸுக்கு சாதகமாக முழு மூச்சுடன் பயன்படுத்தினார், வெளிப் பகைவர்களுடன் பயங்கரமாக நடந்து வந்த போரின்போது, ஆரியருக்கிடையிலான போராட்டத்தைத் தள்ளிப் போடாமலிருந்திருந்தால், நாற்பதாண்டு யுத்தத்திற்குப் பிறகும் சம்பரனை வெற்றிகொண்டிருக்க முடியாது, இதனால் பரத்வாஜரின் முக்கியத்துவம் புரிகிறது.

11. குத்ஸ ஆர்ஜுனேய, 12. ஸ்ருதர்ய, 13. துர்வீதி, 14. தபீதி, 15. த்வஸந்தி, 16. புருஷாந்த்

ஆரியப் படைத் தலைவர்களைப் பற்றி நாம் சற்றுக் கூறினோம். அவர்களில் குத்ஸ ஆர்ஜுநேய பிரதானமானவன். பரத்வாஜர் சாரதி (தளபதி) குத்ஸனுக்காக பிரார்த்தனை செய்தார் (6-20-5). இந்திரனே குத்ஸனுடன் தேரில் அமர்ந்து போரிடச் சென்றார் என்று வசுக்ரரிஷி (10-29-2) கூறுகிறார். இதனால்தான் குத்ஸனை 'சாரதி' என்றனரோ! குத்ஸ ஆங்கிரஸரின் கூற்றுப்படி, (1-112-9,23) "இந்திரன் வசிஷ்டர், குத்ஸர், ஸ்ருதர்ய, குத்ஸ ஆர்ஜுனேய, துர்வீதி, தபீதி ஆகியோரைக் காத்தார்.'' இவர்கள் அனைவரும் சமகாலத்தவர் என்றும் சொல்ல முடியாது, பரத்வாஜர் ஒரே வாக்கியத்தில் (6-19-13) குத்ஸ, ஆயு, அதிதிக்வா ஆகியோரைக் காத்ததாகச் சொல்கிறார். அதிதிக்வா, திவோதாஸ், குத்ஸ ஆர்ஜுனேயவை நாம் அறிவோம். ஆயுகூட இதே காலத்திலிருந்த ஒரு ஆரிய வீரனாக இருக்கலாம்.

17. தேவக மான்யமான்

சம்பரனும், அவர்களது இனத்தைச் சேர்ந்தவர்களையும் தவிர, 'ஆரிய' என்னும் பெயருள்ள ஒரு நபர் தேவக் மன்யமான் என்பவன். அவன் சம்பரனுடன் நடைபெற்ற போரில் இறந்துவிட்டதாக ஒரேயொரு செய்யுளில் (7-18-20) வசிஷ்டர் கூறுகிறார். மற்ற ஆரிய மன்னர்களுக்கும், இனக்குழுத் தலைவர்களுக்கும் நடந்த யுத்தம் குறித்து 'ரிக்வேத'த்தில் சொல்லப்பட்டாலும், அவர்கள் அனைவருமே திவோதாஸின் சமகாலத்தவர்தான் என உறுதியாகக் கூறமுடியாது. சிலர் சமகாலத்த வராகவும், மற்றவர்கள் பிந்தையவர்களாகவும் இருக்கலாம்.

18. சுஸ்ருவா

சுஸ்ருவாவின் மேல் படையெடுத்த இருபது மக்கள் மன்னர்களை அறுபதாயிரத்துத் தொண்ணூற்று ஒன்பதுபேர் சகிதம், தான் தோற்கடித்ததாக பவ்யா இந்திரனின் புகழ் பாடும்போது கூறுகிறார் (1-53-9). இந்த இருபது மக்கள் மன்னர்கள் யார்?..... சுஸ்ருவா யார்? பவ்யா மேலும் சொல்கிறார் (1-53-10): "இந்திரனே, நீர் சுஸ்ருவாவைக் காத்தீர்." சுஸ்ருவா குறித்து இதைத் தவிர வேறு தகவல் இல்லை.

19. துர்பயாண்

சுஸ்ருவாவுடன் துர்பயாணையும் இந்திரன் காத்தருளி யதாக பவ்ய ஆங்கிரஸர் கூறுகிறார் குத்ஸவம், அதிதிக்வாவும், ஆயுவும் மாபெரும் சக்ரவர்த்தியான சுஸ்ருவாவுக்கு கீழ்ப் படிந்திருந்ததாகச் சொல்லப் பட்டுள்ளது. இதனாலெல்லாம் சுஸ்ருவாவைப் பற்றி மேலும் தெரிந்துகொள்ள நமக்கு ஆவல் மிகுகிறது. ஆனால் பதில்தான் கிடைக்கவில்லை.

20. ரிணஞ்சய்

இவன் 'ருஷம்' இனக் குழுவின் செல்வம் மிகுந்த மன்னன் வப்ருவுக்கு நாலாயிரம் பசுக்களை இவன் வழங்கினான் (5-30-12, 14) "ருஷம் மன்னன் நாலாயிரம் பசுக்களை வழங்கினான். ரிணஞ்சயின் செல்வத்தை நான் பெற்றுக்கொண்டேன். 'ருஷம்' மன்னனுடன் அன்றிரவைக் கழித்தேன்." நாலாயிரம் பசுக்களைத் தானம் செய்யும் மன்னன் அபாரமான செல்வந்தனாகத்தான் இருந்திருப்பான்.

21. பாகஸ்தாமா கொரயாண்

கன்வ ரிஷி திவோதாஸின் சம காலத்தவர். அவர் துர்வஷ்யது இனக் குழுவினரின் புரோகிதராகையால், திவோதாஸின் மகன் ஸுதாஸின் எதிரிகளுடைய ஆதரவாளராக இருந்திருக்கலாம். (அப்போது அவர் உயிருடன் இருந்திருக்க வேண்டும்.) அவரது மகன் மேதாதிதி குரயாணின் மகன் பாகஸ்தாமாவின் பெருமையைப் பாடினார் (8-3-21, 22): "மருத் தேவர்கள் தந்ததை பாகஸ்தாமா கொரயாண் எனக்குத் தந்தார், அவர் அழகிய அச்சாணிகள் கொண்ட சிவப்புத் தேரை எனக்கு வழங்கினார். அவர் ஆடைகளும், சக்தி வாய்ந்த பூச்சுளும் கொடுத்தார். சிவப்புத் தேரை தானமளித்த பாகஸ்தாமாவை நான் வர்ணிக்கிறேன். யது-துர்வஷ் இனக் குழுக்கள் வாழ்ந்த பிரதேசத்திற்கு அருகிலேயே பாகஸ்தாமாவின் பகுதியும் இருந்திருக்கலாம் 'சூர்யாண்' என்பது அந்த இனக்குழுவின் பெயராக இருக்கலாம் அல்லது தந்தையின் பெயராகவோ, முன்னோரின் பெயராகவோ இருக்கலாம்.

22. தேவஸ்வா, 23. தேவவாத்

இவ்விருவரும் பரத இனக் குழுவைச் சேர்ந்தவர்கள். பிற்காலத்தில் தோன்றிய பரதனைப் பற்றி 'ரிக் வேத'த்தில் எவ்விதத் தகவலுமில்லை. தேவவாத்தின் புத்திரன் ஸ்ருஞ்சயை வாமதேவரும் குறிப்பிட்டிருக்கிறார். (4-15-4). ஆகவே இந்த தேவவாத் முற்காலத்தவனாகவே இருக்கலாம். தேவஸ்ரவாவும், தேவவாத்தும் சகோதரர்கள். அக்னி தேவனின் பரம பக்தர்கள் . அக்னியைப் புகழ்பாடி இருவரும் கூறுகின்றனர் (3-23-1-5): "அக்னி கடையப்பட்டார். அவர் வாலிபர், கவிஞர். அவர் வேத மந்திரம் படிக்கும் பிராமணனின் இல்லத்தில் இருக்கிறார். காடுகளை அழித்தாலும் அவர் வெற்றிகொள்ள முடியாதவர். மரணமில்லாதவர். பரதரின் சந்ததியினரான தேவஸ்ரவாவும், தேவவாத்தும் திறமைமிக்க செல்வந்தரான அக்னியைத் தோற்றுவித்தனர். பத்து விரல்கள் புராதனமான, நல்வம்சத்தைச் சேர்ந்த, தாய்மார்களின் அன்பிற்குரிய அக்னியை உண்டு பண்ணின. தேவவாத்-தேவஸ்ராவின் அக்னியை நீங்கள் துதியுங்கள்! பூமியின் மிகச்சிறந்த செல்வங்கொழிக்கும் இடத்தில் உன்னை நிலைநாட்டினோம். ஓ அக்னியே, நீர் சரஸ்வதி-திரஷ்த்வதி, ஆபயா நதிக்கரையிலே செல்வச் செழிப்புடன் ஒளிர்ந்து கொண்டிரு!"

மரக்கட்டையாலான சாதனத்தில் உரசி நெருப்பை உண்டாக்கிக் கொண்டிருந்தனர். அந்த முறைதான் இங்கே சொல்லப்பட்டுள்ளது.

இங்கே குறிப்பிடப்பட்ட திரஷ்த்வதி இன்றைய கக்கர் நதியாகும், ஸிவாலிக்கிலிருந்து குருக்ஷேத்தி ரத்தின் வழியாக ஓடும் நதி இன்றும் சரஸ்வதி என்றே அழைக்கப் படுகிறது. இவ்விரண்டுக்குமிடையே உள்ள நதியான மர்க்கண்டாதான் ஆபயா ஆகும்.

24. ஸ்ருஞ்சய் தெய்வவாத், 25. மஹிராத் சாஞ்சய்

மேற்கூறிய தெய்வவாத் புத்திரர் ஸ்ருஞ்சய் பற்றி பரத்வாஜர் குறிப்பிட்டுள்ளார் (6-2-77): "அந்த இந்திரன் ஸ்ருஞ்சய்க்காக துர்வஷை வழங்கினார். விருசிவதர்களை தெய்வவாத்துக்கு அளித்தார்.'' துர்வஷும், விருசிவதர்களும் ஸ்ருஞ்சய்க்கு வசமாதல் இங்குச் சொல்லப்பட்டிருக்கிறது. வாமதேவர் கூறுகிறார் (4-15-4) : "தெய்வவாத் ஸ்ருஞ்சய்க்காக கிழக்கில் அக்னி ஒளிர்ந்தது.'' "ஸ்ருஞ்சய் புத்திரன் பரத்வாஜர்களை பூசித்தான்.'' என்று பரத்வாஜரின் மகன் கர்க்கும் கூறுகிறார் (6-47-25). இந்த ஸ்ருஞ்சய புத்திரன் யார்? மஹிராத்!

26. புருகுத்ஸன்

ரிக்வேத 'ரிசா'க்களில் 'குத்ஸ' பெயரில் மூவர் வருகின்றனர் என்று நாம் தெரிவித்துள்ளோம். இந்த குத்ஸன் புரு இனக் குழுவைச் சேர்ந்தவனாகையால், இவனை 'புருகுத்ஸன்' என்றனர். இவனது மகன் த்ரஸதத்யு ஸுதாஸின் சம காலத் தவனாகையால், தந்தை திவோதாஸ் காலத்தில் இருந்திருக்கலாம். பரத்வாஜரும் இவனுடைய புகழ் பாடியிருப்பதாலும் இது தெளிவாகிறது. பரத்வாஜரின் கூற்றுப்படி (6-20-10), இந்திரன் புருகுத்ஸனுக்காக தாசர்களின் ஏழு பனிக்காலப் புரங்களை அழித்தொழித்துவிட்டார், 'பனிக்காலப் புரங்கள்' என்பதிலிருந்து அக்கால மக்கள் கடுங் குளிரிலிருந்து தப்ப பள்ளத்தாக்குகளில் வந்து, கோட்டைகள் போன்ற இருப்பிடங்களில் வசித்து வந்தனரென்று தெரிகிறது. குமாவூ-கட்வால் போன்ற இமயமலைப் பகுதிகளிலிருந்து மக்கள் இன்றும் தமது கால்நடைகளுடன் குளிர்காலத்தில் பள்ளத்தாக்கில் வந்து இருப்பதைக் காண்கிறோம். புருகுத்ஸன் அப்படிப்பட்ட கிராதரின் ஏழு பனிக்கால இருப்பிடங்களைக் கொள்ளையடித்திருக்கலாம். வசிஷ்டரின் சகோதரர் அகஸ்தியரின் 'ரிசா'வில் (1-174-2) இது தெரிகிறது: "இந்திரன் மிலேச்சரின் ஏழு பனிக்கால புரங்களை அழித்தார். இளைஞனான புருகுத்ஸனுக்கு அனவத்ய அரணா(நதி)வைத் தந்து பகைவனைக் கொன்றார்.'' ஏழு

புரங்களைக் கைப்பற்றிக் கொண்டபோது, அவற்றுக்கருகில் பாயும் நதியையும் கைப்பற்றிக்கொண்டான் என இதிலிருந்து புரிகிறது. நோதா கோதமரும் இதையே கூறுகிறார். (1-63-7): இந்திரன் புருகுத்ஸனுக்காக ஏழு புரங்களை அழித்தார்.'' குத்ஸ ஆங்கிரஸர் அஷ்வி இரட்டையர் ப்ரிஷ்ணிகு புருகுத்ஸவைக் காத்தனர் என்கிறார் (1-112-7). ப்ரிஷ்ணிகு என்றால் அற்புத பசுக்கள் கொண்ட புருகுத்ஸனா அல்லது அவன் வேறு ஒரு மன்னனா?

27. த்ரஸதஸ்யு பௌருகுஸ்ய

இவன் ஸுதாஸின் புரோகிதர் வசிஷ்டரின் கூற்றுப்படி, புருகுத்ஸனின் மகன் (7-19-3): "இந்திரனே, நீர் ஸுதாஸைக் காத்தீர்! சம்பரனுடன் நடந்த போரிலே பௌரகுத்ஸித்ர ஸதஸ்யுவைக் காப்பாற்றினீர்!'' த்ரஸதஸ்யுவே சொன்னான் (4-42-8, 9) "தௌர்கஹ் த்தஸதஸ்யுவின் பிடியில் இருந்த போது ஏழு ரிஷிகள் பிதுரர்களாக இருந்தனர். அவர்கள் இந்த த்ரஸதஸ்யுவின் வேள்வியைச் செய்வித்தனர். புருகுத்ஸானி இந்திரனுக்கு வேள்வியில் ஆகுதிப்பொருள்களை சமர்ப் பித்தாள். அப்போது த்ரஸதஸ்யு மன்னனுக்குப் பகைவர்களை அழிக்கும் அர்த்ததேவன் கிடைத்தான்.'' புருகுத்ஸானி த்ரஸதஸ்யுவின் தாயாராக இருக்கலாம். திரஸதஸ்யு தஸ்யுக்களுக்கு சிம்ம சொப்பனமாக இருந்திருப்பான் என்று அவனது பெயரே தெரிவிக்கிறது. அர்த்த தேவன் என்பது இவனது மகனா? த்ரஸதஸ்யுவை 'தௌர்கஹ்' என்று குறிப்பிட்டுள்ளனர். 'துர்கஹ்' என்னும் பெயரில் அவனது முன்னோர்கள் யாரும் இருந்திருக்கலாம் கைரிஷித் புருகுத்ஸனிடமிருந்து தங்கத்துடன் பத்து வெள்ளைக் குதிரைகள் பெற்றதாக சம்வரண் (5-33-8) கூறுகிறார். 'கைரிஷித்' என்றால் 'மலையில் வசிப்பவன்' என்று பொருள். பியாஸ் - சட்லஜ் நதிகளிடையே வடக்கில் மலைகளில் த்ரஸதஸ்யுவின் கோட்டை ஏதாவது இருந்திருக்கலாம். த்ரஸதஸ்யு கொடை வள்ளல் என்று வாமதேவரின் கூற்றால் (4-38-1) தெளிவாகிறது. த்ரஸதஸ்யுவிடமிருந்து கொடை பெற்றவர்களில் ஸெலிபரியும் ஒருவர். அவர் சொல்கிறார் (8-19-36, 37): "மகத்தான ஆரியனும், நல் மன்னனுமான பௌரகுத்ஸ த்ரஸதஸ்யு எனக்கு ஐம்பது 'வது'க்களையும் (அடிமைப் பெண்களையும்), சுவாஸ்து நதிக்கரையிலே 270 கரு நிறப் பசுக்களையும் வழங்கினார்.'' அவ்வடிமைப் பெண்கள் மலைவாசி மக்களின் மகள்களாக இருக்கலாம். சௌபரி இதே சூக்தத்தில் (தொகுப்பில்) கூறுகிறார். (8-19-32): "அக்னி சாம்ராட் த்ரஸதஸ்யுவின் பாதுகாவலன்.'' அந்தக் காலத்தில் 'சாம்ராட்' என்ற சொல்

இன்றைப்போல் அவ்வளவு பிரபல மடையவும் இல்லை; அதற்கு அத்தனை ஆழ்ந்த பொருளுமில்லை. த்ரஸதஸ்யு புருகுத்ஸனின் மகனாக இருப்பதால், அவன் 'புரு' இனக் குழுவைச் சேர்ந்தவன். அவ்வினக் குழு சட்லஜ் - பியாஸ் நதிகளுக்குக் கிழக்கிலே மலைப்பகுதி வரையிலும் அக்காலத்தில் வசித்து வந்தது.

28. குருஸ்ரவண த்ரஸதஸ்யு

இவனுடைய பெயரிலேதான் நாம் முதன்முதலாக 'குரு' என்னும் சொல்லைப் பார்க்கிறோம். புருகுத்ஸனின் பேரனாக இருந்ததால் இவன், புரு, ஸுதாஸ் ஆகியோரின் காலங்களிலும் இருந்தான் ஸுதாஸின் எதிரியாகவும் இவன் இருந்திருக்கலாம். இவனுடைய புரோகிதன் பத்து மன்னர் யுத்தத்தின்போது நீரில் மூழ்கி இறந்துபோன 'கவஷ் ஐலூஷ்' என்பவன். கவஷ் தனக்கு ஆதரவளித்த மன்னனின் தாராள சிந்தையைப் பாராட்டியிருக்கிறான் (10-32-9 ; 10-33-4): "வள்ளல் குருஸ்வரன் வழங்கிய செல்வம் மங்களகரமானது. வள்ளல்களிலே கொடைவள்ளலான த்ரஸதஸ்யு மகன் மன்னன் குருஸ்வரனை நான் யாசித்தேன்.''

2. திவோதாஸின் செயல்கள்

1. திவோதாஸ் அதிதிக்வா

திவோதாஸும் முதலில் தன் சொந்த ஆரிய இனக் குழுக்களுடனேயே சில போர்கள் செய்ய வேண்டியிருந்தன. ஆனால் அவன் மகன் ஸுதாஸைப்போல் அவ்வளவு அதிகமாக போர்கள் நடத்த வேண்டியிருக்கவில்லை. தஸ்யுக்களுடன் போரிட்ட ஆரியத் தலைவர்களில் குத்ஸ ஆர்ஜுனேயும் ரிஜிஷ்வாவும், வைத்தியும் இருந்தது நாமறிவோம். குத்ஸ ஆர்ஜுனேய திவோதாஸின் சேனாதிபதியாக இருக்கலாமென்றும் கூறினோம். ஐந்து ஆரிய இனக்குழுவினரில் துர்வஷ், யது இனக்குழுவினர் மேற்கிலிருந்து வந்து தஸ்யுக்களுடன் போர் புரிந்தார்கள். அவ்விருவரும் சம்பரனுடன் இறுதிப் போர் செய்வதற்கு முன்னால் திவோதாஸுடன் சமரசம் செய்து கொண்டதாகத் தெரிகிறது. அந்த சமரசமும் சமாதான பூர்வமாக நடைபெற்றதாகத் தெரியவில்லை. ஏனெனில் திவோதாஸ் இறந்துவிட்ட பிறகு அவனுடைய வாரிசான ஸுதாஸுடன் போரிட்ட பத்து ஆரிய மன்னர்களில் இவ்விரு இனக் குழுவினரும் முக்கியமானவர்கள்.

வசிஷ்டரின் கூற்றுப்படி, துர்வஷ் யது இனக் குழுவினர் திவோதாஸ் அதிதிக்வாவின் அதிகாரத்தை ஏற்றுக்கொண்டார்கள். (7-19-8). அமுஹீய ஆங்கிரஸரும் சோம தேவனைத் துதிக்கும்போது, அவர் துர்வஷ், யதுக்களை திவோதாஸுக்குக் கீழ்ப்படியச் செய்தார் என்கிறார் (9-61-2).

சம்பரனைத் தவிர வேறு சில தஸ்யுக்களின் தலைவர்களையும் திவோதாஸ் தோற்கடித்தான். அவர்களில் வர்ச்சி சம்பரனுடன் கூடவே உத்விரஜத்தில் நடைபெற்ற மகா யுத்தத்தில் கொல்லப்பட்டான். சவ்ய ஆங்கிரஸர் கூறுகிறார் (1-53-8). "காஞ்ச், பர்ணய் ஆகியோரை இந்திரன் திவோதாஸுக்காகக் கொன்றார், வங்கிருதவின் நூறு புரிகளை ரிஜிஷ்வா அழித்தார்.'' நூறு புரிகளை அழித்தவன் திவோதாஸ் '.வங்கிருத்' சம்பரனின் மற்றொரு பெயரல்ல, சவ்யர் கூறிய 'நூறு' எண்ணிக்கையின் பொருள் 'அதிக எண்ணிக்கை' என்பதாகும். பெயர் தெரியாத ரிஷி ஒருவரின் 'ரிசா'வில் இந்திரன் கூறுகிறார். "நான் குங்குக்களிடமிருந்து திவோதாஸுக்கு தானியமும், செல்வமும் கொடுக்கச் செய்தேன். பர்ணயையும், காஞ்சையும் கொன்றேன்.'' ஆரியரல்லாத இனக் குழுவொன்றின் பெயராக 'குங்கு' இருக்கலாம்.

திவோதாஸ் தேவர்களுக்குப் பிரியமானவன். ஆனாலும் அவன் அசோகரைப் போல் 'தேவானாம் பிரிய' (தேவர்களுக்குப் பிரியமானவன்) என்னும் விருதைத் தன் பெயருடன் சேர்த்துக்கொள்ளவில்லை. திவோதாஸின் மகன் 'ரிசா'க்களை (வேத செய்யுட்களை) இயற்றி ரிஷிகளின் பட்டியலில் தன் பெயரையும் சேர்த்துக் கொண்டுவிட்டார். அவருடைய பேரன் அல்லது இரண்டாம் மகனும் ஒரு ரிஷியே! ஆனாலும் திவோதாஸ் இயற்றியதாக எந்த ஒரு 'ரிசா'வும் கிடைக்கவில்லை என்றாலும் தேவர்கள் அவருக்குக் காட்சியளித்துக் கொண்டிருந்தனர். தீர்க்கதமாவின் புத்திரர் கக்ஷீவானின் கூற்றுப்படி அஸ்வி தேவர்களிருவரும் திவோதாஸிடம் வந்தனர் (1-116-8). அஸ்வி தேவர்களிருவரும் சம்பரனை அழிப்பதில் திவோ தாஸுக்கு உதவினர் என்று குத்ஸ ஆங்கிரஸர் கூறுகிறார் (1-112-14). அஸ்வி - தேவர்களிருவரும் திவோதாஸைக் காப்பாற்றினர் என கக்ஷீவானும் (1-119-4). சொல்கிறார், புஜ்யு என்பவன் திவோதாஸுக்கு உதவியாளனாக இருந்த ஒரு ஆரியத் தலைவனாக இருக்கலாம்.

2. சம்பரனின் கொலை

சம்பரனைப் பற்றிக் கூறும்போது நாம் இந்தப் பெரும் போர் பற்றியும் விவரித்துள்ளோம். இதில் ஒரு லட்சத்துக்கும் மேற்பட்ட

தஸ்யுக்கள் அழிக்கப்பட்டனர் என்று சொல்வதெல்லாம் மிகைப்படுத்திக் கூறுவதாகும். திவோதாஸின் புரோகிதரான (பிரதமரான) பரத்வாஜரின் செல்வாக்கு பற்றி ஏற்கனவே கூறினோம். இக்காலத்தில் ஆரியரிடையே நிலவியிருந்த ஒற்றுமையின் மூலவர் பரத்வாஜரே என்பதில் சந்தேகமில்லை. ஆனால் ஆயுத பலத்தால் மட்டுமே சம்பரனை வெற்றி கொள்ள முடிந்ததால், அதே வெற்றியின் பெருமை எல்லாம் திவோதாஸுக்குத்தான் சேர வேண்டும். ரிஷிகள் தங்களுடைய தேவர்களை எங்கோ சொர்க்கத்தில் அமர்ந்து வேடிக்கை பார்ப்பவர்களாகக் கருதவில்லை. தேவர்கள் போர்களிலே அவர்களுடன் தோளோடு தோள் சேர்த்து நேரடியாகவே பங்கேற்றனர் (?) குத்ஸ ஆர்ஜுனேயனின் தேரில் இந்திரனே அமர்ந்து சுஷ்ணனுடன் போரிடச் சென்றார். தேவர்களுடன் இப்படிப்பட்ட நேரடித் தொடர்பு எவ்வாறு ஏற்பட்டதென்று விளங்கவில்லை. ஆனால் வாமதேவர் தமது 'ரிசா'க்களில் இந்திரன் வாயிலாக 'நான் என்று குறிப்பிடுவதால், தேவர்கள் மனித உடல்களில் புகுந்து பேசியதாகத் தோன்றுகிறது. இன்றும்கூட இமய மலையின் கட்வால் பகுதியில் 'பாண்டவர் நாட்டியம்' நடக்கிறது. அங்கே பஞ்சபாண்டவர்களும், திரௌபதியும் வாழ்க்கை முழுதும் ஒரு நபரைத் தேர்ந்தெடுத்துக்கொள்கின்றனர்; அந்த நபரின் உடலுக்குள் நுழைந்து அந்நபர் வாயிலாக 'நான்' 'நாங்கள்' என்று அனைத்து விஷயங்களையும் கூறுகின்றனர். அவர்கள் 'பாண்டவர் நாட்டிய'த்திலும் அந்த நபரின் உடல் வழியாகவே பங்கேற்கவும் செய்கின்றனர். கின்னா பிரதேசத்தில் இன்றும் தேவர்களுக்கும், பக்தர்களுக்கும் உயிர்த் துடிப்புள்ள தொடர்பைக் காணலாம். அங்குள்ள ஒரு கடவுள் ஒரு வெள்ளை அதிகாரியைத் தனது பெரிய பக்தனாக்கிக் கொண்டுவிட்டார். அதனால் அந்த வெள்ளை அதிகாரி அங்குள்ள ராஜாவிடமிருந்து அந்த சாமிக்கு நிலமும் வாங்கித் தந்தார். இதிலெல்லாம் உள்ளடங்கிய உண்மை இதுதான். மனிதர்கள் வசீகரண சக்திக்குட்பட்டு (ஹிப்னாடிஸம்) அப்படிப்பட்ட காரியங்களைச் செய்யவாரம்பிக்கின்றனர். மனதை ஒரு நிலைப்படுத்துவதால் அவர்கள் சொல்லும் சில விஷயங்கள் உண்மையாகவும் இருக்கின்றன. எல்லா இடங்களிலும் இன்றும்கூட ப படித்த அதிமேதாவிகளும் இந்த விஷயங்களை கண்மூடித்தனமாக நம்பிக் கொண்டிருக்கும்போது, மூவாயிரம் ஆண்டுகளுக்கு முன்பு எந்த அளவுக்கு நம்பியிருப்பார்கள் என்பதைச் சுலபமாகவே ஊகிக்கலாம். இந்திரன், அக்னி, அஸ்வி இரட்டையர் போன்ற ரிக்வேத

காலத்திய ஆரியர்களின் தேவர்களும் இதே போல் ஏதோ விதத்தில் தமது பக்தர்களுக்கு 'உதவியிருக்க'க் கூடும். (?)

இந்திரன் திவோதாஸ் அதிதிக்வாவின் பெருமையை உயர்த்தி சம்பரனின் சிரத்தைக் கொய்தார் என பரத்வாஜர் கூறுகிறார் (6-23-3). இந்திரன் திவோதாஸுக்காக 90 புரங்களை (கோட்டைகளை) தகர்த்தார். சம்பரனை மலைக்குக் கீழே கொன்றார் என்று பருச்சேப் திவோதாஸிடம் சொல்கிறார் (1-130-7).

சம்பரனின் அழிவை நேரில் கண்ட பரத்வாஜர் கூறுகிறார்.

"ஓ அக்னியே, நீர் சோம ரசத்தைத் தயாரிக்கும் திவோதாஸின் உயர்ந்த செல்வத்தை பரத்வாஜருக்கும் தந்தீர்'' (6-16-5).

"பகைவர்களை அழிக்கும் அக்னி திவோதாஸின் உண்மையான பேரரசன்'' (6-16-19).

"இந்திரனே! நீர் திவோதாஸிற்காக சம்பரனைக் கொன்றீர். இங்கே சோமபானம் வடிக்கப்பட்டுள்ளதைப் பருகுவீர்! (6-43-1).

சம்பரன் மலைக்குக் கீழே போரிட நேர்ந்ததென்று இதிலிருந்து புலனாகிறது. போர்க்களத்தின் பெயர் 'உத்விரஜம்' என்று கர்க் ரிஷி தெரிவித்தார்.

பரத்வாஜரின் சம காலத்தவர் வாமதேவரும் கூறுகிறார்:

"நான் (இந்திரன்) சம்பரனுடைய 49 புரிகளைத் தகர்த்தெறிந்தேன். நூறாவதை திவோதாஸுக்கு வழங்கினேன்'' (4-26-3). இவ்வாறு நூறாவது புரம் (கோட்டை) திவோதாஸ் வசமும், மலைப் பகுதிகளில் அவனது வம்சத்தாரிடமும் இருந்தது. இங்கிருந்து அவர்கள் மலைவாசிகளின் மீது தமது ஆட்சியை நிலைநாட்டி வந்தனர். சம்பரன் வாழ்ந்த நாடு 'சுமந்தம்' என்பது (செல்வம் கொழிக்கும் நாடு). அக்காலத்தில் எல்லாவற்றையும்விட பயன்தரு உலோகமான தாமிரம் (ஆரியர் அதை 'அயஸ்' எனக் குறிப்பிட்டனர்) இந்த பிரதேசத்திலிருந்து தான் கிடைத்து வந்ததென்பது உறுதி. ஆடு மாடுகளும்கூட மலைவாழ் மக்களிடம் நிறையவே இருந்தன.

திவோதாஸும், ஸுதாஸும் அவர்கள் காலத்தில் ஆரியர்களின் பெருந்தலைவர்களாக விளங்கி வந்தன ரென்றாலும், அவர்கள் மட்டுமே தலைவர்கள் அல்ல என்பது 'ரிசா'க்களில் சிதறிக் கிடக்கும் வரலாற்றுத்

தகவல்களால் தெரிய வருகிறது. மற்றவர்களும் செல்வத்திலும், வீரத்திலும் குறைந்தவர்களல்ல. 'புரு' இனக் குழுவினரில் புருகுத்ஸ, திரஸ தஸ்யு, குருசிரவண் ஆகியோர் அவர்கள் காலத்தில் வீர மன்னர்களாகத் திகழ்ந்து ஆயிரக்கணக்காகக் கொடை வழங்கிக் கொண்டிருந்தனர். இவர்கள் 'புரு' இனத்தாரின் கீர்த்தியை உயர்த்துவதில் பெரும் பங்காற்றியதால், வேத காலத்திற்குப் பிறகு புரு-குரு வம்சத்தின் புகழ் ஓங்கி வளர்ந்தது. பத்தாயிரம் வேத செய்யுட்களில் காட்டிலே ஊசியைத் தேடுவதைப் போல சரித்திர உண்மைகளைத் தேட வேண்டியிருந்தாலும், அவை அதிக நம்பிக்கைக்குரியவையாகும். அதற்குப் பிந்தைய செய்திகள் மகாபாரதம், ராமாயணம், புராணங்கள் ஆகியவைகளில் கிடைத்தாலும், அவை கட்டுக்கோப்பான முறையில் இருந்தாலும் அவை அவ்வளவு நம்பத் தகுந்தவையல்ல. ஆயினும் சப்தசிந்துவுக்குப் பின்னர் கங்கை - யமுனைப் பள்ளத்தாக்கிலிருந்து 'குரு' இனத்தாரின் முக்கியத்துவம் நிலைபெற்றது.

3. ஆயுதங்கள்

ரிக்வேத கால ஆரியர் தாமிரயுகத்தைச் சேர்ந்தவர்கள். சிந்து பள்ளத்தாக்கு மக்கள் அவர்களுக்கு முன்னால் ஆயிரத்து ஐந்நூறு ஆண்டுகளாகவே தாமிர யுகத்திலே வாழ்ந்து வந்தனர். இந்த செப்பு (தாமிர) உலோகத்திலிருந்தே அம்புகள், கதைகள், கோடரிகள் போன்ற போர்க்கருவிகள் தயாரிக்கப்பட்டு வந்தன. ஆரியர்களின் அம்புப் பொதியும், நாணும் தோலாலானவை. கைக்கருவிகள் தாமிரத்தைக் கொண்டு உருவாக்கப்பட்டன.

1. அம்பும், 2. அம்புப் பொதியும்

"போர்வீரர்களே, இந்திரனின் உதவி கொண்டு வெற்றி பெறுங்கள்! பகைவர்களைத் தோற்கடியுங்கள் ! எதிரிகளை அழவைக்கும் வியப்புடன் கூடிய வெற்றி. வீரர்கள் கரங்களில் அம்பெடுத்துள்ளனர்." (2)

"கரத்தில் அம்பேந்தி அம்புப் பொதியுடையவர்களுடன் தனக்குத்தானே வசமாகக்கூடிய இந்திரன் போரில் இருக்கிறார், வீசியெறியும் அம்புகளைக் கொண்டு பகைவர்களை வெல்லும், சோமபானம் பருகிய சிறந்த வில்வீரரான இந்திரன் எதிரிகளைத் தோற்கடிக்கிறார்." (3) என பிரஜாபதி புத்திரரான ரிஷியக்ஞர் கூறுகிறார் (10-123-2, 3).

4. வில்; 5. நாண்; 6. கவசம்

பரத்வாஜரின் மகன் 'பாயு' ஆயுதங்களை மிகவும் புகழ்ந்துரைக்கிறார். அவருடைய தந்தை சம்பரனை வெற்றிகொண்ட திவோதாஸின் புரோகிதர் (பிரதமர்) அல்லவா! தன் தந்தையைப் போலவே திவோதாஸின் போரிலே அவரும் மிகத் தீவிரமாகப் பங்கெடுக்க நேரிட்டிருக்கலாம். அவர் கவசம், வில், அம்புப்பொதி ஆகியவற்றைப் புகழ்ந்திருக்கிறார். அவர் வில்லின் நாண்பற்றிக் கூறுகிறார் (6-75-1-4). "இந்த நாண் யுத்தத்திலிருந்து மீட்டுச் செல்ல விரும்புகிறது. அது இனிய வார்த்தைகள் பேசுவதற்காகவே வில்லேந்துபவனின் காதோரம் வருவதைப் போலிருக்கிறது. காதலி காதலனை அணைத்து மெள்ளப் பேசுவதுபோல அது காதோரம் வருகிறது." (3)

"வில்லின் இரு முனைகளும் எதிரியின் மேல் படையெடுக்கும் போது எதைப் பற்றியோ யோசித்துக் கொண்டிருக்கும் பெண்ணைப்போல, மகனைத் தாயைப்போல் பாதுகாக்கட்டும்! அடையாளமறிந்து (திவோதாஸின்) பகைவர்களை அழிக்கட்டும்!" (4)

ஸுதாஸ் 'ரிக்வேத'த்தில் மாபெரும் வெற்றிகளைக் குவித்தவன். அவன் ஆயுதங்களைப் புகழ்வதில் என்ன வியப்பு? "எதிரிகளின் நாண்கள் அறுந்து விழட்டும்!" என அவன் தன் செய்யுளில் (10-133-1) கூறுகிறான்.

7. கோடரி

விசுவாமித்திரர் கோடரியின் உதாரணம் தந்து சொல்கிறார் (3-2-1): நாம் யாகத்தை வளர்க்கும் அக்னிக்கு புனித நெய் போல் துதிப்போம்! கோடரி தேரை உருவாக்குவதைப் போலவே மனிதர்களும், வேள்வியை நிர்வகிப்பவர்களும் தேவர்களை அழைக்கும் இருவித அக்னியை உருவாக்கித் துதிக்கின்றனர்."

8. பரசு (கோடரி)

சமஸ்கிருத மொழியில் 'குலிஷ்' என்ற சொல் வஜ்ராயுதத்தையோ, கதையையோ மட்டுமே குறிப்பிடுவதாகாது. கோடரியும் ஒரு போர்க் கருவிதான். இதை 'பரசுராமன்' என்னும் பெயரிலும் காணலாம். விசுவாமித்திரர் கோடரியைக் குறிப்பிட்டு "ஓ இந்திரனே, கோடரியைக் கண்டு மரம் வருத்தமடைவதைப் போல எங்கள் பகைவர்களும் வருந்தட்டும்! பருத்திச் செடி சாய்ந்து விடுவதைப் போல, அடுப்பின்

மேல் ஏற்றப்பட்ட பாத்திரம் நன்றாகச் சூடேறிப் பொங்கி வழிவதைப் போல எங்கள் பகைவர்களும் வீழ்ந்து மடியட்டும்!'' என்கிறார் (3-53-22).

9. வாஷி: சிறு கத்தி

'வாஷி' என்பது மரத்தைச் செதுக்கும் ஒரு கருவியாகும். இதை அந்தக் காலத்திலும் பயன்படுத்தி வந்தார்கள். சியா வஸ்ய ரிஷியின் ஒரு செய்யுள் (5-57-2) அறைகூவுகிறது: ''ஓ நற்புத்திகொண்ட சிந்தனையாளரான தேவர்களே! நீங்கள் 'வாஷி'யுடனும், சிறு கத்தியுடனும், வில் - அம்புகள் சகிதம், அம்புப் பொதி சுமக்கும் அழகிய குதிரைகள், அழகிய ரதங்களும், ஆயுதங்களும் கொண்டு தயாராகுங்கள்! மரீசியின் மகன் கஸ்யபரும் வாஷியைக் குறிப்பிடுகிறார் (8-29-3): ''தேவர்களிலே திட சித்தங்கொண்ட அவர் தாமிரத்தால் உருவாகிய 'வாஷி' (என்னும் ஆயுதத்தை) யைத் தாங்கியிருக்கிறார்.''

10. வஜ்ராயுதம்

வஜ்ராயுதத்தை 'குலிஷ்' என்றும் சொல்லி வந்தார்கள். இது ஒரு விதமான வீமனின் கதையைப் போன்றது. இது கற்காலத்திருந்தே தொடர்ந்து வருகிறது. ததீசியின் எலும்புகளைக் கொண்டு இந்திரன் வஜ்ராயுதத்தை உருவாக்கியதாகப் புராணக்கதை கூறுகிறது. ''ஒரு தேவன் கையில் வஜ்ராயுதம் தாங்கிப் பகைவர்களை அழிக்கிறார்.'' என்று கஸ்யபர் (8-29-4) சொல்கிறார்.

11. அத்க்

இது ஒரு உடையின் பெயருமாகும். ஆனால் சுனஹோத்ராவின் கூற்றுப்படி (6-33-3), 'அத்க்' ஒரு ஆயுதத்தின் பெயரும் என்று தெரிகிறது. ''ஓ சூரியனே, இந்திரனே! நீங்கள் ஆரியர்களிலும், தாசர்களிலும் உள்ள எதிரிகளை மிகக் கூர்மையான 'அத்க்'குகளால் கொல்கிறீர்கள். அவற்றைக்கொண்டு போர்களில் அவர்களைக் கண்டதுண்டமாக்குகிறீர்கள்!''

12. படகுகள்

ஏர் பற்றி நாம் வாமதேவரின் அத்தியாயத்தில் விவரித்துள்ளோம். ஆரியர் படகைப் பயன்படுத்தினாலும் வியாபார நோக்கு அவர்களிடையே அதிகமில்லை. அவர்களின் படகுகள் சாதாரண போக்குவரத்துச்

சாதனங்களாகப் பயன்படுத்தப்பட்டு வந்தன. தீர்க்கதமாவின் மகன் கக்ஷீவானின் சுலோகத்தில் (1-116-5) நூறு துடுப்புகள்கொண்ட படகு குறிப்பிடப்படுகிறது: "ஓ அஸ்வினி குமாரர்களே! நீங்கள் போக்கிடமே இல்லாத, ஆதாரமே இல்லாத, ஆழங்காண முடியாத கடலில்மூழ்கிக் கொண்டிருந்த புஜ்யுவை உட்கார வைத்துக் கடலைத் தாண்ட வைத்தீர்கள்.''

அத்தியாயம் பத்து

சுதாஸ்

1. சுதாஸ் வீதஹவ்ய

ஒரு மாபெரும் வீரனான அரசனுக்குப் பிறகு அவனுடைய மகனும் தந்தையைப் போலவே மாவீரனாகத் திகழ்வது வரலாற்றிலே மிக அரிதாகவே நிகழ்ந்துள்ளது. அப்படிப்பட்டவர்களில் ஸுதாஸும் ஒருவன். அவன் தன் தந்தை திவோதாஸின் வெற்றிகளை முன்கொண்டு சென்றான். திவோதாஸ் மலைவாழ் 'தஸ்யு'க்களை அழித்து சப்தசிந்து பிரதேசமாக மாற்றியதோடல்லாமல், இமயமலையின் வளமான மேய்ச்சல் நிலங்களையும், பள்ளத்தாக்குகளையும், சுரங்கங்களையும் ஆரியர்களுக்கு உரிமையாக்கியதுடன், சிந்து நதியிலிருந்து சரஸ்வதி நதி வரையிலும் வாழ்ந்திருந்த ஆரிய இனக்குழுவினடையே ஒற்றுமையை நிலைநாட்டி, அவர்களை ஒரு அரசாட்சிக்குள் கொண்டு வந்தான். ஆனால் எல்லா ஆரிய மக்களும் இதை ஒப்புக்கொள்ளத் தயாராயில்லை; அதனால் அவர்கள் திவோதாஸ் இறந்ததுமே எல்லா இடங்களிலும் போர்க்கொடியை உயர்த்தினார்கள். அவர்களுடன் ஸுதாஸ் தன் தந்தையைக்காட்டிலும் அதிகமாகப் போரிட நேரிட்டது. ஸுதாஸ், பத்து மன்னர் யுத்தம் சம்பந்தமான பல செய்திகள் 'ரிக்வேத'த்தில் காணக்கிடைக்கிறன. வசிஷ்டரின் ஒரு சூக்தம் (செய்யுள் தொகுப்பு) முழுதும் இதையே விவரிக்கிறது. 'திரித்ஸு' இனக்குழுவும் முதலில் எதிரியாகவே இருந்தது. ஆனால், பின்னால் திரித்ஸு-பரத் இனக்குழுக்களின் உயர்விற்காகவே ஸுதாஸ் போரிட்டான். 'பிரிது' 'பர்ஷீ' இனக்குழுக்கள் அவனுக்கு உதவி புரிந்தன. இவ்விரு இனக் குழுக்களும் பாரசீகரிடையேயும் (ஈரானியர்) இருக்கின்றன. ஈரானில் பிற்காலத்திலிருந்த 'பர்ஷியன்', 'பார்த்தியன்' இனக்குழுக்களே இவை என்று தவறாகக் கருதிவிடக் கூடாது. ஈரானியரும், சப்த சிந்துவின்

ஆரியரும் ஒரே வம்சத்தின் இரு கிளைகளாவர். இருவரும் ஒரே பிரதேசத்தில் வாழ்ந்திருந்த போது புராதன பிரிது-பர்ஷீ இனக் குழுக்களைச் சேர்ந்த சிலர் ஈரானுக்கும், சிலர் சப்தசிந்துவுக்கும் வந்து சேர்ந்திருக்கலாம். ஸுதாஸுக்கு உதவியாளர்களாக இருந்தவர்களில் பரதர்களின் பழைய புரோகிதர் தீர்க்கதமாவின் சந்ததியினரும் இருந்தனர். ஸுதாஸின் காலத்தில் பரதர்களை புரோகிதர் (அமைச்சர்) பதவியிலிருந்து விலக்கி விட்டாலும், அவர்கள் ஸுதாஸின் பகைவர்களுடன் சேர்ந்து கொண்டதாகத் தகவல் ஏதுமில்லை, வசிஷ்டர் போரின் சூத்திரதாரியாவார். அவரது உறவினர் ஜமதக்னியும் அவருடன் இருந்திருக்கலாம் விசுவாமித்திரர் பின்னால் வசிஷ்டரின் இடத்தை நிரப்பினார். 'பத்து அரசர் யுத்த'த்தில் அவரும், அவருடைய 'குஷிக்' இனக்குழுவினரும் ஸுதாஸுக்குத் துணையாக நின்றனர்.

'பத்து மன்னர்' என்பவர்கள் ஸுதாஸின் பகைவர்கள் எனக் கூறும்போது, அவர்களின் எண்ணிக்கை பத்து மட்டுமே அல்ல. முக்கியமான பகைவர்கள் பத்து பேர். ஆனால் அவர்களின் எண்ணிக்கை 'ரிக்வேத'த்தில் குறிப்பிடப்படவில்லை. அறிஞர்களும் இது குறித்து கருத்து வேற்றுமை கொண்டுள்ளனர். என்றாலும் முக்கிய விரோதிகள் இவர்கள் : 1. துர்வஷ், 2, யது, 3. அனு, 4. த்ருஹ்யு, 5. புரு ஆகிய ஐந்து இனக்குழுவினர் நிச்சய மாக இருந்தனர். 6. ஷிம்யு, 7. கவஷ், 8. பேத், 9-10. இருவைகர்ணர்கள் இருக்கலாம். துர்வஷ், யது இனக் குழுவினரின் புரோகிதர் கன்வர், திருஹ்யுக்களின் புரோகிதர் பிரிகு (கிருத்ஸமத்), புரு இனக்குழுவினரின் புரோகிதர் அத்ரி. இவர்கள் அனைவருமே தமது போஷகர்கள் பக்கமே இருந்திருப்பார்கள் என்பதில் சந்தேகமில்லை. புரோகிதர் கவஷரின் தூண்டுதலால், அவருடைய போஷகரான குருசிரவணும் ஸுதாஸுக்கு எதிரியாக இருந்திருக்கக்கூடும். துர்வஷ்-யது இனத்தவர் ஒரு முறை 'மத்ஸ்ய' இனத்தவர் மீது படையெடுத்தாலும், இப்போது அவர்கள் தமது பகைவர்களுடன் சேர்ந்து கொண்டு ஸுதாஸின் எதிரிகளாகி விட்டிருந்தனர். ஆகவே மத்ஸ்யர்கள் (11) 'பத்து மன்னர்' பட்டியலுக்கு வெளியிலிருப்பவர்கள். 12. பக்த் (பக்தூன்கள்), 13. பலானஸ், 14. அலின், 15. விஷாணி, 16. அஜ், 17. சிங், 18. ஷிக்ரு, 19, யட்சு-இவர்கள் அனைவருமே ஒவ்வொரு சமயத்தில் பகைவர்களாக இருந்தனர்.

ஸுதாஸுக்கெதிரான 'பத்து மன்னர்' யுத்தத்திலே யுத்யாமதி, சாய்மான் கவி, சதுக், உசத், சுருத், விருத்த, மன்யு போன்ற இனக்குழுவினரின் பெயர்களும் குறிப்பிடப்படுகின்றன.

1. வசிஷ்ட புரோகிதர்

திவோதாஸ் காலத்தில் பரத்வாஜர் மிகவும் செல்வாக்குள்ளவர் என்றாலும், 'பத்து மன்னர் யுத்த' காலத்தில் வசிஷ்டர் அவரை விடவும் மிக அதிக செல்வாக்குபடைத்தவராக இருந்தார். பரத்வாஜர் தன்னை பரத இனக்குழு மக்களின் (ஸுதாஸின் இனக்குழு) தலைவிதியை நிர்ணயிப்பவராகவே கருதினார். "வசிஷ்டர் பரத இனமக்களின் புரோகிதராக ஆவதற்கு முன் அவர்கள், தண்டனைக்குப் பயந்த அனாதைக் குழந்தைகள் போலிருந்தனர். பிறகு திரித்ஸு (பரத) இன மக்கள் நல்ல வளர்ச்சி அடைந்தனர்'' என்று அவரே 7-33-6 என்னும் சூக்தத்தில் (செய்யுள் தொகுப்பில்) கூறுகிறார். "ஸுதாஸ் தொடர்பான போரில் பரத இன மக்கள் தோற்றோடும் தருணத்தில் தமது செல்வத்தையெல்லாம் (உணவையெல்லாம்) ஸுதாஸுக்குக் கொடுத்துவிட்டனர்.'' (7-18-14). உணவையெல்லாம் தந்துவிட்ட செய்தியை வசிஷ்டர் மீண்டும் குறிப்பிடுகிறார் (17). பரத்வாஜரின் வம்சத்தவர் உடலாலும் திவோதாஸுக்கு உதவி புரிந்தனர். அப்போதைக்கு வாளெடுத்துப் போரிடும் பொறுப்பு தனியொரு வர்க்கத்திடம் ஒப்படைக்கப்படவில்லை. வசிஷ்டரைச் சேர்ந்தவர்கள் ஸுதாஸுக்காக உயிரைத் திரணமாக மதித்துப் போராட அவரே தூண்டினார். "என்னுடைய வெள்ளைநிற மக்களே! வலது பக்கம் கூந்தலை முடிக்கும் நீங்கள் மகிழ்ச்சி கொள்க! நீங்கள் என்னை விட்டுப் போகாதீர்கள் என்று நான் எழுந்து கூறுகிறேன்'' என்று அவர் கூறுகிறார் (7-33-1-3). பின்னர் ஸுதாஸின் வெற்றிகளுக்குத் தன் வம்சத்தவர் செய்த உதவியைக் குறிப்பிட்டுச் சொல்கிறார் "யார் இவ்வாறு நதியைத் தாண்டினார்கள்? யார் இவ்வாறு ரகசியத்தைத் தாக்கினார்கள்? யார் இவ்வாறு பத்து அரசர் யுத்தத்தில் ஸுதாஸுக்கு துணை புரிந்தார்கள்? வசிஷ்டரின் வம்சத்தைச் சேர்ந்தவர்களே! நீங்களெழுப்பிய குரலால்தான் இந்திரன் பாதுகாத்தார்.'' புராதன காலத்திலிருந்து நம் நாட்டுக்குள் முஸ்லிம்கள் நுழைந்தது வரை, தலை முழுதும் முடி வளர்த்துக்கொள்ளும் பழக்கம் நிலவியிருந்தது. முடியைப் பின்னிக்கொள்ளும் வழக்கம் இருந்தது. பல்வேறு இனக்குழு மக்கள் பல்வேறு விதமாக முடியலங்காரம் செய்து கொண்டனர். வசிஷ்டரின் வம்சத்தவர் வலதுபுறமாகக் கூந்தலை முடிந்தனர். அதனாலேயே அவர்களை 'வலதுபுற முடியலங்காரத்தவர்' என்றனர்.கிருஸ்துவின் நூற்றாண்டு தொடங்கும் வரையிலும் பெண்கள் தலைப்பாகை அணிந்து வந்தனர். வேத காலப் பெண்களும் அதை

அணிந்திருக்கக் கூடும். அப்படியென்றால் வசிஷ்டரின் வம்சத்துப் பெண்களும் வலதுபுறம் கூந்தலை முடிந்திருக்கலாம். குமரிப்பெண்களோ நான்கு பின்னல்கள் போட்டுக்கொண்டிருந்தனர் இரண்டு பின்னல்கள் காதுகள் பக்கத்திலிருந்து முன்புறமும், இரண்டு பின்புறமும் தொங்கிக் கொண்டிருந்தன.

ஸுதாஸின் சகோதரன் 'பிரதர்தன்' என்பவன் இருந்தான். ஆனால் ரிசாக்களில் (வேத செய்யுட்களில்) இதற்கு ருசு ஒன்றுமில்லை. பிரதர்தன் ஸுதாஸின் மூத்த பிள்ளை என்றும், அவனை பரத்வாஜர் தந்தையின் அரியாசனத்தில் அமர்த்தினார் என்றும் சில வேத ஆராய்ச்சியாளர்கள் கருதுகின்றனர். ஆனால் ஸுதாஸ் இதை ஒப்புக்கொள்ளவில்லை. அல்லது தகுதி வாய்ந்த தந்தைக்கு பிரதர்தன் தகுதி படைத்த தனயனல்ல. திவோதாஸின் வெற்றிகளைப் பாதுகாக்கும் திறமை அவனுக்கில்லை. அதிருப்தியாளர்கள் சுதாஸை ஆதரித்தனர். அவர்களில் வசிஷ்டர் முக்கியானமவர். வசிஷ்டர் சுதாஸை அரியணையிலேற்றி 'பரத இனக்குழுவினரின் மன்னன்' என்று பிரகடனப்படுத்தினார். இரு சகோதரர்களிடையேயும் போர் மூண்டது. போரிலே பிரதர்தன் கொல்லப்பட்டிருக்கலாம். சமுத்திர குப்தனின் சிம்மாதனத்தில் அமர்ந்த அண்ணன் ராம குப்தனைக் கொன்று சந்திரகுப்தன் விக்கிரமாதித்தியனாக அரசாண்டதைப் போல, ஸுதாஸ் பரதர்களின் மன்னனானான். இக்கருத்தை ஏற்றுக்கொண்டால், துவக்கத்தில் திரித்ஸுக்களுடன் ஸுதாஸின் போரையும் புரிந்துகொள்ள முடியும்.

2. ஸுதாஸ்

ஸுதாஸ் தனக்குத் தானமளித்ததைப் பற்றி வசிஷ்டரே கூறியுள்ளார்: "தேவவாத்தின் பேரன் ஸுதாஸ் வதுக்களுடன் (பெண்களுடன்) இரண்டு தேர்களும், இருநூறு பசுக்களும் எனக்கு வழங்கினான். ஓ பூஜைக்குரிய அக்னியே! ஸுதாஸின் தானம் பெற்று வேள்வி நடத்தும் பிராமணனைப் போல் நான் புகழ்ந்து பாடியவாறே வீடு சென்று கொண்டிருக்கிறேன்." (7-18-22-23). "பைஜவன் (சுதாஸ்) தங்க நகைகள் பூட்டிய நான்கு குதிரைகளை எனக்குத் தானமாகத் தந்தான்." (23).

சுதாஸ் திவோதாஸின் மகன் என்னும் விஷயத்தில் சிலர் ஐயம் வெளியிட்டிருக்கின்றனர். ஆனால் வசிஷ்டரின் இவ்வாக்கியத்தில்

அந்த ஐயம் பறந்துவிடுகிறது. "ஓ மருத்தேவர்களே! தந்தை திவோதாஸுக்கும் செய்தது போலவே ஸுதாஸுக்கும் உதவி புரியுங்கள்!'' (7-18-25). வசிஷ்டர் ஸுதாஸுக்கு மட்டுமே மரியாதைக் குரியவராக இருக்கவில்லை. பௌரகத்ஸி திரஸதஸ்யுவும் அவருடைய ஆசியைப் பெற்றிருந்தான். அதனாலேயே அவர் இந்திரன் பெருமையைப் பாடுகையில், "நீர் ஸுதாஸை அனைத்து அபாயங்களிலிருந்தும் பாதுகாத்தீர். போரில் பௌரகத்ஸி திரஸதஸ்யுவையும் பாதுகாத்தீர்! (7-19-3) என்கிறார். இதனால் திரஸதஸ்யு ஸுதாஸுடன் போரிடவில்லை என்றும், அவன் பிறிதொரு காலத்தைச் சேர்ந்தவன் என்றும் சந்தேகம் தோன்றுகிறது என்று வசிஷ்டர் சொல்கிறார்.

"வேள்வியின் வள்ளலான ஸுதாஸுக்கு இந்திரன் உணவு, செல்வம் எல்லாமுமாவார்'' (7-19-6).

"இந்திரன் ஸுதாஸுக்காக உலகைப் படைத்தார். செல்வமும் வழங்கினார்.'' (7-20-2).

"இந்திரனே! நூற்றுக்கணக்கான உம்முடைய பாதுகாப்புகளும், ஆயிரக்கணக்கான புகழுரைகளும் ஸுதாஸுக்கு உரித்தாகுக!'' (7-25-3).

"ஸுதாஸின் பாதுகாவலராக இந்திரன் இருப்பதால் அவனுடைய தேரை யாராலும் அசைக்க முடியாது. அதனை யாராலும் தடுத்து நிறுத்தவும் முடியாது. அவன் பசுக்கள் நிறைந்த மேய்ச்சல் நிலங்களில் செல்கிறான்.'' (7-32-10).

"ஓ இந்திர - வருணரே! தாசர்களையும்., ஆரியப் பகைவர்களையும் கொல்லுங்கள்!''

இந்திர-வருணர்களின் அருள் பெற்று பிரிது, பர்ஷு இனக்குழுவினர் பசுக்களைக் கொள்ளையடிப்பதற்காகக் கிழக்குத் திசைக்குச் சென்றதாக வசிஷ்டரின் கூற்றிலிருந்து (7-83-1) தெரிகிறது. "நீர் தாஸர்களையும் விருத்தர்களையும் அழித்தீர். ஆரிய விரோதிகளைக் கொன்று ஸுதாஸைக் காப்பாற்றினீர்.'' தொடக்கத்தில் ரிஷிகள் தஸ்யுக்களுக்கு எதிராக மட்டுமே தேவர்களைத் துதித்தனர்; ஆனால் இப்போதே தஸ்யுக்களுடன் ஆரியரின் அழிவுக்காகவும் அவர்கள் தேவர்களைத் துதிக்க வேண்டியிருந்தது. ஸுதாஸின் பகைவர்கள் பிரதானமாக ஆரியர்கள்தான்!

2. பத்து மன்னர் யுத்தம்

1. பகைவர்கள்

சம்பர யுத்தத்தைப் போலவே 'பத்து மன்னர் யுத்த'மும் ஒன்றிரண்டு ஆண்டுகளில் நடந்து முடிந்த யுத்தமல்ல. இந்த யுத்தத்தை ஸுதாஸ் நீண்ட காலம் நடத்த வேண்டியிருந்தது. "இந்திர - வருணர் பத்து மன்னர்களால் தாக்கப்பட்ட ஸுதாஸை திரித்ஸுக்களுடன் சேர்ந்து காப்பாற்றினார்'' என்கிறார் வசிஷ்டர் (7-83-6,7). திரித்ஸுக்களுடன் நடைபெற்ற உள்நாட்டுக் கலகம் இப்போது முடிந்து விட்டதென்று இதன் பொருள். பத்து மன்னர்கள் ஸுதாஸையும், அவனது திரித்ஸு இனக் குழுவினரையும் தோற்கடிக்க முயற்சித்தனர் என்றும் இதிலிருந்து தெரிகிறது. வேள்வி செய்யாத, பக்தி இல்லாத பத்து மன்னர்களும் ஒன்று சேர்ந்து ஸுதாஸுடன் போர் புரிந்ததாக அடுத்த ரிசாவிலே வசிஷ்டர் சொல்கிறார். "ஸுதாஸின் விரோதிகளில் துர்வஷ், யது இனக்குழுவினர் முக்கியமானவர்கள். துர்வஷ், மார்த்ஸ்ய, பிரிகு, த்ருஹ்ய ஆகிய இனக்குழுவினர் அனைவரும் சேர்ந்து, ஒருவருக்கொருவருடன் ஒத்துழைத்து ஸுதாஸின் மேல் படையெடுத்தனர்.'' என அவர் மேலும் தெரிவிக்கிறார் (7-18-6,7). இவர்களுடன் பக்தூனியரும், பலானஸரும், அலினரும், விஷாணியரும், சிவரும்கூட படையெடுத்ததாக அடுத்த இரண்டு ரிசாக்கள் மூலம் தெரிகிறது (7-8). அப்படையெடுப்பில் ஆரியர்களின் பசுக்கள் திரித்ஸுக்களுக்குக் கிடைத்தன. அடக்கப்பட முடியாத, கெட்டவர்களான பகைவர்கள் பருஷ்ணி நதியை ஆக்கிரமித்துக் கொண்டனர். கடைசியில் சாய்மானின் மகன் கவி பூமியின் மீது விழுந்துவிட்டான். பருஷ்ணியில் பகைவர்கள் தோல்வியைத் தழுவினர். ஸுதாஸ் அவர்களைச் சிதறடித்து விட்டான். வசிஷ்டர் மற்றோரிடத்தில் இதே யுத்தம் பற்றிக் கூறுகிறார் (7-83-8): "பத்து மன்னர் யுத்தத்தில் நாலாப் பக்கங்களிலும் சூழப்பட்ட ஸுதாஸுக்கு இந்திரனும், வருணனும் உதவி செய்தனர். போரில் சடைமுடியணிந்த வெள்ளை திரித்ஸுக்கள் பிரார்த்தனை செய்து கொண்டிருந்தனர்.''

விசுவாமித்திரர் பியாஸ், சட்லஜ் நதிகளை ஆழமான நதிகளிலிருந்து ஆழமற்ற நதிகளாக மாற்றும்படி கேட்டுக்கொண்டு இயற்றிய ரிசாக்கள் ரிக் வேதத்தின் சிறந்த கவிதைகள் எனக் கூறலாம். ஆனால் நதிகளை ஆழமற்றவைகளாகத் தானே செய்ததாக வசிஷ்டரும் உரிமை

கொண்டாடுகிறார். ஆனால் நதிகள் ரிஷிகளின் வேண்டுதலால் ஆழமற்றவைகளாக ஆகியிருக்கமாட்டா. அவை காலப்போக்கில் அப்படி ஆகியிருக்கக் கூடும். பகைவர்களைத் துரத்திச் செல்லும்போது ஸுதாஸின் குதிரைப்படை வீரர்கள் குறிப்பிட்டதொரு இடத்தில், நதி குறைந்த ஆழமுடையதைக் கண்டிருக்கலாம். இந்நிகழ்ச்சி 'பத்து மன்னர் யுத்த'த்தின் போது நடைபெற்றதால் இதன் பெருமை வசிஷ்டருக்குத்தான் சேரவேண்டும் "இந்திரன் ஸுதாஸுக்காக நதிகளை ஆழமற்றவையாகவும், கடக்கத் தகுந்தவையாகவும் ஆக்கினார்'' என்று வசிஷ்டர் கூறுகிறார் (7-18-5). இதன் பின்னர்தான் துர்வஷ், மத்ஸ்ய, பிரிகு, த்ருஹ்யு ஆகிய இனக்குழுவினர்மீது தாக்குதலும், சாய்மான் கவி இறந்தது பற்றிய தகவலும் உள்ளன. இதிலிருந்து பகைவர்களின் மேல் படையெடுத்தபோது சுதுத்ரி, விபாஷ் நதிகளையல்லாமல் பருஷ்ணி (ராவி) நதியைத் தாண்டிச் சென்றான் எனத் தெரிகிறது. "வேள்வியின் போது அதைச் செய்யும் பிராமணர்கள் புல்லை வெட்டுவதைப் போலவே ஸுதாஸ் இரட்டையர் வைகர்ணர்களைச் சேர்ந்த இருபத்தி ஒன்று பேரை வெட்டிக் கொன்றான்'' (7-18-11-14). இது மட்டுமல்ல; வஜ்ரபாகு (இந்திரன்) ஸ்ருத கவஷ், விருத்த, த்ருஹ்ய ஆகியோரையும் நீரில் மூழ்கடித்து விட்டாரென்று அதே இடத்தில் சொல்லப் பட்டுள்ளது. எதிரிகள் ராவி நதியைக் கடந்து ஒரு முறை பரதர்களின் பிரதேசமான (ராவி, சட்லஜ் நதிகளுக்கிடையே உள்ள பகுதியில்) புகுந்தார்களென்று தோன்றுகிறது. ஸுதாஸ் அவர்களைக் கடுமையாகத் தாக்கியபோது பகைவர்களில் பலரும் நதியில் விழுந்து மூழ்கிவிட்டனர். ஸுதாஸ் நதியின் குறிப்பிட்டதொரு பகுதியைத் தாண்டக் கூடியதென்பதை அறிந்து, அங்கே அதைக் கடந்து எதிரிகளை விரட்டினான். ஸுதாஸ் தன் பகைவர்களின் ஏழு கோட்டைகளை அழித்ததாக வசிஷ்டரின் அடுத்த கூற்றிலிருந்து (13) தெளிவாகிறது. அவர்களின் அபாரமான செல்வம் திரித்ஸுக்களுக்குக் கிடைத்தது. இந்த யுத்தத்தில் மாபெரும் நர வேட்டை நடைபெற்றது. "படை யெடுப்பாளர்களான அனு, த்ருஹ்ய இனங்களைச் சேர்ந்த அறுபது நூறு ஆறாயிரம், அறுபத்தி ஆறு வீரர்கள் இறந்து உறங்கி விட்டனர்'' (14).

ஸுதாஸ் செய்த மாபெரும் யுத்தம் "பத்து மன்னர் யுத்தம்'' தான்! அவன் தோற்று, ராவி நதியின் மேற்கில் ஓடிக்கொண்டிருந்த பகைவர்களின் நாட்டின் மீது படையெடுத்தான்.

ஸுதாஸின் மற்றொரு பகைவனான 'பேதை'ப் பற்றியும் குறிப்பிடுகிறார் வசிஷ்டர் (7-18-18). ஸுதாஸின் வெற்றிகளின் பெருமையையெல்லாம் இந்திரனுக்கு வழங்கி அவர், "இந்திரனே, உன்னுடைய எத்தனையோ எதிரிகள் தோற்று விட்டார்கள். இனி உம்மேல் பக்தி செலுத்தாத 'பேதை' வசப்படுத்திக்கொள்ளும்! உம்மைத் துதிப்பவர்களுக்கெல்லாம் அவன் தீங்கிழைத்துக்கொண்டிருக்கிறான். அவனை வஜ்ராயுதத்தால் கொல்லும்!'' என்கிறார். 'பேத்' என்பது ஆரியப் பெயராகத் தோன்றவில்லை. ஸுதாஸ் 'பத்து மன்னர் யுத்த'த்தில் சிக்கிக்கொண்டிருப்பதைப் பார்த்து, அந்தப் பெயருடைய ஒரு மன்னனோ அல்லது இனக்குழுவோ விஸ்தரிப்பு நடத்த முயற்சித்திருக்கக் கூடும்.

இவ்வெற்றிகளுக்குப் பின்னர் ஸுதாஸின் புகழ் ஓங்குவது இயற்கையே! வசிஷ்டரும் கூறியுள்ளார். (7-18-24, 25): "ஸுதாஸின் புகழ் பூமிக்கும், வானத்திற்குமிடையே பரவியுள்ளது. அவன் பெரிய கொடை வள்ளல். மக்கள் அவனை இந்திரனைப் போல் துதிக்கின்றனர். அவன் போரிலே யுத்யாமதியை அழித்தான். தேவர்கள் இந்த ஸுதாஸை தந்தை திவோதாஸ் போல் கருதுவார்களாக! அவர்கள் ஸுதாஸின் இல்லத்தைப் பாதுகாப்பார்களாக! ஸுதாஸின் வலிமை அழியாமல், குன்றாமல் விளங்குவதாகுக!''

2. போர்

வசிஷ்டரின் புரோகிதத்தில்தான் (பிரதமர் பதவிக் காலத்தில்தான்) 'பத்து மன்னர் யுத்த'மும் (7-83-1-10), கிழக்கில் யமுனை நதிவரை ஸுதாஸ் வெற்றிப் பயணம் செய்தான் என்னும் செய்தி வசிஷ்டரின் கூற்றால் (7-18-19) கிடைக்கிறது; "யமுனையும், திரித்ஸுக்களும் இந்திரனைத் திருப்திகொள்ளச் செய்தார்கள். இங்கே 'பேத்' என்பவனை இந்திரன் கொன்றார். அஜ, ஷிக்ரு, யட்சு ஆகியோர் குதிரைகளின் தலைகளை பலியாகக்கொண்டு வந்தார்கள்." 'பேத்' யமுனைக் கருகிலிருந்த ஒரு மன்னனாகவோ அல்லது இனக்குழுவாகவோ இருக்கலாம். அஜ, ஷிக்ரு, யட்சு என்பவை யமுனை-கங்கை நதிகளுக்கிடையே இருந்த ஆரியரல்லாத இனங்களாக இருக்கக்கூடும். அவை ஸுதாஸின் ஆளுகையை ஏற்றுக்கொண்டிருக்கவும் கூடும்.

வசிஷ்டர் பரதர்களின் பெயரை உயர்த்தி, "சூரியனைப் போன்ற பெரும் ஒளியுடன் அக்னி, ஒளிரும் பரதர்களின் துதியைக் கேட்கிறார்.

பரத இனக்குழுவினர் போரிலே புருக்களைத் தோற்கடித்தார்கள்'' என்கிறார் (7-8-4).

ஸுதாஸின் வெற்றிகளுக்கெல்லாம் வசிஷ்டரும், அவரைச் சேர்ந்தார்களும் பெருமையைத் தக்க வைத்துக்கொள்ள விரும்பினார்கள்; ஆனால் ஸுதாஸ் இதை ஏற்றுக்கொள்ள பல நாட்கள் வரை தயாராயில்லை. அவன் கர்வத்தால் சற்று அவமானப்படுத்தியும் இருக்கலாம். வசிஷ்டரின் மகன் 'சக்தி' தந்தையைப் போன்ற தகுதி இல்லாதவனாக இருக்கலாம். ஸுதாஸ் பிரதமர் பதவியை மற்றவருக்குக் கொடுத்தது அவனுக்குப் பிடிக்கவில்லை என்றும், அதனால் அவன் ஸுதாஸின் கைகளில் உயிரிழக்கவும் வேண்டி வந்ததென்றும் பிற்காலக் கதைகள் தெரிவிக்கின்றன. ஸுதாஸின் துவக்க காலப் போர்களுக்கு விசுவாமித்திரரும் உதவி புரிந்திருந்ததால், வசிஷ்டரிடம் விரக்தியடைந்திருந்த அவன், விசுவாமித்திரரை அப்பதவியில் அமர்த்தினான்.

3. சுதேவி ராணி

ஸுதாஸின் மனைவி ராணி சுதேவி கணவனுக்கேற்ற மனைவியாவாள், ஸுதாஸ் அவளை 'அஸ்வின்' என்னும் தேவனின் வரத்தால் பெற்றான் என்று குத்ஸ ஆங்கிரஸர் (1-112-19) கூறுகிறார்.

3. அஸ்வ மேதம்

1. விசுவாமித்திரர்

விசுவாமித்திரர் இயற்றிய 'நதி-சூக்த'த்தைப் பார்க்கும் போது, அவர் 'ரிக்வேத'த்தின் சிறந்த கவிஞரென்பது தெளிவாகிறது. அவருக்கு இவ்விஷயத்தில் சற்றுக் கர்வமும்கூட! (3-43-12). "பூமி, வானத்துடன் இந்திரனையும் நான் பிரார்த்தனை செய்தேன். விசுவாமித்திரனின் பிரார்த்தனை பரத இனக்குழுவைப் பாதுகாக்கிறது.'' விசுவாமித்திரர் நதிகளை ஆழமற்றவையாக்கி ஸுதாஸை நதிகளைத் தாண்டிச் செல்லும்படி செய்தார் என்பது பொய்யானதாகவே தோன்றுகிறது. என்றாலும், "மகரிஷி விசுவாமித்திரர் சிந்து நதியைத் தடுத்து நிறுத்தியதால், இந்திரன் குஷிகர்களை அன்புடன் அதைக் கடக்கச் செய்தார்'' என்று அவரே கூறிக்கொள்கிறார் (3-53-9).

குஷிக் இனக்குழு புரு இனக்குழுவுடன் தொடர்புள்ளதுதான். அது சரஸ்வதி நதிப் பள்ளத்தாக்கிலே இருந்து வந்தது. வசிஷ்டரின் மக்களைப் போலவே இதுவும் வலிமை படைத்த ஒரு இனக் குழுவாகும். "வைஷ்வானர் அக்னி குஷிகர்களின் இல்லங்களில் குதிரையின் கனைப்புப்போல் எரியூட்டப்பட்டு வளர்க்கப்படுகிறார். அவர் நமக்கு நல் வீரத்தையும், சிறந்த குதிரைகளுடன் ரத்தினங்களும் நல்குவாராக!'' என விசுவாமித்திரரே சொல்கிறார். "குஷிகர்கள் ஒவ்வொரு இல்லத்திலும் அக்னியை சேவிக்கிறார்கள்.'' (3-29-15). சரஸ்வதி நதிப்பள்ளத்தாக்கில் வாழ்ந்த இவ்வாரியர்களுக்குத் தம்முடைய எல்லார் இல்லங்களிலும் அக்னி பிரதிஷ்டை செய்யப்பட்டுள்ளார் என்றும், தாமெல்லாம் அக்னியின் பக்தர்களென்றும் மகாபெருமை! எதிரிகளைத் தோற்கடிக்கும் வேலையும், யமுனைப் பள்ளத்தாக்கில் இருந்த ஆரியரல்லாதாரை அடிபணியச் செய்யும் காரியமும் வசிஷ்டரின் காலத்திலேயே முடிந்துவிட்டன. விசுவாமித்திரர் காலத்தில் இவ்வெற்றிகளைப் பாதுகாப்பது மட்டுமே எஞ்சியிருந்தது. ஆனால் அதில் மட்டுமே என்ன சிறப்பு இருக்கும்? அதனால் விசுவாமித்திரர் ஸுதாஸைக் கொண்டு அஸ்வமேத யாகம் செய்வித்தார்.

2. அஸ்வமேத யாகம்

மணங்கமழும் குதிரை மாமிசம் ஆரியர்களுக்குப் பிடித்தமான ஒரு உணவு என்பது 'ரிசா'க்களிலிருந்து தெரிகிறது. (1-162-12). ஆனால் குதிரையை வேள்வியில் பலி தந்து தமது ஆட்சிமையை அறிவிப்பது இக்காலத்திலேதான் முதன் முதலாகத் துவங்கி இருக்கலாம். இவ்வேள்வி குறித்து ஒரேயொரு ரிசாவில் குறிப்பிடப்பட்டாலும், குதிரையுடன் 'மேத்' (பலி) என்னும் சொல் அங்கே பயன்படுத்தப்படவில்லை எனினும் கீழ்க்காணும் ரிசாவிலிருந்து ஸுதாஸ் விடுத்த குதிரையின் நோக்கம் அரசியல் பாற்பட்டதென்பது நன்கு தெளிவாகிறது (3-53-11): "ஓ குஷிகர்களே விழித்தெழுக! ஸுதாஸ் குதிரையை விடுத்திருக்கிறான். மன்னன் கிழக்கிலும், மேற்கிலும், வடக்கிலும் பகைவர்களை ஒழித்து, பூமியில் புகழை நிலைநாட்டிக் கொண்டிருக்கிறான்.'' மூன்று திசைகளையும் குறிப்பிட்டு, தென்திசையை விட்டு விட்டதிலிருந்து ஸுதாஸ் சிந்து நதி, இமயமலை, யமுனை நதிப் பகுதிகளில் மட்டுமே வெற்றிகளை ஈட்டினான் என்று தெளிவாகிறது. தெற்கிலிருந்த (பாலைவனம்) பெரும் பகுதி அக்காலத்திலும் அவ்வளவு செல்வச்

செழிப்புடன் விளங்கியிருக்காது. அதனால்தான் எந்த ஒரு மன்னனின் பார்வையும் அந்தப் பக்கம் செல்லவில்லை, அந்தக் குதிரையைத் தடுத்து நிறுத்துபவர்கள் எவரும் இல்லை போலும்! அதனால் அது சம்பந்தமாக எவ்விதப் போரும் நடைபெறவில்லை; அப்படி நடைபெற்றிருந்தால் விசுவாமித்திரரின் ரிசாக்களில் அதைப்பற்றிக் குறிப்பிடப்பட்டிருக்கும். பரதர்களின் மன்னனான ஸுதாஸுக்கு விசுவாமித்திரரே கடைசி வரை புரோகிதராக இருந்தார். பரதர்களின் கர்வம் விசுவாமித்திரருக்குப் பிடிக்கவில்லை என்பதும் அவருடைய ஒரு ரிசாவிலிருந்து தெரிகிறது (3-53-24): "ஓ இந்திரனே! பரத மக்கள் சண்டையை அறிவார்களே தவிர ஒற்றுமையை அறியார், பகைவனிடம் குதிரையை அனுப்புவார்கள்; நாளும் போரிலே வில் ஏந்துவார்கள்."

ஸுதாஸின் காலத்தில் சப்த சிந்து பிரதேசத்தில் மிக உயர்ந்த வளர்ச்சி ஏற்பட்டது, அக்காலத்திலேயே மிகப் பெரிய ரிஷிகளும் தோன்றினார்கள், இக்காலத்தில்தான் தனித்தனியாக இருக்க வேண்டுமென்னும் கருத்துக்கு பலத்த அடி விழுந்தது. தன்மானமுள்ள ஒவ்வொரு ஆரிய இனக்குழுவும் தமது எல்லைக்குள் மற்ற இனக் குழுவின் தலையீட்டைப் பொறுத்துக் கொண்டிருக்கவில்லை. ஆனால் இந்த நிலை வேறு ஒரு பலமான எதிரி படையெடுக்காத வரையில் மட்டுமே நீடித்தது. அடக்க இயலாத சம்பரன் தன் வெற்றிகளால் ஆரியருக்குத் தனித்தனி இனக் குழுக்களால் வெற்றிகளை ஈட்டமுடியா தென்கிற பாடத்தைப் புகட்டினான். அக்கம் பக்கத்து ஆரிய இனக் குழுவினர் பகைவர்களை வெற்றிகரமாக எதிர்கொள்ள முடியாமல், யதுக்களையும், துர்வஷுக்களையும் மேற்கிலிருந்து வரவழைத்தனர். பின்னர் பிரிது, பர்ஷி இனக் குழுவினரும் இதே நோக்கத்துடன் கிழக்குத் திசைக்கு வந்தார்கள். ஆனால், தனித்தனியாக இருந்து யாரும் தம் முயற்சியில் வெற்றி பெற முடியாது. திவோதாஸ் அனைத்து ஆரிய இனக்குழுக்களின் வலிமையை ஒன்று திரட்டி, சம்பரனின் பலத்தை நிரந்தரமாக அழித்துவிட்டான். திவோதாஸுக்குப் பிறகு ஆரிய இனக் குழுக்கள் தமது பழைய மனோநிலையை மேற்கொள்ள விரும்பின. ஆனால் அதிலே அவர்களால் வெற்றி பெற முடியுமா? வளர்ச்சியடைந்த பொருளாதார வாழ்க்கையும், ஸுதாஸும் அதற்குத்தடையாக இருந்தனர். ஸுதாஸ் சப்த சிந்து பூராவையும் ஒன்றுபடுத்தினான். அவன் யமுனைக்குக் கிழக்கிலும் ஆரியர் பரவுவதற்கு வழிவகுத்தான்.

அத்தியாயம் பதினொன்று

அரசியலமைப்பு

1. ஆட்சியாளரும், ஆட்சிக்குட்பட்டவர்களும்

முதன் முதலில் ஆரியர்கள் சப்த சிந்துவில் நுழைந்தபோது இனக் குழு நிலையில் இருந்தனர் என்பதை ஏற்கெனவே கூறியுள்ளோம். அவர்களில் ஐந்து பிரதான இனக் குழுவினர் இருந்தனர். கிழக்குக் கோடியிலிருந்தவர்கள். 'புரு'க்கள். இவர்களின் ஒரு கிளையினர் 'பரத' இனக்குழுவினர். திவோதாஸும், ஸுதாஸும் பரத இனக் குழுவிலே தோன்றினர். ஆரியர்களின் இருப்பிடத்தையும், செல்வாக்கையும் கிழக்குத் திசையிலே பரப்புவதில் இவர்களே முன் நின்றனர். பிற் காலத்தில் 'பரதன்' என்னும் அரசன் தோன்றியிருக்கலாம்; ஆனால் 'பரத' இனக் குழுவின் பெயரில்தான் நாட்டின் புகழ் ஓங்கி வளர்ந்தது, அவர்கள் இப்போது இனக்குழு நிலையிலிருந்து வெளிப்பட்டு, நிலப்பிரபுத்துவ சமுதாய அமைப்பிற்குள் வந்துவிட்டனர் தந்தை வழிச் சமுதாயத்தின் சுயேச்சையான சூழ்நிலையிலிருந்து வெளிப்பட்டு மன்னனின் சர்வாதிகாரத்தை நோக்கி முன்னேறிக் கொண்டிருந்தனர், என்றாலும் ஜனநாயகத்திலிருந்து அவர்கள் அவ்வளவு எளிதாக விடுபட முடியாது. ஆரியர்களின் பொருளாதார அமைப்பு இன்னும் பழையதாகவே இருந்தது. பசுக்களும், குதிரைகளும், ஆடுகளும்தான் அவர்களுடைய செல்வங்களாக இருந்தன. அவைதான் இன்னும் அவர்களின் வாழ்க்கைச் சாதனங்களாக விளங்கின. தமது ஆடு, மாடுகள் மேய அவர்களுக்கு மேய்ச்சல் நிலங்களும் தாம் வசிக்க கொட்டில்களும் அவர்களுக்குத் தேவைப்பட்டன. ஒவ்வொருவரும் ஆயிரக்கணக்கில் ஆடு, மாடுகளை வைத்திருந்ததால்,

அவர்களுக்கு அடர்த்தியான நகரம் பயன்படாது. அக்காலத்தில் மொகஞ்சதாரோ, ஹரப்பா போன்ற நகரங்கள் இருந்தாலும், ஆரியர்களுக்குக் கிராமங்கள்தான் மிக வசதியானவை, துவக்கத்தில் 'கிராமம்' என்பதன் பொருள் 'கூட்டம்', 'மந்தை' என்பதுதான்! இதற்கு 'ஹூண' மொழியிலும் துருக்கிய மொழியிலும் 'ஓர்தூ' என்ற சொல் பயன்படுத்தப்பட்டது. பின்னர் 'கிராமம்' மனிதக் கூட்டத்திற்குப் பதிலாக 'வீடுகளின் கூட்ட'த்திற்குப் பயன்பட ஆரம்பித்தது. ஆரியர்களின் இருப்பிடங்கள் 'கிராமங்கள்' என்றும், 'ராஷ்டிரங்கள்' என்றும் பிரிக்கப்பட்டன. 'ராஷ்டிர'மும், 'ஜனபத'மும் ஒரே பொருளைத் தந்தன. ஜனங்களுக்கு முக்கியத்துவமளித்த சொல் 'ஜனபதம்' (ஜனங்கள் வாழுமிடம்) நிலப்பிரபுக்களுக்கும் குறுநில மன்னர்களுக்கும் சிறப்பளித்த சொல் 'ராஷ்டிரம்'. கிராமத் தலைவரை 'கிராமணி' என்றும், 'ராஷ்டிரத் தலைவரை 'ராஜா' என்றும் அழைத்தனர். மன்னனுக்கு (ராஜாவுக்கு) சம்ராட், சுவாராட், ஷாஸ், ஈஷான், பூபதி, பதி என்ற சொற்களும் பயன்படுத்தப்பட்டிருப்பதைக் காணலாம். ராஜாவின் பிள்ளைகளை 'ராஜ புத்திரர்' என்றும் 'ராஜது ஹிதா' என்றும் அழைத்தனர்.

1. கிராமணி

'நபாநேதிஷ்ட' என்னும் ரிஷி, மனுவுக்கு 'கிராமணி' என்னும் விருதையளித்தாரென்றாலும், அது 'கிராமத் தலைவர்' என்ற பொருளிலல்லாமல், 'ஆரிய சமூகத் தலைவர்' என்ற பொருளிலேயே பயன்படுத்தப்பட்டது. இதற்கு ஆயிரம் வருடங்களுக்குப் பிறகு இலங்கையின் ஒரு வீர மன்னனை 'கிராமணி' என்றழைத்தனர். கேலியாக அவரை 'துஷ்ட கிராமணி' என்றும் கூறினர். ரிஷி மனுவின் பரந்த உள்ளத்தைப் புகழ்ந்து, "ஆயிரக்கணக்காகத் தானமளித்த கிராமணி மனுவுக்கு எவரும் தீங்கிழைக்காமல் இருப்பார்களாக! அவருடைய கொடை கதிரவனுடன் எல்லா இடங்களுக்கும் பரவுக! நமது வர்ணத்தைச் சேர்ந்த மனுவுக்குத் தேவர்கள் ஆயுளை வழங்குவார்களாக! அதனால் அவர்கள் களைப்படையாமலிருப்பாராக! நாம் செல்வம் பெறுக!'' என்கிறார் (10-62-11).

2. ராஷ்டிரம்

வசிஷ்டர் இந்திரனை 'ராஷ்டிரங்களின் ராஜா' என்கிறார் (7-34-10-11):-

"இந்த நதிகளின் நீரை ஆயிரங்கண்கொண்ட உக்கிர மூர்த்தியான வருணன் காண்கிறார்.

"அவர் ராஷ்டிரங்களின் ராஜாவும், நதிகளின் உருவுமானவர். அவருடைய வீரம் அபூர்வமானதும், அனைவரும் அறிந்ததுமாகும்."

ஒரு கற்பனைப் பெண் ரிஷி 'ஜுஹு'வும் 'ராஷ்டிர'த்தைக் குறிப்பிடுகிறாள் (10-109-3).

"இவள் பிரம்மாவின் மனைவி. இவளைக் கையால் பற்ற வேண்டும் என்று அவர்கள் கூறினர்."

"க்ஷத்திரியனால் பாதுகாக்கப்பட்ட ராஷ்டிரத்தைப்போல, அனுப்பப்பட்ட தூதனிடம் அவள் ஆர்வம் காட்டவில்லை."

ஈரான் (பாரசீகம்) நாட்டுப் பேரரசன் தாரய்வஹு (தாரா) தனக்காக 'க்ஷத்திரியன்' என்னும் சொல்லைப் பயன்படுத்தியதைப் போலவே, 'க்ஷத்திரியன்' என்னும் சொல் (மன்னன் என்னும் சொல்) அதன் பழைய பொருளிலேயே பயன்படுத்தப்பட்டு வந்தது. ஜுஹுவை அவளது கணவன் பிரகஸ்பதி விட்டுவிட்டான். மனைவியை மீண்டும் ஏற்றுக்கொள்ளும்படி இந்த ரிசாக்களில் கூறப்பட்டுள்ளது.

3. விஷ்

'விஷ்' என்றால் 'மக்கள்' என்று பொருள். பின்னால் இச் சொல்லிலிருந்துதான் 'வைஸ்ய' ('விஷ்'ஷின் சந்ததி) என்ற சொல் தோன்றியது. 'விஷ்' என்னும் சொல் வலிமை பொருந்திய இனக் குழுவைக் குறிக்கும்; வைசியனையோ, பனியாவையோ குறிக்காது. 'விஷ்' (மக்கள்) மன்னனை உருவாக்கவோ, அழிக்கவோ சக்தி படைத்திருந்தது. கீழ்க்காணும் மந்திரத்திலிருந்து (செய்யுளிலிருந்து) இதை அறியலாம். மிகப் பழைய ரிஷியான பரத்வாஜர் விஷ் மன்னனை முன் நிறுத்தியதைக் குறிப்பிடுகிறார் (6-8-4). "மகிமை நிறைந்த மருத் தேவர்கள் வானத்தில் அக்னியை தம்மகத்தே வைத்துள்ளனர். விஷுக்கள் அம் மன்னனை பூஜைக்குரியவரென்று துதித்தனர். சூரியனின் தூதுவனான காற்றுத்தேவன் தொலைவிலிருந்து அக்னியை இங்கே கொண்டு வந்தான்."

4. ராஜா

ராஷ்டிரங்களின் ராஜாவைப் பற்றி (மன்னனைப் பற்றி) நாம் ஏற்கெனவே சொன்னோம். வசிஷ்டரின் சம காலத்தவரும், வயோதிகருமான பரத்வாஜர் அக்னியை மன்னனுக்கு உவமையாகக் கூறினார். "ஓ அக்னி! நீர் எமக்கு உணவைத் தாரும்! மன்னனைப்போல் பகைவர்களை அழித்து எமக்கு உணவைத் தாரும்!'' (6-4-4). "ஓ மன்னா! நீ புகழ் மிக்க அறிவாளியாவாய்! யாகம் செய்யும்போது அதைச் செய்விப்பவர்கள் எவ்வளவோ பொருட்களை உனக்கு அர்ப்பணிக்கின்றனர். நீ மூவுலகங் களிலும் உள்ள மனிதர்கள் அர்ப்பணிக்கும் சிறந்த பொருட்களை மிக விரைவாகத் தேவர்களிடம் சேர்ப்பாயாக!'' (6-12-2).

மீண்டும் பரத்வாஜர் கூறுகிறார் (6-30-5): "இந்திரனே! நீர் தண்ணீரைப் பரவச் செய்ய அதனை விடுதலை செய்தீர்! உறுதியான மலையைத் தூளாக்கினீர்! சூரியனுடன் சொர்க்கத்தையும், உஷையையும் படைக்கும்போது நீர் உலக மக்களுக்கே மன்னனானீர்!'' அவர் இந்திரனை மக்களின் இணையற்ற தலைவரென்றும், உலகம் பூராவின் மன்னன் என்றும் கூறியுள்ளார் (6-36-4). இந்திரன் குறித்து பரத்வாஜர் கூறியதை வசிஷ்டரும் ஏற்றுக்கொள்கிறார். "இந்திரன் உலக மக்கள் அத்தனை பேருக்கும் மன்னன், பூமியில் பல்வேறு உருவங்களில் உள்ள செல்வத்திற்கெல்லாம் சக்ரவர்த்தி அவர். அதிலிருந்துதான் அவர் வேள்வி செய்பவர்களுக்குச் செல்வம் வழங்குகிறார். நாம் துதித்தால் அவர் நமக்கும் செல்வம் அனுப்புவாராக!'' (7-2-3). வசிஷ்டர் மித்திரனையும் (சூரியனையும்) வருணனையும் ஒரே சமயத்தில் துதிபாடி அவர்களை 'மன்னர்கள்' எனச் சொல்லியிருக்கிறார் (7-64-2): "மாபெரும் சத்தியப் பாதுகாவலர்களும், நதிகளின் தலைவர்களும், க்ஷத்திரியர்களுமான (மன்னர்களுமான) மித்திரனும், வருணனும் எதிரே தோன்றுவார்களாக! விரைவில் தானம் வழங்கும் மித்திர, வருணர்களே! சொர்க்கலோகத்திலிருந்து உணவும், மழையும் அனுப்புவீர்களாக!''

கன்வரின் புத்திரர் 'பிரகாத்' இந்திரனை 'மக்கள் மன்னன்' எனக் குறிப்பிடுகிறார் (8-53-3) "ஓ இந்திரனே! நீர் வடிகட்டிய, வடிகட்டாத சோமபானத் தலைவராவீர்! நீர் மக்கள் மன்னராவீர்!''

2. ராஜா (மன்னன்)

1. ராஜாபிஷேகம் (முடி சூட்டும் விழா)

அண்மைக் காலம் வரையிலும் மகுடாபிஷேகத்தின்போது படிக்கப்பட்ட மந்திரங்களை (சுலோகங்களை) அங்கிராவின் புத்திரர் 'துருவர்' இயற்றியவையாகும் (10-173). இவைகளில் 'மக்களின் விருப்பம் மட்டுமே உன்னை நிலையாக வைத்திருக்கு'மென்று மன்னனுக்கு எச்சரிக்கை விடப்பட்டுள்ளது.

"நான் உன்னைக் கொண்டுவந்து அமரச் செய்தேன். நீ உள்ளுக்குள் முன்னேறி நிலையானவனாகுக!

"மக்கள் அனைவரும் உன்னை விரும்பட்டும்! நீ 'ராஷ்டிர'த்திலிருந்து (நாட்டிலிருந்து) விலகிப் போகாதே! உனது நாடும் உன்னை விலகாமலிருக்கட்டும்! (1)

"மலையைப்போல் உறுதியாக முன்னேறு! விலகிப் போகாதே!

"இந்திரன் போல் இங்கே நிலையாக இருப்பாயாக! இந்த நாட்டைப் பற்றி இருப்பாயாக! (2)

"இந்த மன்னனை வேள்விப் பொருட்களால் இந்திரன் உறுதியாகப் பற்றி இருக்கிறான்.

"இவனைச் சோமனும், பிரகஸ்பதியும் ஆசீர்வதித்தனர்" (3)

"இந்த உலகமெல்லாம் நிலையானது. இந்த மக்கள் மன்னன் நிலையானவன்.

"சொர்க்கலோகம், பூமி, இந்த மலைகள் நிலையானவை (4)

"உன்னுடைய நாட்டை பிரகஸ்பதி தேவனும், மன்னரான வருணனும், இந்திரனும், அக்னியும் பற்றி நிற்பார்களாக! (5).

"நிலையான கோரிக்கையுடன் நாம் நிலையான சோம பானத்தை (வெற்றியை) கலக்குகிறோம்.

"இந்திரனே! மக்களைப் பலி கொண்டு வருபவர்களாக்குவீர்" (6).

2. சம்ராட் (சக்கரவர்த்தி)

துவக்க காலத்தில் 'சம்ராட்' 'மன்னர் மன்னன்' என்று பொருளல்ல. யாக்ஞவல்க்கியர் 'பிரகதாரண்ய உபநிஷத்தி'ல் ஜனகரை 'சம்ராட்' ('சக்ரவர்த்தி') எனக் குறிப்பிடுகிறார் (4-2-1). ஆனால் ஜனகர் உண்மையில் 'விதேகம்' குறு நிலத்திற்கு (ஜனபதம்) மட்டுமே மன்னராவார். பரத்வாஜரும் அக்னியை அதே பொருளில் அல்லது 'நல்ல மன்னன்' என்னும் பொருளில் 'சம்ராட்' என்கிறார் (6-7):

"சொர்க்கலோகத்தின் தலைவர், பூமியின்மீது சஞ்சரிப்பவர், வேள்விக்காகத் தோன்றியவர், கவிஞர், சக்ரவர்த்தி, மக்களின் விருந்தாளி வைஸ்வானர் அக்னியைத் தேவர்கள் உண்டாக்கினர்'' (1).

வசிஷ்டர் சவிதாவை (சூரியனை) 'சம்ராட்' என்கிறார் (7-38): "அதிதி தேவதை சவிதா, தேவருக்குப் பணிவிடை செய்து, அவருடைய உத்தரவுகளை நிறைவேற்றித் துதிக்கிறாள். வருணனும், மித்திரனும் சம்ராட் (முழு ஒளி படைத்த) தேவனைத் துதிக்கின்றனர்'' (4)

3. ஷாஸ்

'ஷாஸ்' என்ற சொல்லும் 'மன்னன்' என்னும் பொருளில் வருகிறது. 'ஷாஸன்' (ஆட்சி) என்ற சொல்லில் இதே கருத்து விளங்குகிறது. பிற்காலத்தில் மன்னனுக்கு 'ஷாஸ்' (ஷா) என்னும் சொல் ஈரானில் நிலைத்துவிட்டது. 'ரிக்வேத'த்தில் விசுவாமித்திரர் (3-47) கூறுகிறார்:

"மருத் தேவர்களுடன் கூடிய வளரும் மன்னன், உலகையெல்லாம் வெற்றிகொள்ளும் அந்த உக்கிரமான இந்திரனை நாம் புதிய பாதுகாப்புக்காக இங்கே வரவேற்கிறோம்.'' (5)

4. ஈஷான்

'ரிக் வேத'த்தில் சங்கரருக்குப் பதிலாக 'ஈஷான்' என்னும் சொல் அப்போதைக்குப் பயன்படுத்தப்படவில்லை; இதுவும் மிக நீண்ட காலம் வரை ஈஸ்வரனுக்கும், பரமேஸ்வரனுக்கும் மாற்றாகப் பயன்படுத்தப்பட்டு வந்ததைப் போலவே 'மன்ன'னுக்கும் பயன்படுத்தப்பட்டு வந்தது. வசிஷ்டர் இந்திரனைப் பற்றிக் கூறுகிறார் (7-32):

"ஓ சூரிய இந்திரனே ! பால் கறக்காத பசுக்களைப்போல் நாங்கள் உன்னை வணங்குகிறோம். இவ்வுலகின் அனைத்தையும் பார்க்கக் கூடிய, எல்லா அசையும், அசையாவற்றின் ஈஷானான உன்னை வணங்குகிறோம் !'' (22)

5. ஸ்வராட்

ராட், ராஜா இரண்டும் ஒரே சொல்தான்! அதனுடன் 'ஸ்வ' சேர்த்தால் 'சுயராஜா' ஆகிறது. கவுதம நோதா, "சொர்க்கலோகம், பூமி, விண்வெளியைவிட இவர் மகிமை உடையவர். இந்திரன் தனது இல்லத்தில் 'ஸ்வராட்' ஆவார்'' எனக் கூறுகிறார் (1-62-8).

6. நிருபதி

ஆங்கிரஸ குத்ஸர் இந்திரனைப் புகழும்போது, "ஓ நிருயதி! நீர் வலிமையில் மூன்று முறுக்குள்ள கயிறுபோல் மூன்று பூமிகளையும், மூன்று ஒளிகளையும் படைத்துள்ளீர்! நீர் இந்த உலகம் பூராவையும் தாங்கியிருக்கிறீர். மிகப் பழங்காலத்தில் தோன்றிய நீர் எதிரிகள் இல்லாதவர் !'' (1-102) என்கிறார்.

7. பதி (ராஜா)

ஆங்கிரஸ திரஸ்சியின் கூற்றில் (8-84) மன்னனுக்குப் பதி, ராஜா என்ற இரு சொற்களையும் கூட்டாகப் பயன்படுத்தி உள்ளார் :

"ஓ இந்திரனே! பருந்து மூலம் கொண்டுவரப்பட்ட வடிகட்டிய, சுகமளிக்கும் சோமபானத்தை மகிழ்ச்சிக்காக அருந்தும்! நீர் நிரந்தர மக்கள் பதி (ராஜா) யாவீர்!'' (3).

8. ராஜபுத்திரன், ராஜபுத்திரி

ராஜா இருந்தால் ராஜபுத்திரனும், ராஜபுத்திரியும் கூட இருந்துதானே ஆக வேண்டும். ராஜா (மன்னன்) இப்போது மக்கள் பிரநிதி அல்ல; இப்போது அவனுடைய சிம்மாசனம் இந்திரன், அக்னி வருணன், மித்திரன் போன்றே அவனைவிட உயர்ந்து இருந்தது. ஆகவே மன்னன் மகனாக இருப்பது சிறப்பான மரியாதையை வெளிப்படுத்தியது. தீர்க்கதமாவின் மகன் கக்ஷீவானின் மகள் 'கோஷா',

தன்னை 'ராஜபுத்திரி ' என்கிறாள். இதிலிருந்து 'ராஜா' என்னும் சொல் மிகப் பரவலாக இருந்ததென சொல்லலாம். அதனால்தான் கக்ஷீவானும் 'ராஜா' வாகி இருக்க முடியும். கோஷா அஸ்வினிகுமார் இரட்டையர் களைத் துதிபாடி (10-40).

"ஓ அஸ்வினி குமாரர்களே! காலையிலே உங்களை எழுப்ப இரு கிழ மன்னர்களைப் போல் உங்களுக்குத் துதிபாடப்படுகிறது. சேவைக்காக நீங்கள் யார் வீட்டிற்குச் செல்கிறீர்கள்? மனிதர்களே, யாருடைய வேள்விக்கு நீங்கள் ராஜபுத்திரர்களைப் போல் செல்கிறீர்கள்?'' (3)

"ஓ மனித அஸ்வினிகளே! ராஜபுத்திரி கோஷா நாற்புறமும் சுற்றிக்கொண்டே உங்களைக் கேட்கிறாள். பகல்-இரவு நீங்கள் என்னுடனேயே இருக்கிறீர்கள்'' (5).

இம்மேற்கோள்களிலிருந்து விஷ் (மக்கள் இன்னும் சக்தி யற்றவர்களாகி விடவில்லை என்பது தெரிகிறது. மக்கள் ஆயுதமேந்தித் தயாராக நின்றனர்; எல்லா இடங்களிலும் அவர்களுக்கு ஆயுதங்கள் தேவைப்பட்டன. ஆரியர் கிராமங்களில் வாழ்ந்ததால், இனக்குழுக்கால பொருளாதார அமைப்பிலிருந்து அவர்கள் முழுமையாக இன்னும் விடுபடவில்லை. அதனால் சர்வாதிகார மன்னன் அப்போதே தோன்ற முடியாது. ஆயினும் இப்போது மன்னன் மக்களைவிட உயர்ந்தவனாகவே இருந்தான்.

3. அரசியலமைப்பு

'ரிக்வேத'த்தில் அக்காலத்திய அரசியலமைப்பு பற்றி சூசகமாகத்தான் தெரிகிறது. 'கண - பதி' என்ற சொல்லில் 'கணம்' இருந்தது புரிகிறது. புத்தர் காலத்தில் 'லிச்சவி' போன்ற எத்தனையோ 'கணங்கள் ' (இனக்குழுக்கள்) இருந்தன. அவர் காலத்தில் கிராமத் தலைவரை 'கிராமணி' என்றழைத்தனர், கிராமத் தலைவர் கிராமத்தில் ஒழுங்கை நிலை நாட்டுபவர், வரி வசூலிலும் அவர் உதவி புரிவார். ரிக்வேத கால கிராமத் தலைவர்களும் இதே வேலைகளைச் செய்து கொண்டிருந் திருப்பார்.

1. சபை

'ரிக்வேத'த்தில் சபை, சமிதி என்னும் பெயர்கள் பல இடங்களிலும் வந்துள்ளன. 'சபை' என்ற சொல் விரிவாகப் பயன்படுத்தப்பட்டுள்ளது: அரசியல் - கிராம, நாட்டு, இனக்குழுச் சபைகள் - மட்டுமல்லாமல், சூதாடிகள் சபையும் இதிலே அடங்கும், கவஷ் எலூஷ் புத்திரன் இதைச் சொல்லியிருக்கிறார். (10-34).

"நாம் பேச்சுக் கொடுத்தால் சூதாடி நெஞ்சை நிமிர்த்தி 'நான் வெற்றி பெறுவேன்' என்று சொல்லிக்கொண்டே சபைக்குள் செல்கிறான். பகடைக்காய்கள் ஒரு சமயம் அவனது விருப்பத்தை நிறைவேற்றுகின்றன. பிறிதொரு சமயம் எதிராளியை வெற்றி பெறச் செய்கின்றன'' (6).

போகப்போக 'சபை' என்னும் சொல் சூதாட்ட நிலையத்திற்கே அதிகமாகப் பயன்பட்டாற்போல் தோன்றுகிறது. அதனால்தான் நிலையத் தலைவரை 'சபிகர்' என்றழைத்தனர்.

'சபேய' என்றால் 'சபை உறுப்பினர்' என்னும் பொருள்படும். ஆரியர் தமது இளைஞர்களை 'சபேய' (சபை உறுப்பினர்) ஆகும்படி கோரி வந்தனர். ஆகவே அவர்களின் சபைகள் மிகவும் முக்கியத்துவம் வாய்ந்தவை. சபைகளில் அவர்களது இளைஞர்கள் தமது நாவன்மையைக் காட்டினர். தேவாதிதி கன்வர் (6-4).

"ஓ இந்திரனே! உன்னுடைய தோழன், குதிரையுடன் தேரோட்டி, அழகன், செல்வந்தன், இள வயதினன் எப்போதும் மகிழ்ச்சியுடன் சபைக்குச் செல்கிறான்'' (9).

பரத்வாஜரும் பசுக்கள் பற்றிக் குறிப்பிடுகையில் சபை குறித்துக் கூறுகிறார் (6-28).

"ஓ பசுக்களே! எங்களைப் பருக்கச் செய்யுங்கள் எங்களுடைய நோஞ்சான், அழகற்ற உடல்களை அழகுள்ளவை யாக்குங்கள்! ஓ இனிமையாகப் பேசும் பெண்களே! சபைகளில் உங்கள் உணவு வகைகள் பாராட்டுகள் பெறுகின்றன'' (6).

2. சமிதி

ஐரோப்பிய மொழிகளில் 'கமிட்டி' என்பதே 'சமிதி'யாகும் கிழக்கத்திய மொழிகளில் 'ஷ' என்பது மேற்கத்திய மொழிகளில் 'க'

ஆகிவிடுகிறது). சமிதி அல்லது கமிட்டி என்னும் சொல் இன்று சிறு குழுவைக் குறிப்பிடுகிறது. ஆனால் ரிக்வேத காலத்தில் அரச சபைக்கும், நாட்டின் மிகப் பெரிய சபையான பாராளு மன்றத்திற்கும் இச்சொல் பயன்பட்டது. புத்தர் காலத்தில் 'கணங்க'ளின் பாராளுமன்றத்தை 'சம்ஸ்தா' என்று அழைத்தனர். ஒவ்வொரு கணத் தலைநகரிலும் 'சம்ஸ்தாகார்' இருந்து வந்தது. பாலி மொழிச்சூத்திரங்களில் இத்தகவல் கிடைக்கிறது. 'ரிக்வேத'த்தில் 'சம்ஸ்தா' என்னும் சொல் இல்லை. அக்காலத்திலும் 'சம்ஸ்தா' இருந்தாலும், முடி யாட்சிக்கு 'சமிதி' அதிக அனுகூலமானதாகும். மரீசிபுத்திரரான கஸ்யபர் சோமதேவனை உவமையாக்கிச் சொல்கிறார் (10-97-6).

"மன்னனைப் போல் சமிதிக்கு செல்கிறார்."

ஆனால் 'சமிதி'க்கு மற்றொரு பொருள் போர்க்களமுமாகும். கஸ்யபரின் இன்னொரு கூற்றின்படி.

"வேள்வியை நிர்வகிக்கும் பிராமணர்கள் மாட்டுக் கொட்டிலுக்குள் செல்வதைப் போல, நல்ல மன்னன் போருக்குச் செல்கிறான், அதேபோல, புனிதமாகும் சோமபானம் குடங்களுக்குள் போகிறது" (9-12-6).

ரிஷி சம்வனன் 'ஆலோசனை' பற்றிக் கூறுகையில் சமிதியைப் பிரஸ்தாபிக்கிறார்,

"உங்களுடைய ஆலோசனை ஒரே மாதிரியாகவும், உங்கள் சமிதி ஒன்றேயாக இருக்கட்டும்!" (10-191-3).

3. சமூகத்தலைவர், குலத் தலைவர்

அரசியல், சமூக அமைப்புகளில் குலங்களுக்கும் (ஜாதிகளுக்கும்), சமூகங்களுக்கும்கூட இடமுண்டு. பிரதர்தன் (10-179-2) 'குலப்' (குலத் தலைவர்), 'விரஜபதி' (சமூகத் தலைவர்) ஆகியோர் பற்றிக் குறிப்பிடுகிறார்:

"ஓ இந்திரனே! வேள்விச் சமையல் வெந்துவிட்டது, வருக! சூரியன் பகலின் மத்தியப் பகுதியை அடைந்துவிட்டான். குலத் தலைவர்கள், சமூகத் தலைவர்கள் போல் உன்னுடைய தோழர்கள் செல்வங்களை வைத்துக்கொண்டு உன்னை எதிர்பார்த்து நிற்கின்றனர்."

இதிலிருந்து குலத் தலைவரைவிட சமூகத் தலைவர் அந்தஸ்து உயர்ந்ததெனத் தெரிகிறது. 'கிராம சமூகம்' 'விராஜம்' என அழைக்கப்பட்டிருக்கலாம். அதன் தலைவர் 'விராஜபதி' ஆவார். ஒரு கிராமம் பல குலங்களாக (ஜாதிகளாக) பிரிக்கப்பட்டிருந்தது. பெரிய கிராமம் அல்லது நகரத்தை 'புரம்' என்று சொல்லவில்லை. சம்பரனின் 'புரங்கள்' கோட்டை கொத்தளங்களுடன் கூடியவை என்பதை நாம் பார்த்தோம்.

'ரிக் வேத'த்தில் வரும் உதிரித் தகவல்களைக் கொண்டு அக்காலத்திய ஆட்சி முறையை முழுமையாக விவரிக்க முடியாது. முடியரசில் ஆட்சி நிர்வாகமும், நீதி நிர்வாகமும், வரி வசூலும் பிரதானமானவை. ஆட்சி நிர்வாகத்தில் 1. குலபதி, 2. விராஜபதி, கிராமணி, கணபதி, கடைசியில் சமிதி, அதன் தலைவன் 3. மன்னர் இருந்தனர். சிவில், கிரிமினல் வழக்குகளை விசாரிக்கும் பொறுப்பும் இவர்களுக்கே இருந்திருக்கக் கூடும். மக்களை 'வரி கொடுப்போர்' என குறிப்பிடப்பட்டுள்ளது. வரி ரொக்கப் பணமாக அல்லாமல் பொருட்களாக வசூலிக்கப்பட்டிருக்கலாம். வரி வசூலுக்கு குலபதியும், விராஜபதியும் உதவியிருக்கலாம்.

ஆரியப் படை வீரர்கள் கட்டுப்பாட்டுள்ளவர்கள் என்பதை மட்டுமே ராணுவ முறையைப் பற்றிச் சொல்ல முடியும். அவர்கள் ஆயிரக்கணக்கில் எதிரிகள் மீது படையெடுக்கவும், தற்காப்புக்காகவும் சென்றனர். படையின் மிகப் பெரிய அதிகாரி மன்னன்தான் என்றாலும் ஆர்ஜுனேய குத்ஸனுக்கு 'சாரதி' என்ற விருது உள்ளதால் மன்னனுக்கு அடுத்தபடியாக 'சாரதி' பெரும் சேனாதிபதியாக இருந்திருக்கலாம். அதிகாரிகள் 'தசபதி' (பத்து பேருக்கு அதிகாரி) 'சதபதி' (நூறு பேருக்கு அதிகாரி) 'சஹஸ்ரபதி' (ஆயிரம் பேருக்கு அதிகாரி) ஆக இருந்திருக்கலாம். நால்வகைப் படை அல்ல; மூவகைப் படை - தேர்ப் படை, குதிரைப் படை, காலாட் படை என்று இருந்தது. அப்போதைக்கு யானைப் படை உருவாகவில்லை. சப்த சிந்து பகுதியில் சிங்கங்கள் நிச்சயமாக இருந்தன; ஆனால் யானைகள் பற்றிய தகவலொன்றும் 'ரிக் வேத'த்தில் இல்லை; அவை வளர்ப்புப் பிராணிகளாக இருந்ததாகவும் தெரியவில்லை.

4. புரோகிதர் (பிரதமர்)

ராஜபுரோகிதரின் பணி வேள்வி செய்வதும், மத சம்பந்தமான விஷயங்களில் மன்னனுக்கு ஆலோசனை கூறுவது மட்டுமல்ல; திருத்ஸூ பரதர் அனாதைகள் போலும், குழந்தைகள்போலும் இருந்த சமயத்தில், தான் அவர்களுடைய புரோகிதரானதாகவும், அன்றிலிருந்து அவர்கள் வலிமை படைத்தவர்களாகி விட்டனரென்றும் வசிஷ்டர் பெருமையுடன் சொல்லிக்கொள்கிறார். புரோகிதரை 'பிரகஸ்பதி' (புத்திதேவர்) என்றும் அழைத்தனர். வாமதேவர் பிரகஸ்பதி புரோகிதர் பற்றிக் கூறியுள்ளார் (4-50-1). வசிஷ்டர் த்ரித்ஸூக்களுக்கு, தான் புரோகிதராக இருந்ததைக் குறிப்பிடுகிறார் (7-83-4).

பாகம் IV
கலாசாரம்

அத்தியாயம் பன்னிரண்டு

கல்வியும், உடல் நலமும்

1. கல்வி

எவ்வளவுதான் பிற்பட்ட மானிட இனமாக இருந்தாலும், அதுவும் தனது முன்னோர்களின் வழியாகக் கிடைத்த அறிவையும், அனுபவத்தையும் ஒரு தலைமுறையிலிருந்து அடுத்த தலைமுறைக்கு அளிக்க வேண்டிய அவசியம் இருக்கிறது; அதற்காக அது ஏதாவதொரு கல்வித் திட்டத்தை அமல் செய்துதான் ஆக வேண்டும். வேத கால ஆரியர்கள் ஏற்கெனவே கற்ற தமது அறிவை ஒரு தலைமுறையிலிருந்து அடுத்த தலைமுறைக்கு வழங்கிக் கொண்டிருந்தார்கள். அவர்கள் எல்லாவற்றையும்விட அதி புனிதமானதாகக் கருதிய அறிவு வேத மந்திரங்கள் (செய்யுட்கள்) தாம்! ரிக் வேத கால ஆரியர்களுக்கு முன்பேயே மொகஞ்சோதாரோ மக்கள் ஒருவிதமான சித்திர எழுத்துக்களைப் பயன்படுத்தி வந்தார்கள். அப்படிப்பட்ட சுமார் ஆயிரம் எழுத்துக்கள் நமக்குக் கிடைத்திருப்பினும், அவற்றை இன்னும் படித்து அறிய முடியவில்லை. எழுதும் கலை நன்கு பரவிவிட்ட பிறகும் 'வேதங்'களை குருவின் வாயிலிருந்து கேட்டுக் கற்றுக்கொள்வதையே நேற்றுவரை நம் நாட்டில் விரும்பப்பட்டு வந்ததெனில், ரிக் வேத காலத்தில் அவற்றுக்கு எழுத்துருவம் கொடுக்கும் முயற்சி நிகழ்ந்திருக்க வாய்ப்பில்லை. ஆரியர்கள் மிக நீண்ட காலம் வரையிலும் வேதங்களை எழுதி வைப்பதை எதிர்த்து வந்தார்கள்; ஏனெனில் அதனால் வேதங்களின் ரகசியத் தன்மை மறைந்து போகும். வேத இலக்கியம் மட்டுமல்லாமல் பவுத்த, சமண 'பிடகங்க'ளும் (மத நூல்களும்) பல நூற்றாண்டுகள் வரை மனப்பாடம் மட்டுமே செய்யப்பட்டு வந்தன. பவுத்த 'திரிபிடங்கள்' புத்தர் மறைந்த நான்கு நூற்றாண்டுகளுக்குப் பிறகும், சமண 'ஆகமங்கள்' எட்டு நூற்றாண்டுகளுக்குப் பின்னரும்தான் எழுதப்பட்டன. காதால் கேட்டுக்

கற்றுக்கொள்வதால் - கேள்வி ஞானத்தால் கற்றுக்கொள்வதால் - வேதத்தைச் 'சுருதி' என்பார்கள். அதனால்தான் பேரறிஞரை 'பஹுஸ்ருத' (அதிகமாகக் கேட்டவர்) என்றார்கள். நமது எழுத்து வடிவம் எப்படித் தோன்றியது, இது எந்தப் பழைய எழுத்து வடிவத்துடன் தொடர்புகொண்டது என்பது பற்றி இன்னும் முடிவேதும் செய்யப்படவில்லை. நமது மிகப் பழைய எழுத்து வடிவம் 'பிராம்மி' என்பது மட்டும் நமக்குத் தெரிகிறது. பிராம்மியின் உறுதியான மாதிரிகள் அசோகர் கல்வெட்டுகளில் காணக்கிடைக்கின்றன. அவை கி.மு. மூன்றாம் நூற்றாண்டு அல்லது புத்தர் காலமான இருநூற்றைம்பது வருடங்களுக்குப் பிந்தையவை. 'பிப்பர்ஹவா' என்னுமிடத்தில் கிடைத்த பிராம்மி எழுத்துக்கள் புத்தர் காலத்தவை என்பது சந்தேகந்தான்! கி.மு. மூன்றாம் நூற்றாண்டுக்கு முந்தைய எழுத்து மாதிரிகள் மொகஞ்சோதாரோ-ஹரப்பாவின் சித்திர எழுத்துக்களாகும். இவ்விரு வித எழுத்துக்களைத் தொடர்புபடுத்துவது கஷ்டந்தான்! மொகஞ்சோதாரோவின் சித்திர எழுத்துக்களிலிருந்து உச்சரிக்கக் கூடிய எழுத்துக்கள் கிடைப்பது சாத்தியமே என்றாலும், 'பிராம்மி' எழுத்துக்கள் மொகஞ்சோதாரோ எழுத்துக்களிலிருந்தே தோன்றின என்பதை ருசுப்படுத்த இயலாது.

அந்தக் காலத்தில் ஒரு விதமான பழைய (அதனால் 'புனிதமான') கவிதைகளைக்கொண்ட வாய்மொழிக் கல்வி இருந்து வந்தது. அதை 'ரிக்வேத'த்திலே தொகுத்திருக்க வேண்டும்; ஆனால் அது நடைபெற வில்லை. ரிக்வேத'த்தின் மிகப் பழைய ரிஷிகளும், அவர்களுடைய படைப்புகளும் நம்மை பரத்வாஜர், வசிஷ்டர், விவாமித்திரர் வரை கொண்டு செல்கின்றன. அவர்களுக்கு முந்தைய ஒரு சில ரிஷிகள்தான் மிகப் பழையவர்களாகத் தோன்றுகிறார்கள்; ஆனால் மொழியும், அவர்களின் படைப்புகள் தொகுக்கப்பட்ட முறையும் அவர்களின் பழமையைப் பெருமளவுக்கு மறைந்துவிட்டன. 'ரிக்வேதத்'தின் மகத்தான ரிஷிகள் இந்திரன், அக்னி, மித்திரன் ஆகியோரின் மீது படைத்த ஆயிரக்கணக்கான ரிசாக்களில் (செய்யுட்களில்) சில சொல்லிலும், கருத்திலும் பரத்வாஜரை விட மிகப் பழமையானவையாக இருக்கக்கூடும். ஆனால் இதை உறுதியாகச் சொல்வதற்கில்லை. நமக்கு மிகப் புராதன கடவுளர்கள் 'த்யௌ'வும் 'பிரத்வி'யும் ஆவர். இவர்களிருவரையும் 'ரிக்வேத'த்திலே தாய்-தந்தையர் என்று சொல்லப் பட்டிருக்கிறது. இக்கருத்து மிகப் பழமையானது. 'த்யௌபிதர்'

ஆரிய-ஸ்லாவ் இனத்தாருக்கு மட்டுமல்லாமல், கிரேக்கர்-ரோமானியருக்கும் வணக்கத்திற்குரிய கடவுளாக இருந்தார். 'ஜூபிடர்' என்னும் சொல்' 'த்யௌ-பிதரி'ன் உருமாற்றம்தான்! 'த்யௌ' பற்றிய பல ரிசாக்கள் இருப்பினும், ரிக்வேத காலத்தில் 'த்யௌ'க்கல்ல; இந்திரனுக்குத்தான் முக்கியத்துவமிருந்தது.

'ரிக்வேதத்'திற்கு முந்தைய காலத்திலிருந்து தொடர்ந்து வந்த அறிவுச் செல்வம் கிடைக்காதலால், அந்தக் காலத்தில் கேள்வி வழி கல்வி முறை எப்படி இருந்ததென்று நம்மால் சொல்ல முடியாது. கல்வி, படிப்பு, பயிற்சி ஆகிய சொற்களுக்கு இன்றிருக்கும் பொருள் அக்காலத்தில் இருந்ததில்லை. 'ரிக்வேத'த்தில் 'கல்வி'யின் அர்த்தம் 'கொடுத்தல்' என்பதாகும். வசிஷ்டரின் 7-27-2 ரிசா குறிப்பிடுகிறது:

"ஓ புரூஹூதை இந்திரனே! உனக்குள்ள வலிமையை உன் தோழர்களான மனிதர்களுக்குக் கொடு! (கற்பி)''

வசிஷ்டரின் மற்றொரு சுலோகத்தில் (7-10-35) 'கல்வி'யின் பொருள் 'பின்பற்றுவது' என்கிறார் :

"இந்தத் தவளைகள் ஒன்று சொன்னதையே மற்றொன்று குருவைப்போல் மீண்டும் சொல்கிறது. தவளைகளே! நீங்கள் அனைவரும் அழகாகச் சொல்லும்போது நீரின் அனைத்துப் பகுதியும் நன்றாகி விடுகிறது.''

இங்கே மழைக் காலத்தில் தவளைகளின் கத்தலை ரிக் வேத காலத்து குரு - சீடர்களின் பாடத்துடன் ஒப்பிடப்பிட்டு இருக்கிறது.

ஒரு தவளை கத்தியதும் மற்றொன்று அதைத் தொடர்கிறது, பின்னர் எல்லாத் தவளைகளுமே அதேபோல் கத்தவாரம்பித்து விடுகின்றன. பழங்காலத்திலிருந்த வேதத்தைப் படிப்பிக்கும் முறை இன்றும் தொடர்வதைக் காணலாம். குரு ராகம் போட்டு வேத மந்திரத்தைப் படிக்கிறார்; சீடர்கள் அதை இரண்டு முறை சொல்கிறார்கள். இன்று குரு சீடர்கள் இருவரும் வேத புத்தகம் வைத்துக்கொண்டுள்ளார்கள். பழங்காலத்தில் வேதம் எழுத்து வடிவில் இல்லாத போது குரு ஒரு முறை சொன்னதை சீடர்கள் இரு முறை சொல்லிக் கொண்டிருந்திருக்கலாம். இவ்வாறு தொடர்ந்து மனப்பாடம் செய்து கொண்டிருந்ததால் சிறு வயதிலேயே சிறுவர்களுக்கு வேதம் மனப்பாடம் ஆகிவிடும். 'சாம வேதம்' தவிர இதர வேதங்களை

இசையுடன் படிக்கா விட்டாலும், அவையும் ஒருவிதமான சுருதி லயத்துடனே படிக்கப்பட்டன. புனிதமான ரிசாக்கள் அல்லது சந்தங்களை (செய்யுட்களை) சீடன் ஆசானிடம் இப்படித்தான் கற்று வந்தான். பரத்வாஜா், வசிஷ்டர் ஆகியோருக்குப் பிறகு நான்கைந்து தலைமுறைகள் வரை இயற்றப்பட்ட மந்திரங்கள் 'ரிக் வேத' த்தில் காணக் கிடைக்கின்றன. 'ரிக் வேத'த்தின் பிற்கால ரிஷிகள் ஆசானின் வாய்மொழியாகத் தமது முந்தைய ரிஷிகளின் பிரம்மத்தை (மந்திரங்களை, செய்யுட்களை) கற்றறிந்தார்கள்.

பிரம்மத்தில் (ரிசாவில்) அற்புதமான சக்தி நிறைந்துள்ளதென்று கருதப்பட்டது. அதனால்தான் விசுவாமித்திரர், இந்த 'த்யௌ', 'பித்ருவி'க்களால் நான் இந்திரனை திருப்திகொள்ளச் செய்தேன். விசுவாமித்திரனின் இந்த பிரம்மம் பரத இன மக்களைப் பாதுகாக்கிறது.'' என்கிறார் (3-53-12).

வேதங்களின் அற்புத சக்தியைப் புராதன ரிஷிகள் தம் வாயாலேயே புகழ்ந்துரைத்ததால், அவற்றைக் கற்கவும், மனப்பாடம் செய்யவும் மக்கள் ஆர்வங்காட்டியது இயற்கையேயாகும்.

ஆனால், தேவர்களை சந்தோஷப்படுத்துவதால் மட்டுமே அவர்களது உலக வாழ்க்கை நடக்காது. அக்காலத்தில் கற்றுக்கொள்ள வேண்டிய இதர விஷயங்கள் எத்தனையோ இருந்தன. ஆரிய வாலிபர்கள் தமது குருமார்களிடமிருந்து கற்று வந்த போர்க்கலையைப் பற்றி வேதத்தில் ஒன்றுமே கூறப்படவில்லை. அச்சமயத்தில் பல்வேறு தொழில்களும் நிலவின. அவற்றைக் கற்பதும் அவர்களுக்கு அவசியமாக இருந்தது. இத்தொழில்களில் சிலவற்றின் பெயர்கள் மட்டுமே 'ரிக் வேத' த்தில் உள்ளன. மொகஞ்சோதாரோ-ஹரப்பாவில் ரிக்வேதத்துக்கு முன் ஆயிரத்திஐந்நூறு - இரண்டாயிரம் ஆண்டுகளுக்கு முந்தைய பொருட்கள் கிடைத்ததிலிருந்து அக்காலத்தில் பொறியியலாளர் (கட்டட நிபுணர்), மேஸ்திரி (கட்டடத் தொழிலாளி), நெசவாளி, நகைத் தொழிலாளி, தோல் பதனிடும் தொழிலாளி, புல்லாங்குழல் கலைஞர், கருமான், மண்பாண்டத் தொழிலாளி முதலியோர் இருந்தார்களெனத் தெரிகிறது. அவர்கள் தம்முடைய தொழில்களை அடுத்த தலைமுறைக்குக் கற்றுத் தர வேண்டியிருந்தது. விவசாய அறிவும், விவசாயத்துக்குப் பயன்படும் பருவ நிலை அறிவும்கூட தேவைப்பட்டன. ஆகவே ரிக் வேத கால ஆரியர்களுக்கு அவசியமான கல்வியறிவு பூராவும் 'ரிக் வேத'த்தில் குறிப்பிடப்பட வில்லை என்பது தெளிவு.

2. உடல் நலம்

ஆரியர்கள் எதார்த்தவாதிகள். அவர்கள் தமது தேவர்கள் மேல் ஆழ்ந்த பக்தி கொண்டிருந்தாலும், தம் சொந்த பலத்தை மறந்துவிடவில்லை. இந்திரன்கூட திவோதாஸ், ஸுதாஸ் ஆகியோரின் உதவியைக்கொண்டே பகைவர்களை அழிக்க முடிந்ததென்பதை அவர்கள் அறிந்திருந்ததால், உடல் உறுதிக்கும், உடல் நலத்துக்கும் அவர்கள் சிறப்பான முக்கியத்துவம் அளித்தார்கள். சப்த சிந்து பிரதேசத்தில் ஆரியர் தம்மைவிட உயர்ந்த நாகரிகமும், கலாசாரமும் செல்வச் செழிப்பும் உடையவர்களைத் தோற்கடிக்க முடிந்ததென்றால், அதன் காரணம், அவர்களிடமிருந்த வேகமாக ஓடும் குதிரைகளும், ஊர் சுற்றிப் போர்க்குணமும் தவிர, அவர்களுடைய பருத்த உறுதியான உடலுமாகும். அவர்கள் முன் மொகஞ்சோதாரோ மக்கள் நோஞ்சான் பேர்வழிகள்தான்! எல்லா ஊர்சுற்றி, மக்களைப் போலவே ஆரியரும் வெளிப்புறங்களில் இருப்பதையே விரும்பியதால், அவர்கள் நகரங்களில் அல்லாமல் கிராமங்களிலேயே தமது இருப்பிடங்களை அமைத்துக்கொண்டார்கள். நல்ல காற்றோட்டமான இடத்தில் இருப்பதும், பால் - நெய் - இறைச்சி போன்ற சத்துணவும் - உடல் நலம் பேணும் இவையாவும் அவர்களிடம் இருந்தன. குதிரைச் சவாரி ஒரு நல்ல உடற் பயிற்சியாகும். அக்காலத்தில் குதிரைச் சவாரி செய்யாத ஆரியர் எவருமே இல்லை எனலாம். எதிரிகளிடமிருந்து தற்காத்துக் கொள்ளவும், மற்றவர்களின் பசுக்களையும், செம்மறியாடுகளையும் கொள்ளையடிக்கவும் அவர்கள் எப்போதுமே ஆயுதந்தாங்கி இருக்க வேண்டியிருந்தது. இதனால் அவர்கள் குதிரைச் சவாரியிலும் சிறந்து இருந்தார்கள். மற்போர்பற்றி 'ரிக்வேத'த்தில் குறிப்பிடப்படா விட்டாலும், பிற்காலத்தில் பஞ்சாபிலும், கிழக்கு உத்தர பிரதேசத்திலும் 'மல்லர்' என்னும் இனக் குழுவினர் இருந்ததால், அவர்களிடையே மற்போரும் இருந்துவந்ததெனக் கொள்ளலாம். விசுவாமித்திரரின் புத்திரர் மதுச்சந்தாவின் ரிசாவில் (1-8-2) கைச்சண்டை பற்றிச் சொல்லப் பட்டுள்ளது.

"ஓ இந்திரனே! உம்மால் பாதுகாக்கப்பட்ட நாங்கள், குதிரைகளைக் கொண்டு கைச்சண்டையின் மூலம் (முஷ்டி யுத்தம்) எதிரிகளைத் தடுப்போம்''.

மற்போரும் கைச்சண்டையும் உடல்நலத்துக்கு உகந்தவை மட்டுமல்ல; யுத்தங்களிலும் அவை பயன்பட்டு வந்தன. அதனால் ஆரிய இளைஞர் இவைகளை நன்கு கற்று வந்தார்கள்.

நாட்டியம் மனிதனின் மிகப் பழமையான, சிறந்த பொழுது போக்கு நுண்கலையாகும். இது நல்ல உடற்பயிற்சியுமாகும். கடுமையான குளிர் காலத்தில் 'இடையர் நாட்டிய'மாடிய ஒரு வாலிபன் வியர்வையில் தெப்பமாக நனைந்துவிட்டதை நான் பார்த்திருக்கிறேன். அப்போது அங்கிருந்த நவீன உடற்பயிற்சி அறிந்திருந்த ஒரு இளைஞன், அந்நாட்டியத்தால் இடையின் இருபுறமுள்ள தசைகள் மிகவும் சுறுசுறுப்படைவதாகக் கூறினான். இது நவீன உடற்பயிற்சி முறைகளாலும் முடியாதென்றான். அங்கிரா கோத்திரத்தைச் சேர்ந்த 'சவ்ய', 'நர்த்தயன்' (நாட்டியமாட வைப்பது) என்னும் சொல்லைப் பயன்படுத்தியிருக்கிறார் (1-51-3).

"ஓ இந்திரனே! நீர் அங்கிராக்களுக்காக (புரோகிதர்களுக்காக) மழை பெய்யச் செய்தீர்! அத்ரியை எங்கள் ஆயுதத்தாக்குதலிலிருந்து விரட்டியடித்தீர்! விமத்துக்கு உணவுடன் செல்வமும் அளித்தீர். போர்க் களத்திலே வஜ்ராயுதத்தை நாட்டியமாடச் செய்து உன்னைத் துதிப்ப வனைக் காப்பாற்றினீர்."

கலாசார ரீதியில் மிகப் பின்னடைந்த பழங்கால இனங்களிலும், நாகரிகத்தில் மிக முன்னேறிய நவீன இனங்களிலும் நாட்டியம் மிகப் பரவலான உடற்பயிற்சியும், பொழுதுபோக்குமாகும். ரிக் வேத கால ஆரியர்கள் சோமத்தை (கஞ்சாவை) மிக விரும்புபவர்கள். அதைக் குடித்து மயக்கத்தி லாழ்வது அவர்களுக்கு மகத்தான ஆனந்தமளித்தது. மயக்கத்திற்கும், ஆனந்தத்திற்கும் 'மதம்' என்னும் சொல் இதையே தெரிவிக்கிறது. ஆரிய ஆண்களும், பெண்களும் சோமம் அருந்தும் நிகழ்ச்சிகளில் இசையிலும், நாட்டியத்திலும் கூட மூழ்கினார்கள். இது அவர்களுடைய உடல் நலத்துக்கு மிகவும் பயனுள்ளதாக இருந்தது.

3. நோய்கள்

நோய்களில் காச நோய் (யக்ஷ்மா), இதய நோய், பெருநோய் முதலியவை 'ரிக் வேத'த்தில் குறிக்கப்பட்டுள்ளன. காச நோய் என்பது காய்ச்சலின் மறுபெயர் போலும்! இன்று டி.பி. என்று சொல்லப்படும் காச நோயை 'ராஜ யக்ஷ்மா' என்றழைத்தார்கள். ஆதர்வன் ரிஷி சொல்கிறார் (10-97-11, 12):

"நான் இம்மருந்துகளைக் கையிலெடுத்ததுமே சீறி வரும் மரணத்தால் உயிர் அழிவதைப் போல, காச நோயின் உயிர் அழிந்து விடுகிறது."

"ஓ மருந்துகளே! தீவிரவாதி மற்றவர்களை வாட்டுவதைப் போல, நீங்களும் காச நோயின் ஒவ்வொரு கணுவிலும் பரவி அதை ஒழித்துக் கட்டுக!"

கற்பனைப் பெயருடைய பிரஜாபதி புத்திரரான யக்ஷ்ம நாசன் என்ற ரிஷி யக்ஷ்மாவுக்கும், ராஜ யக்ஷ்மாவுக்குமுள்ள வேற்றுமையைக் கூறுகிறார் (10-161-1):

"வேள்வியால் உன்னைப் புலப்படாத யக்ஷ்மாவிலிருந்தும், ராஜ யக்ஷ்மாவிலிருந்தும் விடுவிக்கின்றேன். ஏதாவது பேய்-பிசாசு உன்னைப் பிடித்திருந்தால் இந்திரனும், அக்னியும் உன்னை விடுவிப்பார்களாக!"

இதய நோய் மிகப் பழைமையான நோயாகும். வயோதிகத்தால் உடலுறுப்புகள் தேய்ந்து போவதன் ஒரு உருவமாகும் இது. காய்ச்சலோ அல்லது வேறெந்த நோயோ இல்லாமல் திடீரென்று மாரடைப்பால் ஏற்படும் மரணம் போற்றத்தக்க மரணமாகக் கருதப்பட்டு வந்தது. ஒரு நோய் மரணத்தைத் தராமல் துன்பத்தைத் தந்து கொண்டிருந்தால், அது மிக மோசமான நோயாகும். கன்வபுத்திரர், பிரஸ்கன்வர் மித்திரனை (சூரியனை) இந்நோயிலிருந்து காப்பாற்றும்படி வேண்டினார் (1-50-11):

"இன்று சொர்க்கலோகத்தின் மேலே உயர்ந்து சென்று கொண்டிருக்கும் மித்திரன் (சூரியன்) எனது இதய நோயையும், மஞ்சள் காமாலையையும் நீக்குவாராக!"

மஞ்சள் காமாலையால் உடல் மஞ்சள் நிறமாக மாறிக் கொண்டிருந்தது.

விவ்ருஹா காஸ்யபன் கூற்றால், யக்ஷ்மா என்பது உடலின் பல நோய்களின் கூட்டுப் பெயராகத் தெரிகிறது (10-163-1-6):

"உன்னுடைய இரு கண்களிலிருந்தும், இரண்டு மூக்குத் துவாரங்களிலிருந்தும், இரு காதுகள், தாடை, மூளை, நாக்கிலிருந்தும் பிரதானமான யக்ஷ்மா நோயை நீக்குகிறேன்" (1).

உன்னுடைய கழுத்திலிருந்தும், நரம்புகளிலிருந்தும், நாடிகள், எலும்புகள், அக்குள்கள், கைகள், தோள்களிலிருந்தும் யக்ஷ்மாவை (காசத்தை) நீக்குகிறேன்" (2)

“உனது குடல்களிலிருந்தும், மலத் துவாரத்திலிருந்தும், நெஞ்சிலிருந்து, மூத்திரப் பையிலிருந்து, உணவுப் பையிலிருந்து யக்ஷ்மாவை ஒழிக்கிறேன்’’ (3).

“உன்னுடைய தொடைகளிலிருந்தும், இரண்டு பாதங்களி லிருந்தும் இரு பின்புறங்களிலிருந்தும், இடையிலிருந்தும் யக்ஷ்மாவை நீக்குகிறேன்.’’ (4).

“உனது சிறுநீர் கழிக்குமிடத்திலிருந்தும், மயிர்க்கால்களிலிருந்தும், நகங்களிலிருந்தும், உன் உடல் பூராவிலிருந்தும் நான் யக்ஷ்மாவை ஒழிக்கிறேன்” (5)

“ஒவ்வொரு உறுப்பிலிருந்தும், மயிர்க்காலிலிருந்தும், அணு அணுவிலும் நிறைந்த இந்த யக்ஷ்மாவை உன் உடல் முழுவதிலிருந்தும் நீக்குகிறேன்’’ (6).

‘கோஷா’ என்ற பெண் பெருநோய்க்குள்ளானதைக் குறித்து ‘ரிக் வேத’த்தில் சொல்லப்படாவிட்டாலும், வேறிடங்களில் அது பற்றிச் சொல்லப்படுகிறது. அவள் ஏதோ ஒரு நோயால் பீடிக்கப்பட்டு, திருமணமாகாமல் தந்தையின் வீட்டிலேயே இருந்ததாக தீக்கதமாவின் புத்திரர் கக்ஷீவான் கூற்றிலிருந்து தெரிய வருகிறது (1-117-7).

“ஓ அஸ்வினி தேவர்களே! நீங்கள் கிருஷ்ண புத்திரனான விஷ்வக் விஷ்வாபுவை தந்தை வீட்டில் கிடந்த கோஷாவுக்குக் கணவனாக அளித்தீர்கள்.’’

அக்காலத்திலும் நிறையவே நோய்கள் இருந்திருக்கலாம்; ஆனால் அவை விரிவாகப் பகுக்கப்படவில்லை.

4. மருத்துவம்

ரிக் வேத காலத்திலிருந்து அறுநூறாண்டுகளுக்குப் பிறகு புத்தரின் காலத்தில் மருந்துகள் எண்ணிக்கையிலும், தரத்திலும் எவ்வளவோ வளர்ச்சியடைந்தன. ஆயினும் அப்போதைக்கும் ரசங்களும், தாதுக்களும், பஸ்மங்களும் புழக்கத்திற்கு வரவில்லை. புத்தர் காலத்தில் ‘பஞ்ச ஔஷதங்கள்’ எனப்படும் நெய், வெண்ணெய், எண்ணெய், நாட்டுச் சர்க்கரை, கொழுப்பு, கிழங்கு, கஷாயம், பச்சிலை, பழம், கோந்து, உப்பாலான மருந்து, இறைச்சி, ரத்தத்தால் தயாரித்த மருந்துகள் ஆகியவை உபயோகத்தில் இருந்தன. ஆவியைக் கொண்டு

வியர்வையை வெளியேற்றுவது, கொம்பால் கீறிக் கெட்ட ரத்தத்தை வெளி யேற்றுவது, மாலிஷ், அறுவைச் சிகிச்சை, காயங்களுக்குக் கட்டு கட்டுதல், பாம்புச் சிகிச்சை, சோகை நோய்ச் சிகிச்சை, பேய் பிசாசு சிகிச்சை, சருமச் சிகிச்சை - இவற்றைப் பற்றி எல்லாம் பவுத்த மத நூலான 'வினய பிடக'த்தில் கூறப்பட்டுள்ளது. இவற்றில் பெரும்பாலான மருந்துகளும், சிகிச்சை முறைகளும் அதற்கு முன்பும் இருந்திருக்கக் கூடும்.

'ரிக் வேத'த்தில் கீழ்க்கண்ட நோய்களும் குறிப்பிடப்படுகின்றன. கண்ணுக்குத் தெரியாத காச நோய், மூல நோய், அகத், அஜ்கா, அன்மீவ, அனுக்ய, அப்வா, அம், அக்ஷீபத், அக்ஷீமித், ஜீவகிருப், நவஜ்வார், பிரஷன்ய, பிரிஷ்டயாமயி, வந்தன், வத்ரி, விவப்ரு, விசூசி, சுராம், ஷ்ராம், ஹரிமா முதலியன.

மருந்துகளின் எண்ணிக்கையும் பெரிது. அதனால்தான் 'ஆதர்வன்' என்னும் மருத்துவர்,

"மன்னர்கள் 'சமிதி'யில் ஒன்று கூடுவதைப்போல மருந்துகளை யெல்லாம் தன்னிடம் வைத்திருப்பவனை நோய்களை அழிக்கும், அரக்கர்களை ஒழிக்கும் பிராமணம் வைத்தியன் எனப்படுகிறது" (10-97-6) என்கிறார்.

இன்று வைத்தியர்கள் தன்வந்திரியை அபிமான மருத்துவராகக் கருதுகிறார்கள்; ஆனால் வேத காலத்தில் அஸ்வினி குமாரர்களின் பெருமை பாடப்பட்டது. 'இரின்விடி' ரிஷி,

"அந்த தெய்வீக இரட்டையரான அஸ்வினி இரட்டையர் நமக்கு மங்களம் உண்டாகட்டும்! அவர்கள் இங்கிருந்து துன்பங்களை அகற்றட்டும்!" என்கிறார் (8-18-8).

ஹிரண்யஸ்தூப் அஸ்வினி குமாரர்களைப் பாராட்டிக் கூறுகிறார் (1-34-6-9) :

"சுபமளிக்கும் தேவர்களே! அஸ்வினி குமாரர்களே! மூன்று முறை தெய்வீக மருந்துகளும், மூன்று தடவை பவுதீக மருந்துகளும், மூன்று முறை நீர் சம்பந்தப்பட்ட மருந்துகளும் அளிப்பீர்! என் சந்ததியினருக்கு மூன்று விதமாகவும் சுகமளிப்பீர்!" (6).

"உங்கள் மூன்று ரகத் தேர்களின் மூன்று சக்கரங்கள் எங்கே ? மூன்று அச்சாணிகளும் எங்கே ? நீங்கள் வேள்விக்குக் கொண்டு செல்லும்

அந்த வலிமை பொருந்திய கழுதையை எப்போது தேரில் பூட்டப் போகிறீர்கள் ?" (9)

அஸ்வினி குமாரர்களின் தேரிலே கழுதை பூட்டப்பட்டதென்பது இதிலிருந்து தெரிய வருகிறது. கழுதைகள் குதிரைகளைப் போல் கருதப்படாவிட்டாலும், அவற்றை வளர்ப்பதற்கும், உபயோகிப்பதற்கும் ஆரியர்கள் பின்வாங்க வில்லை; அதைத் தாழ்வாகவும் எண்ணவில்லை.

மயக்கந்தரும் சோமத்தையும் மருந்தாக அவர்கள் கருதியதில் வியப்பேதுமில்லை. இன்றைய மருந்துகளிலும் சற்று சாராயம் கலக்கப்படுகிறது. பிரகாத புத்திரர் ஹர்யதர்,

"மித்திரனும், வருணனும், சூரியனும் தோன்றியதும் நோயாளிகளின் மருந்தான சோமத்தை உட்கொள்கிறார்கள்" எனக் கூறுகிறார் (7-61-17).

கன்வரின் மகன் சோபரி 'ரிக் வேத'த்தின் ஒரு புகழ் பெற்ற ரிஷியாவார். அவர் அஸ்வினி குமாரர்களின் பெருமை பாடி,

"நீங்கள் பக்த், அத்ரிகு, வய்ரு ஆகியோரை எவற்றைக் கொண்டு காத்தீர்களோ, அவற்றைக்கொண்டு விரைந்து வாருங்கள்! நோயாளிகளாக இருப்பவர்களுக்கு சிகிச்சை செய்யுங்கள்!" என்கிறார் (8-22-10).

அத்தியாயம் பதின்மூன்று

உடையலங்காரம்

ஆரியர்கள் குளிர்ப் பிரதேசத்திலிருந்து நமது நாட்டிற்கு வந்தனர். குளிர் காலத்தில் சப்த சிந்துவிலும் (பஞ்சாபிலும்) அதிகமாகவே பனி பெய்து வந்தது. சுவாஸ்து பள்ளத்தாக்கு போன்ற இடங்களில் வசித்து வந்தவர்கள், அங்கே ஒவ்வொரு ஆண்டும் பனி கொட்டுவதைப் பார்த்து வந்தனர். எனினும் ஆரியர் வாழ்ந்த பெரும்பாலான இடங்கள் குளிரானவை என்றாலும், அவை பனி கொட்டும் இடங்களிலிருந்து தூரமாகவே இருந்தன. குளிரிலிருந்து தப்பிக்க உடலை மூடிக்கொள்வது அவசியம். 'நெருப்பு குளிருக்கு மருந்து' என்ற பழமொழியை உண்மையாக்கி, அவர்கள் ஆடைகளில்லாமல் நெருப்பைக் கொண்டு மட்டுமே வாழ முடியாது. அவர்கள் பலவிதமான ஆடைகள் அணிந்து வந்தாலும், அனைத்தின் விவரங்கள் நமக்குக் கிடைக்கவில்லை.

1. ஆடைகள்

'வஸ்திர'த்தை (உடையை) 'வாஸ்' என்றனர். 'ரிக் வேத'த்தில் சுவாஸ் (நல்ல ஆடைகள்), துர்வாஸ் (கெட்ட ஆடைகள்), அர்ஜுன்வாஸ் (வெள்ளை ஆடைகள்), சுக்ரவாஸ் (வெண்ணிற ஆடைகள்) அவிவாஸ் போன்ற சொற்கள் பயன்படுத்தப்பட்டுள்ளதால், ஆரியர்கள் ஆடைகள் விஷயத்தில் மிகுந்த கவனஞ் செலுத்தினர் என்று தெரிகிறது. ஆண்களும், பெண்களும் நல்ல உடைகளை அணிவது அவசியமானதாகக் கருதப்பட்டது. விஸ்வாமித்திரர்,

"நல்ல ஆடையணிந்த வாலிபன் வந்தான். அவனிடமிருந்து நல்லதே விளைந்தது. தீரர்கள் தமது உள்ளங்களில் அழகாகச் சிந்தித்து தேவர்களின் உயர்வுக்கு வழி கோலுகின்றனர்" என்கிறார் (3-8-4).

இங்கே வேள்விக் கம்பத்தை வர்ணிக்கையிலே, அழகான ஆடையணிந்த இளைஞனுடன் அது ஒப்பிடப்பட்டுள்ளது.

ரிஷி கக்ஷீவான் நல்ல உடையணிந்த பெண்ணைக் குறிப்பிடுகிறார் (1-124-7):

“கணவரை இழந்த பெண் பணத்திற்காக ஒரு ஆடவனின் வீட்டிற்குச் செல்கிறாள். நல்ல உடையணிந்த பெண்ணோ பொங்கும் இச்சையுடன் தன் கணவனிடம் போகிறாள். அதே போல் உஷை சிரித்தவாறே ஒளிர்கிறாள்.”

இதே கருத்தை பிரகஸ்பதியும் சொல்கிறார் (10-71-4).

“சிலர் வாணியை (குரலை) கண்களால் பார்த்துக் கொண்டிருந்தாலும் பார்ப்பதில்லை; கேட்டுக் கொண்டிருந்தாலும் கேட்பதில்லை. இந்த வாணி கணவனை விரும்பும் நல்லாடை தரித்த மனைவியைப் போல் ஒருவனுக்குத் தன் உடலைக் காட்டுகிறாள்.”

வெண்ணிற ஆடை என்றால் ஆரியர்களுக்கு மிகவும் இஷ்டம் போல் தெரிகிறது. குத்ஸ ஆங்கிரஸர் உஷாவை (விடியற் காலையை) வர்ணிக்கும்போது,

“சொர்க்கத்தின் மகளும், யுவதியும் வெண்ணிற ஆடை அணிந்த உஷை இருளை விலக்கிக்கொண்டே தோன்றினாள். அவள் இந்தப் பூவுலகின் செல்வத்திற்கெல்லாம் எஜமானியாவாள். நல்லது செய்யும் உஷையே, இங்கிருந்து இன்று இருளை விரட்டியடி!” என்கிறார் (1-113-7).

உஷையை செவ்வாடையை உடுத்தியவளாகத்தான் சொல்லியிருக்க வேண்டும்; ஆனாலும் வெண்ணிற ஆடை மீதுள்ள மோகத்தால் அவள் வெண்ணிற ஆடையுடுத்தியவளாகச் சித்திரிக்கப்பட்டாள். விசுவாமித்திரரும் உஷையை வெண்ணிற ஆடை அணிந்தவள் என்கிறார் (3-39-2).

“சொர்க்கத்தில் தோன்றி, வேள்வியில் பாராட்டப்பட்ட எழுச்சி கொண்டவளும், வெள்ளை ஆடையணிந்தவளுமான உஷை பிதுரர்களிடமிருந்து எங்களிடம் வருகிறாள்.”

ஆரியர்களின் உடைகள் கம்பளத் துணியாலானவை. எல்லா இடங்களிலுமே செம்மறியாடுகள் பற்றியும், கம்பளித் துணி குறித்துமே

சொல்லப்பட்டிருக்கிறது. சோம பானத்தை வடி கட்டவும்கூடக் கம்பளித் துணியே உபயோகிக்கப்பட்டது. ரிஷி வீமத் கூறுகிறார் (10-26-3):

"இச்சை கொண்ட உஷையும், அவளது கணவனும் செம்மறியாட்டு ரோமத்தால் கம்பளத் துணியை நெய்கின்றனர்."

கெட்ட ஆடைகளை அணிவதை (துர்வாஸா) ஆரியர் விரும்புவதில்லை. அதனால்தான் வசிஷ்டர் அக்னியை,

"ஓ அக்னியே! எங்களைக் கோழைகளாக்காதீர்! கெட்ட ஆடைகள் அணிந்தவர்களாகவும், அறிவில்லாதவர்களாகவும் ஆக்காதீர்! எங்களுக்குப் பசி உண்டாக்காதீர்! எங்களை ராட்சதர்களிடம் ஒப்படைக்காதீர்! எங்களை வீட்டிலோ, காட்டிலோ கொல்லாதீர்!" என வேண்டுகிறார் (7-1-19).

பெண்கள் நல்ல ஆடைகள் அணிவதைச் சிறப்பாகக் கருதினர். விஸ்வமனா ஆங்கிரஸர்,

"ஓ அஸ்வினி இரட்டையரே! வேள்வியின் மூலம் சேவிக்கப்பட்ட நீங்கள் நல்லாடை புனைந்த பெண்ணைப் போல் நல்லதை உண்டாக்குகிறீர்கள்!" என்று சொல்கிறார் (8-26-13).

அதிகமாக ஆடைகள் பயன்படுத்தினாலும், அவை எத்தனை விதமானவை என்பது குறைவாகத்தான் நமக்குத் தெரிகிறது. ஆரியர்களின் உடைகள் கீழ்வருமாறு :

1. திராபி (போர்வை)

வாமதேவர் இவ்வாடையைக் குறிப்பிடுகிறார் (4-53-2):

"சொர்க்கத்தைப் பற்றியிருப்பவனும், பூவுலகின் மக்கள் தலைவனுமான சவிதா தேவன் மஞ்சள் நிறப் போர்வையை (திராபியை) அணிந்துள்ளான். அந்த பிரார்த்திக்கப்பட்ட, அர்ப்பணிக்கப்பட்ட சவிதா எமக்கு அழகிய செல்வத்தை அருள்வானாக!"

தீர்க்கதமாவின் புத்திரர் கக்ஷீவானும் திராபியை வர்ணிக்கிறார் (1-116-10):

"ஓ அஸ்வினி குமாரர்களே! போர்வையைப் போல் நீங்கள் சியவனின் வயோதிகத்தை அவிழ்த்துப் போடுங்கள்! ஓ காணத் தகுந்தவர்களே! நீங்கள் எல்லோரும் கைவிட்டுவிட்ட அவள்

வாழ்க்கைக்கு வளம் கூட்டினீர்கள். பெண்களின் கணவனாக அவனை ஆக்கினீர்கள்!

அஜீகர்த்தின் புத்திரர் சுனஹஷேப் வருணனைப் புகழ்கிறார் (1-25-13):

"வருணன் பொன்னிறப் போர்வையால் தமது திரண்ட உடலை மூடுகிறார். நாற்புறமும் ஒளிக்கதிர்கள் பரவுகின்றன."

இந்த ரிசாக்களால் (செய்யுட்களால்) ஆரியர் மஞ்சள்நிறப் போர்வைகள் (திராபிகள்) அணிந்ததாகத் தெரிகிறது. இமய மலையின் பல பகுதிகளைச் சேர்ந்த பெண்கள் இன்று போர்வையை அணிவதைப் போல் அவர்கள் அணிந்திருக்கலாம்.

2. அத்க் (நகை)

பரத்வாஜர் இதைக் குறித்துக் கூறியிருக்கிறார் (6-29-3):

"இந்திரனே! செல்வச் செழிப்பை வேண்டி நாங்கள் உம்முடைய கால்களைத் தொட்டு வணங்குகிறோம். வஜ்ராயுதம்கொண்ட நீர் வலிமையுடன் எதிரிகளைத் தோற்கடித்து எங்களுக்குக் காணிக்கையாகத் தருகிறீர். ஓ தலைவரே. நீர் கண்கொள்ளா, வாசமுள்ள அத்கை அணிந்து கதிரவனைப் போல் பயணம் செய்கிறீர்!"

கற்பனையான 'வேன் பார்க்கவ' ரிஷி என்பவர் 'வேன்' என்னும் தேவனை வர்ணிக்கையிலே கூறுகிறார் (10-123-7):

"கந்தர்வர்களின் சொர்க்கத்தில் உயர்ந்த ஆசனத்தில் அமர்ந்த, விசித்திரமான ஆயுதங்களைத் தரித்த வாசமுள்ள 'அத்க்' ஆடையணிந்த காண்பதற்கு அருமையான 'வேன்' தேவன் மகிழ்ச்சியை அளிக்கிறார்."

3. ஷிப்ர

இது தலைக் கவசத்திற்கும், தலைப் பாகைக்கும் சொல்லப்பட்ட சொல்லாகும். வசிஷ்டர் இந்திரன் பற்றி,

"ஓ ஷிப்ரவையணிந்த இந்திரனே! ஸுதாஸுக்கு உம் முடைய நூற்றுக்கணக்கான பாதுகாப்புகளும், ஆயிரக்கணக்கான கோரிக்கைகளும், தானங்களும் உரித்தாகுக! மனிதர்களின் இந்த எல்லா ஆயுதங்களையும் ஒழித்து எங்களுக்கு பிரகாசமான ரத்தினங்களை அளியும்" என்கிறார் (7-35-3).

வாமதேவரின் கூற்றால் (4-37-4) 'ஷிப்ர' தலைக் கவசமாகத் தெரிகிறது.

"ஓ வீரர்களே! உங்கள் குதிரைகள் பருத்தவை. தேர்கள் மின்னுகின்றன. தாமிரத் தலைக் கவசமணிந்த நீங்கள் உணவுப் பொருள்களும், பொன்னும் உடையவர்கள்."

'ஷிப்ர' என்றால் இங்கே தாமிரத் தலைக் கவசம் என்று தெரிகிறது. ஆனால் அதுவும் தலைப்பாகையின் வளர்ச்சியடைந்த ஒரு மறு உருவமேயாகும். இவ்வாறு ஆரியர்களின் ஆடையணிகளில் தலைப்பாகையும் ஒன்று. ஏறக்குறைய கிருத்துவ நூற்றாண்டு தொடங்கும் வரையிலும் இந்தியாவில் ஆண்களும், பெண்களும் தலைப்பாகை அணிந்து வந்தனர். அக்காலத்தில் இந்தியாவிலிருந்து வெளிநாடுகளுக்குச் சென்ற, ஆண்-பெண்களுடன் தலைப்பாகையும் அந்நாடுகளுக்குப் பயணம் சென்றது. பர்மாவின் எல்லையிலுள்ள சீனத்தில் இங்கே பழங்காலத்தில் கிழக்கு கந்தா குடியேற்ற நாடு இருந்தது. இன்றும் இரு பாலரும் தலைப்பாகை அணிகின்றனர். 'திராபி' என்பதுதான் போர்வையாக உருமாறிற்று. 'சுவாஸ்' வேட்டியாயிற்று. பெண்களில் அதுவே தாவணியாகவும்; பின்னர் புடைவையாகவும் உருமாறியது. அதன் சுற்றளவை அதிகப்படுத்தியதும் பாவாடையாயிற்று. மொகஞ்சோதாரோ, ஹரப்பாவின் உடைகளிலும் இவையெல்லாம் இருந்தன. பைஜாமா சகர்களின் உடையாகும். அது அவர்களுடனேயே கிருஸ்துவுக்கு முன்னும், பின்னர் முதல் நூற்றாண்டுகளிலும் இந்தியாவுக்குள் பிரவேசித்தது. பிறகு அதை நமது மன்னர்களும் ஏற்றுக்கொண்டுவிட்டனர். குப்த மன்னர்களின் நாணயங்களில், அவர்கள் பைஜாமா அணிந்து காணப்படுகின்றனர்.

2. அணிகலன்கள்

ஆரியர்களின் அணிகலன்களில் காதில் குண்டலங்களும், கழுத்தில் தாயத்தும், நெஞ்சில் சங்கிலியும், கைகளில் வளையங்களும் இருந்தன. இந்த நகைகள் தங்கத்தாலும், ரத்தினங்களாலும் தயாரிக்கப்பட்டன. வேத காலத்தில் வெள்ளி மிகக் குறைவாகவே இருந்தது. பழங்காலத்தில் வெள்ளி கிடைப்பது அரிதாக இருந்ததால், அதன் விலையும் தங்கத்தின் விலையும் ஏறக்குறைய ஒரே மாதிரியாக இருந்ததால் வெள்ளியைப் பயன்படுத்துவது குறைவாகவே இருந்து

வந்தது. நமது நாட்டில் கொஞ்சம் தங்கம் உற்பத்தியானாலும் 'அல்தாய்' சுரங்கங்களிலிருந்தே நமக்குத் தங்கம் வந்துகொண்டிருந்தது. தாமிரயுகத்தைச் சேர்ந்த ஆசியாவின் பல்வேறு நாடுகளுக்கும் கூட அங்கிருந்தே தங்கம் சென்று கொண்டிருந்தது. இடையிலிருந்த பல்வேறு இனங்களைக் கடந்து நம் நாட்டிற்குத் தங்கம் வந்து கொண்டிருந்தது.

1. காதில் அணியும் குண்டலங்கள் (காதணிகள்)

குரு சுதி ரிஷி காதணிகளைக் குறிப்பிடுகிறார் (8-67-3):

"எதிரிகளை அழிக்கும் ஓ இந்திரனே! நீர் புகழ்ச்சிக்குரியவ ரென்று கேள்விப்படுகிறோம். நீர் எங்களுக்கு நிறைய காதணிகளை வழங்குவீர்!"

கக்ஷீவான் தேவர்கள் அனைவரையும் வேண்டிக் கொள்கிறார். (1-122-14)

"ஓ அனைத்துத் தேவர்களே! எங்களுக்குத் தங்கக் காதணிகளும், ரத்தின மாலைகளும், அழகுப் பிள்ளைகளையும் அருளுங்கள்! புத்துணர்வுடன் வெளியாகும் எங்கள் குரலையும், வேள்விப் பொருள்களையும் ஏற்றுக்கொள்ளுங்கள்!"

2. தங்கச்சங்கிலி

கழுத்தில் நாணயம் அணிவதைப் பற்றிய குறிப்பு இருக்கிறது, 'நிஷ்க' என்னும் அந்த நாணயம் தங்க நாணயமல்ல. இந்தியாவில் குஷாணர்களுக்கு முன் எந்த மன்னனும் தங்க நாணயம் அச்சிடவில்லை. கழுத்தில் அணிவதற்கென்றே 'நிஷ்க' என்னும் இந்த நாணயத்தை பிரத்தியேகமாக தயாரிக்கலாம். அத்ரி கோத்திரத்தைச் சேர்ந்த வப்ர ரிஷி கழுத்தில் 'நிஷ்க' அணிந்தவராக பிராமணர்கள் பற்றிக் குறிப்பிடுகிறார்.

"துதிப் பாடல் பாடுபவர்களும், உணவு விரும்பிகளும், கழுத்தில் 'நிஷ்க' அணிந்திருப்பவர்களுமான வேள்வி செய்யும் இந்த பிராமணர்கள் அக்னியின் வலிமையைக் கூட்டுகின்றனர்." (5-19-3).

வசிஷ்டரும், "அந்த அழகான ஆயுதங்களைக் கொண்ட உயிர்த் துடிப்பும், 'நிஷ்க' வுடன் கூடிய அந்த 'மருத்' தேவர்கள் தாமே உடலை அலங்கரித்துக் கொள்கின்றனர்" என்கிறார் (5-46-11).

கக்ஷீவான் தேவர்கள் அனைவரையும் 'ரத்தினக் கழுத்தினர்' என்கிறார் (1-122-14). இதனால் ஆரிய ஆண், பெண்கள் கழுத்தில் 'நிஷ்க' நாணயம் மட்டுமல்லாமல், ரத்தின மாலைகளும் அணிந்து வந்ததாகத் தெரிகிறது.

3. மார்பின் மேல் 'ருக்ம'

வசிஷ்டர் மார்பின் மேல் 'ருக்ம' என்னும் நகையும், தோளில் வளையமும் அணிந்து கொண்டதைக் குறித்துக் கூறுகிறார் (7-56-13).

"ஓ மருத் தேவர்களே! உங்கள் மார்பின் மேல் 'ருக்ம' தங்க நகையும், தோளில் வளையமும் உள்ளன. மழையின்போது மின்னல் வெட்டுவதைப்போல நீர் கொடுக்கும்போது நீங்கள் உங்கள் ஆயுதங்களுடன் அழகாகத் தெரிகிறீர்கள்.''

3. அலங்காரம்

1. கூந்தல் அலங்காரம்

உடலை அலங்கரித்துக்கொள்ள வேண்டுமென்னும் விருப்பம் மனிதனுக்கு சகஜமான விருப்பமாகும், பெண்கள் மட்டுமல்லாமல் ஆண்களும் தம்மை அலங்கரித்துக்கொள்ள முயலுகின்றனர். ஆரியர் அனைவருமே தாடி, மீசை வைத்திருக்கவில்லை. இந்திரனுக்கு மஞ்சள் நிறத் தாடி, மீசை இருந்ததை ஏற்கெனவே கூறினோம். ஆரிய ஆண்களும் ஆரியப் பெண்களைப் போன்றே நீண்ட கூந்தலை வைத்திருந்தனர். இப்பழக்கம் முஸ்லிம்கள் வரும்வரை இருந்தது. கூந்தலை ஒன்று சேர்த்து முடிப்பதை 'கபர்த்' என்று சொல்லி வந்தனர். சங்கரரின் தலையில் இது போன்ற ஜடை முடி இருந்ததால், அவருக்குக் 'கபர்தி' என்று பெயர். பரத்வாஜர் 'பூஷன்' என்ற தேவனை 'கபர்தி' யுடன், 'ஈஷான்' என்றும் குறிப்பிடுகிறார் (6-55-2). 'ஈஷான்' மன்னனைக் குறிக்கும் சொல்லாக முதலில் இருந்தது. பின்னால் சிவனைக் குறிக்கும் சொல்லாகிவிட்டது.

"சிறந்த தேரோட்டியும் ஜடை. முடியும் கொண்ட மன்னனும், நண்பனுமான பூஷனை செல்வம் வேண்டி நாம் துதிக்கிறோம்.''

அவரது சமகாலத்தவரான வசிஷ்டரும் தன் குலத்து இளைஞர்கள் வலப் பக்கம் ஜடைமுடி தரித்தவர்கள் என்கிறார்.

"என்னுடைய வெண்ணிறம் கொண்ட வலப் பக்கம் கூந்தலை முடிக்கும் பிள்ளைகள் நாற்புறத்திலிருந்தும் என்னை சந்தோஷப் படுத்துகின்றனர். நான் வேள்வியிலிருந்து எழும் போது, எனது வசிஷ்ட குழந்தைகள் என்னைவிட்டு விலகிப் போகக் கூடாதுதென்று சொல்கிறேன்'' (7-33-1).

பல்வேறு குலங்களைச் சேர்ந்தவர்களின் முடியலங்காரமும் பல விதமாக இருந்ததென்று இதிலிருந்து தெரிகிறது. வைராகி சாதுக்கள் தமது தலைப்பாகையை வலது அல்லது இடது பக்கம் தமது பிரிவின் விதிகளுக்கேற்றாற்போல் அணிகின்றனர். ராஜபுத்திரர்களும் அப்படியே! பழங்காலத்திய முடியலங்காரம் சீக்கியர்கள் போன்ற வெறும் ஜடைமுடி மட்டுமல்ல; அதைத் தலைப்பாகைக்கு வெளியே வைத்து மலர்களால் அலங்கரிக்கவும் செய்தனர். கி.மு. இரண்டாம், மூன்றாம் நூற்றாண்டுகளுக்கு முந்தைய சிற்பங்களைப் பார்த்தால் இது தெளிவாகிறது. கூந்தலைப் பூக்களால் அலங்கரிக்கும் வழக்கம் ரிக்வேத காலத்திலும் இருந்திருக்கலாம்.

'கபர்த்' என்னும் சொல் ஜடைமுடியுடன் பின்னலைக் குறிப்பிடவும் பயன்படுத்தினர். விரூபபுத்திரர் சத்ரீயின் கூற்றிலிருந்து (10-114-3) இது தெரிகிறது.

"நான்கு ஜடைகளும், நல்ல உடைகளுமணிந்த யுவதி அவள். அவள்மீது விருப்பத்தை நிறைவேற்றும் இரண்டு பறவைகள் அமர்ந்துள்ளன. அங்கே தேவர்கள் தமது அதிர்ஷடத்தை வைத்துள்ளனர்.''

இங்கே வேள்வி அரங்கம் நான்கு ஜடைகள் கொண்ட யுவதியுடன் ஒப்பிடப்பட்டுள்ளது. அக்காலத்தில் குமரிப் பெண்கள் நான்கு பின்னல்கள் போட்டிருக்கலாம். இரட்டைப் பின்னலும், ஒற்றைப் பின்னலும், இன்றும் பார்க்கிறோமல்லவா!

2. சவரம்

தாடி, மீசை அல்லது தாடியை மட்டுமே வழித்து விடும் பழக்கம் இருந்தது. 101-42-4 எண்ணுள்ள ரிசா கூறுகிறது.

"நாவிதன் தாடியை வழித்து விடுவதைப் போலவே, நீ கொள்ளையடிக்கும் படையைப் போல் மேலும், கீழும் செல்கிறாய்! அப்போது உன்னுடைய காற்று வீசுகிறது. வீரம் பாய்கிறது.

'ரிக்வேதத்தில் ஆரிய ஆண், பெண்களின் அலங்காரம் பற்றிக் கிடைக்கும் தகவல்களிலிருந்து அவர்களுக்கு வித விதமான ஆடைகள் அணிவதில் மிகவும் விருப்பமென்று தெரிகிறது. உடைகள் கம்பளித் துணியாலும், சில தோலாலுமானவை. அவர்கள் பல்வேறு தங்கநகைகளும், மணி யாரங்களும் அணிந்தனர். கூந்தலை மலர்களால் அலங்கரித்துக் கொண்டனர். எல்லா ஆரிய ஆண்களும் தாடி வைத்துக் கொள்ளாவிட்டாலும், பெரும்பாலான வயதானவர்கள் தாடி வைத்துக் கொண்டனர்.

அத்தியாயம் பதினான்கு

விளையாட்டுகள், பொழுதுபோக்குகள்

1. நாட்டியம்

பாட்டும், நாட்டியமும், சோம பானம், குதிரைச் சவாரி, குஸ்தி, சூதாட்டம் ஆகியவை சப்த சிந்துவிலிருந்த ஆரியர்களின் பொழுது போக்குகளாகும். இவற்றைப் பற்றிய விரிவான வர்ணனைகள் 'ரிக் வேத'த்தில் இல்லாதது இயற்கையே! காரணம், ரிக் வேதத் தொகுப்பின் நோக்கம் இதுவல்ல! ஆங்கிரஸ சவ்ய ரிஷி நாட்டியத்தைக் குறிப் பிட்டாலும் (1-57-3) அது சங்கேத மொழியில்தான்! அங்கே 'இந்திரன் வஜ்ராயுதத்தை நாட்டியமாட வைத்தான்' என்று சொல்லப்பட்டுள்ளது.

2. இசை

இசையும் ஆரியர்களின் ஒரு பொழுதுபோக்குச் சாதனமாகும். 'ரிக் வேத'த்தின் ஒன்பதாவது மண்டலமும் (அத்தியாயமும்), ஏறக்குறைய 'சாம வேதம்' பூராவும் சோமம் தொடர்பான பாடல்களையே கொண்டுள்ளன. சங்கீத சாதனையை 'காயத்ர' என்பர். இசைக்கக்கூடிய வகையிலிருக்கும் சந்தத்தை 'காயத்ரி' என்று கூறுவர். கோரபுத்திரர் கன்வ ரிஷி அதனால்தான் கூறுகிறார் (1-38-14) :

"வாயால் சுலோகத்தை (செய்யுளை) இயற்று! மழை பொழியும் மேகத்தைப் போல் அதைப் பரவச் செய்! காயத்ர கீதத்தைப்பாடு!"

இன்றும் 'கின்னர்' போன்ற, இமய மலைப்பகுதிகளிலும் சமவெளிப் பிரதேசங்களிலும் மக்கள் பாடும் நாட்டுப் பாடல்களில்

இந்தச் சந்தமே அதிகமாக இருப்பதைக் காணலாம். வேத சம்பந்தப்பட்ட இந்த 'காயத்ர' சாம'த்தையும், நாட்டுப் பாடல்களையும் நாம் ஒப்பிட்டு ஆராய்ந்தால், சப்த சிந்து ஆரியர்களின் இசை பற்றி நாம் தெரிந்துகொள்ள முடியும்.

૩. பானம்

1. சோமம்

மயக்கந்தரும் பானங்களில் சோமம் ஆரியரிடையே மிக விரிவாகப் பரவியிருந்தது. ஒரு விதமான சாராயமும் அவர்கள் குடித்து வந்தாலும், அதற்கு அவர்கள் அவ்வளவு முக்கியத்துவம் அளித்ததில்லை. கன்வ புத்திரரான குஸீதி இந்திரனுக்கு விருப்பமான சோம பானத்தைக் குறிப்பிடுகிறார்(8-71-7, 8):

"கோப்பைகளிலும், மரப் பாத்திரங்களிலும் ஊக்காக சோமம் வடிக்கப்பட்டுள்ளது. ஓ இந்திரனே, இதை நீ பருகு! இதன் உரிமையானவன் நீ!" (7).

"மரப் பாத்திரங்களில் தண்ணீரில் சந்திரன் காணப்படுவதைப் போல் காட்சியளிக்கும் சோமத்தைப் பருகு! நீ கடவுள் !" (8)

சோமத்தை வர்ணிக்கும் 'ரிக் வேத'த்தின் எட்டாவது அத்தியாயம் விசுவாமித்திரரின் மகன் மதுச்சந்தாவின் சூக்தத்தி லிருந்து (செய்யுளிலிருந்து) தொடங்குகிறது. அதன் முதல் ரிசா வருமாறு (9-1-1):

"இந்திரன் பருகுவதற்காக வடிக்கப்பட்ட சோமமே ! நீ ருசிகரமான, மயக்கந்தரும் தாரையாகப் பாய்ந்தோடு!"

சுனஹஷேப ரிஷி கூறுகிறார் (9-3-1) :

"இந்த அமர தேவன் குடங்களில் அமருவதற்காக பறவையைப் போல் போடப்படுகிறான்."

சோமம் பற்றி அதிக செய்யுட்களை இயற்றிய காஸ்யப அஸித்தேவல் சொல்கிறார் (9-5-1) :

"ஒளிமயமான, அனைவரின் தலைவனான, புனிதமான, இச்சையைக் கிளறக் கூடிய, மகிழ்ச்சி தரும் சோமம் ஒலி எழுப்பியவாறு திகழ்கிறார்."

"வடிக்கப்பட்ட, புனிதமான, அழகிய மகத்தான சோமம் இரவையும், காணத் தகுந்த விடியற்காலை வேளையையும் விரும்புகிறார்'' (6).

"வடிக்கப்பட்ட, புனித சோமனின் அழகிய தேவியரான பாரதி, சரஸ்வதி, இளா ஆகியோர் எங்களுடைய இந்த வேள்விக்கு வருவார்களாக ! (8)''

அஸித் மீண்டும் கூறுகிறார் (9-8-4,2).

"உன்னைப் பத்து விரல்களும் புனிதப்படுத்துகின்றன. ஏழு பிரார்த்தனைகள் மகிழ்ச்சியுறச் செய்கின்றன. உன்னைக் குடித்த பிறகு பிராமணர்கள் மயக்கமடைகின்றனர்'' (4)

"மனிதர்களே! புனிதமான சோமனுக்காகப் பாடுங்கள் ! அவன் தேவர்களுக்காக வேள்வி செய்ய விரும்புகிறான்'' (1) என அவரே மீண்டும் சொல்கிறார் (9-11-1, 3,6).

"தேவர்களுக்காக ரிஷிகள் சோமதேவனை விருப்பத்துடன் தேனோடு கலந்தனர். ஆகவே சோமராஜாவே ! நீ எங்களுக்காகப் பாய்ந்தோடி வா! எங்கள் பசுக்களின் நன்மைக்காகவும் நீ பாய்ந்தோடி வா!'' (3)

"சொர்க்கத்தைத் தொடக்கூடிய, சர்வ வல்லமை படைத்த செவ்வண்ண சோமத்திற்காகப் பாட்டுப் பாடு!''

"வணங்கிக் கொண்டே அருகிலே செல்! சோமத்தைத் தயிருடன் கலக்கு! இந்திரனுக்கு சோமத்தை வழங்கு!'' (6).

சோமம் குறித்த துதிப் பாடல்கள் எல்லாம் மூன்று பாதங்கள் கொண்ட 'காயத்ரி' சந்தத்தில்தான் உள்ளன. இன்றும்கூட வட இந்தியாவின் பல பகுதிகளிலும் கிராமியப் பாடல்களுக்கு இந்த சந்தம்தான் பயன்படுத்தப்படுகிறது. ரிக்வேத கால ஆரியர்களின் மிக விருப்பமான பானம் சோமமாகும். அது அவர்களுடைய தேவர்களுக்கும் போதையூட்டிக் கொண்டிருந்தது.

சோமம் அந்தக் காலத்தில் மிக விரிவாக உபயோகிக்கப்பட்டு வந்ததால், அது எளிதாகவே கிடைத்துக் கொண்டிருக்கலாம். ஒன்பதாம் மண்டலத்தில் 114 சூக்தங்களில் சோமத்தின் பெருமையைப் பாடினாலும், அது கிடைக்குமிடம் பற்றியும், மற்ற விஷயங்கள் பற்றியும் அதிகமாகச் சொல்லப்பட வில்லை. கோதமரின் கூற்றிலிருந்து (10-32-2) சோமம் உயர்ந்த பகுதிகளில் கிடைத்ததாகத் தெரிகிறது.

"மலையில் அமர்ந்துள்ள சோமனே! உனக்காகப் பசுக்கள் பால் சுரக்கின்றன.''

ஆங்கிரஸ பவித்திரி ரிஷி கீழ்க்காணும் ரிசாவை சோமத்தின் பெருமையைப் பாடுவதற்காகச் சொல்லியிருக்கிறார். (9-43-1):

"ஓ பிரம்மத்தின் (மந்திரத்தின்) தலைவனே! உன்னுடைய புனித உருவம் பரவியுள்ளது, நீ தேவனாகி எல்லா உடல்களிலும் பரவியிருக்கிறாய்! வெந்த உடலற்றவன், பக்குவமடையாதவன் உன்னை அடைய முடியாது. பக்குவமடைந்தவர்களே உன்னைப் பொறுத்துக்கொண்டு அடைய முடியும்.''

இந்தச் செய்யுளை வைத்துக்கொண்டே ராமானுஜரின் சீடர்கள் ஏழெட்டு நூற்றாண்டுகளாகக் கோடிக்கணக்கானவர் தோள்களில் உலோக சங்கு, சக்கரங்களைக் கொண்டு காளை மாடுகளுக்குப் போடுவதுபோல் சூடு போட்டுக் கொண்டிருக்கிறார்கள்.

வசிஷ்டர் சோம பானத்தின் சிறப்பை நன்கு உணர்ந்திருந்தார். போர்க்களத்தில் அதைப் பருகிய வீரர்கள் மயக்கத்தில் அற்புதமான வீர தீர பராக்கிரமங்களைக் காட்டினார்கள். அமைதிக் காலத்தில் அதைக் குடித்து மகிழ்ச்சிக்கடலில் திளைத்தார்கள். பழமையின் பக்தனான தற்கால மனிதனுக்குச் சோமபானம் குறித்து ரிஷிகளின் கருத்து தெரியாது; காரணம், இன்று போதையூட்டும் பொருள்களுக்கு எதிரான கருத்து சமுதாயத்தில் பரவியுள்ளது. சப்த சிந்து ஆரியர்கள் சோமத்தை மிக அதிகமாக விரும்பினார்கள் என்பதற்கு, அவர்களுடைய ரிஷிகள் சோமத்தைப் புகழ்ந்து பாடியதே நல்ல எடுத்துக்காட்டாகும்.

தமது தேவர்களை மகிழ்விக்க ஆரியர்களிடம் இருந்த ஒரு வலிமையான சாதனம் சோமமாகும். அவர்கள் வேள்வியில் அர்ப்பணித்துக் கொண்டிருந்த நெய்யும், இறைச்சியும் பெரும்பாலும் தீயில் வெந்து அவர்களுக்குப் பயன்படாமலேயே போய்க் கொண்டிருந்தன. கம்பளித் துணியில் வடிகட்டி மரப் பாத்திரங்களிலும், உலோகக் கலசங்களிலும் வைக்கப்பட்ட சோமபானம் பருகுவதற்கு இந்திரன், அக்னி போன்ற தேவர்கள் வரவேற்கப்பட்டார்கள். ஆரிய பக்தர்களின் நம்பிக்கைப்படி, அந்தத் தேவர்கள் வந்து சோமத்தைப் பருகிக் கொண்டிருந்தார்கள். இந்திரனும், வருணனும், அக்னியும் தம்முடனேயே அமர்ந்து சோம பானம் செய்ததாக சத்தியம் செய்து

சொல்லிக் கொண்டிருந்தார்கள். சோமரசம் தெய்வ பூஜைக்கு மிக முக்கியமான ஒரு பொருளாகும். அதில் ஒரு சொட்டுகூட வீணாகப் போனதில்லை. அது மரப்பாத்திரங்களிலும், கலசங்களிலும் தயிருடனும், தேனுடனும் கலந்து பக்தர்களுக்கு பயன்பட்டு வந்தது.

சோமபானம் ஆரியர்களின் மிகச் சாதாரண பானமாக இருந்தாலும், அது தெய்வீக பானமுமாகவும் இருந்தது. அதனால் அவர்கள் அதைத் தெய்வப் பிரசாதமாக ஏற்றுக்கொண்டிருந்தார்கள். அவர்கள் முதலில் சோமபானத்தை தேவர்களுக்குப் படைத்துவிட்டு, பின்னர் தாம் பருகினார்கள்.

சோம பானம் மிகப் புனிதமானதாகவும், ஏற்றுக் கொள்ளக் கூடியதாகக் கருதப்பட்டாலும், சாராயம் (மது) மட்டும் கீழ்த்தரமானதாகவே எண்ணப்பட்டது. இன்றும் இந்துக்கள் கஞ்சாவையும், சாராயத்தையும் இப்படியே பார்க்கிறார்கள். திபேத்தில் கஞ்சாவை 'சோம ராஜா.' என்கிறார்கள். அங்கே அது அதிகளவில் விளைகிறது. திபேத்திய மக்களில் போதைப் பொருளை உபயோகிக்காதவரே எவரும் இல்லை எனலாம். ஆனால் அவர்கள் அதை ஒரு போதையூட்டும் பொருளாகவே கருதுவதாகத் தெரியவில்லை. கஞ்சாவை பாலும், சர்க்கரையும், ஏலக்காயும் சேர்த்து ருசிகரமானதாக்கலாம் என்பதும் அவர்களுக்குத் தெரியாது. அவர்கள் 'சோம ராஜா'வின் பொருளையும் அறிய மாட்டார்கள். நாம் சணலைப் பயன்படுத்துவதைப் போலவே, அவர்கள் அங்கே 'சோம ராஜா'வை உபயோகிக்கிறார்கள். நமது நாட்டில் பழங்காலத்தில் கஞ்சா நாரினால் ஆடையும் நெய்தார்கள். இமயமலைப் பகுதிகளில் அப்போது அதை உடையாக உபயோகித்தாலும், இன்று பைகளுக்குப் பயன்படுத்துகிறார்கள். கொரியாவிலும் கஞ்சா நார்த் துணி நெய்யப்படுகிறது. அங்குள்ளவர்களும் திபேத்தியரைப் போலவே அதன் பயன் இதுதான் என நினைக்கிறார்கள். திபேத்தியர் 'சோமராஜா'வுக்கு பதிலாக சவ்வரிசியிலிருந்து தயாரிக்கப்படும் நாட்டுச் சாராயத்தைக் குடிக்கிறார்கள். 'அரா'வை (சாராயத்தை) அவர்கள் மிக விரும்பினாலும், அதன் விலை அதிகம். ரிக் வேத கால ஆரியருக்கு எதிரானவர்கள் திபேத்தியர். இவர்கள் கஞ்சாவை விரும்புவதில்லை; சாராயத்தை விரும்புகிறார்கள்.

2. சாராயம்

சப்த சிந்து ஆரியர்கள் சாராயத்தையே தொடுவதில்லை என்றும் கூறிவிட முடியாது. அவர்கள் அதை இழிவானதாகக் கருதினார்கள்

என்பதற்குக் கீழ்க்கண்ட மேதாதிதி காண்பவரின் செய்யுளே (8-2) எடுத்துக்காட்டாகும். :

"சாராயம் குடித்துப் போதையில் மூழ்கி, இதயத்துள் சண்டை போட்டு, பசுவின் திறந்த மார்பகங்களைப்போல் விழுந்து கிடக்கின்றார்கள்." (12)

வசிஷ்டரும் சாராயத்தை விரும்பவில்லை (7-86-6) :

"வருணரே! என்னால் அல்ல; சாராயம், கோபம், சூது, அறியாமையால், அந்தத் தவறு நேருகிறது. பெரியவர், சிறியவர் அனைவரையும் அவை கனவில்கூடப் பாவத்தை நோக்கி இட்டுச் செல்கின்றன."

சாராயத்தை விரும்புபவர்களும் சிலர் இருந்திருக்கிறார்கள். அதனால்தான் 10-107-9 செய்யுள் கூறுகிறது.

"தானமளிக்கும் வள்ளல்கள் சாராயத்தைப் பெறுகின்றனர்."

4. சூதாட்டம்

சப்த சிந்துவின் ஆரியரிடையே சூதாட்டம் மிக அதிகமாகப் பரவியிருந்ததாகத் தெரிகிறது. 'மகாபாரத'த்தில் வரும் தருமன் இதைத் தன் முன்னோரிடமிருந்து கற்றான். சூதாட்டத்தில் சிக்கிக்கொண்டவர்கள் அழிந்து கொண்டிருந்ததால், ரிஷிகள் அதிலிருந்து மீளும்படி உபதேசித்துக் கொண்டிருந்தார்கள். கவஷ்ஐலூஷ் தன் ரிசாக்களில் சொல்கிறார் (10-34) :

"ஒரு சூதாடி கூறுகிறான் : பெரிய பகடைக் காய்கள் இங்குமங்கும் அசைந்து, புரண்டு என்னை மிகவும் சந்தோஷப்படுத்துகின்றன. மலையில் தோன்றிய சோமம் பருகப்படுவதைப் போல, பகடைகள் என்னை மகிழ்ச்சி கொள்ளச் செய்கின்றன. (1)"

"என் மனைவி என்னைப் பற்றி வருத்தப்படவுமில்லை; என்னிடம் வெட்கப்படவுமில்லை. அவள் எனக்கும், எனது நண்பர்களுக்கும் நல்லதையே செய்தாள். பகடைக் காய்களின் பக்தனாக இருப்பதால் மட்டுமே அப்படிப்பட்ட மனைவியை நான் விட்டுவிட்டேன். (2)"

"மாமியார் வெறுக்கிறாள்; மனைவி விட்டுவிடுகிறாள். கட்டாயப்படுத்தினாலும் அவனை விரும்புபவர்கள் எவரு மில்லை.

கிழட்டுக் குதிரை யாரும் விலை கொடுத்து வாங்க முன் வராததைப் போலவே, சூதாடியை வரவேற்பவரும் யாருமில்லை. (3)''

“கவர்ச்சிகரமான பகடைகளைப் பற்றியவனின் மனைவியை மற்றவர்கள் கெடுக்கிறார்கள். 'நாங்கள் இவனை அறியமாட்டோம்; இவனைக் கட்டிவைத்து இழுத்துச் செல்லுங்கள் !'' என்று பெற்றோரும், சகோதரர்களும் சொல்கிறார்கள். (4)''

“வயதால் நீ கிழவன் !' என்று கூறினால், 'நான் ஜெயிப்பேன்!' என்று சொல்லிக்கொண்டே சூதாடி சூதாட்டம் நடக்குமிடத்திற்குச் செல்கிறான். பகடைக் காய்கள் ஒரு சமயம் இவனுடைய விருப்பத்தை நிறைவேற்று கின்றன; மற்றோர் சமயம் எதிரியை வெற்றி பெறச் செய்து விடுகின்றன. (6)''

“சூதாடியின் மனைவி மனங்குன்றி வேதனைக்குள்ளாகிறாள். போக்கிரியாகத் திரிந்துகொண்டிருக்கும் மகனை 'எங்கே அவன்?' எனத் தாய் கேட்கிறாள். கடனாளியாகி, பணத் தட்டுப்பாடு ஏற்பட்டு அவன் மற்றவர்களின் வீடுகளில் இரவைக் கழிக்கிறான். (10)''

“தன் மனைவியையும், மற்றவர் மனைவிகளையும், நன்றாக உள்ள வீடுகளையும் பார்த்துச் சூதாடி வேதனைப்படுகிறான். காலையில் அவன் கர்வத்துடன் சிவப்புக் குதிரைகளைத் தேரிலே பூட்டிக்கொண்டிருந்தான். மாலையில் பார்த்தால் எல்லாமுமே இழந்து கடுமையான குளிருக்குப் பயந்து நெருப்பினருகே உட்காருகிறான். (11)''

“பகடைக்காய்களால் சூதாட்டம் ஆடாதே! விவசாயம் செய்! அதிலிருந்து கிடைக்கும் பணத்தையே பெரிதாகக் கருதி அனுபவி! சூதாடியே! அதே பசுக்கள், அதே மனைவி என்று சவிதா தேவன் என்னிடம் கூறினான். (13)''

சூதாட்டத்தின் இந்தப் பயங்கர உருவத்தைப் பார்த்த பின்னரும் ஆரியர்கள் அதை விரட்டிவிட்டிருப்பார்கள் என்பது சந்தேகந்தான்! சூதாட்டத்திற்கு அரச தண்டனை இருந்ததாக 'ரிக்வேத'த்தில் குறிப்பேதுமில்லை.

அத்தியாயம் பதினைந்து

தேவர்கள் (மதம்)

ஆரியர்கள் தமது தேவர்களின் பரமபக்தர்கள், மானிட முயற்சியை விரும்புவர்கள்; எதிர்காலத்தின் மீது நம்பிக்கை உடையவர்கள். அவர்களுடைய தேவர்களும் இதே குணங்களை உடையவர்கள். அவர்களுடைய தேவர்களின் எண்ணிக்கை 33 என்றும் 3339 என்றும் சொல்லப்பட்டாலும், அத்தனை தேவர்களின் பெயர்கள் 'ரிக்வேத'த்தில் காணப்படவில்லை. தேவர்களைத் தவிர பிதுரர்களை (இறந்து போன முன்னோர்களை) கூட அவர்கள் பூஜைக்குரிய வர்களாகவே கருதினார்கள். அவர்கள் பிரதிபலனை எதிர்பாராமல் தேவர் களைப் பூஜிக்கவில்லை, 'பலனை எதிர் பார்க்காத பக்தி' என்பது மிகவும் பிற்கால சங்கதியாகும். ஆரியர்கள் பரலோகத்தை நம்பினர்; சொர்க்க, நரகங்களை ஏற்றுக்கொண்டனர்; ஆனால் மறுபிறவியைப் பற்றி 'ரிக்வேத'த்தில் சொல்லப்படவில்லை.

1. தேவதைகள்

தற்போது 'தேவன்' என்ற சொல்லுக்குப் பதில் 'தேவதை' என்ற சொல் அதிகமாகப் பயன்படுத்தப்படுகிறது. இதற்கு இரண்டு காரணங்கள் உள்ளன : பழங்காலத்தில் மன்னனைத் 'தேவன்' என்றழைத்து வந்ததால், ஒரு தனிச் சொல் உண்டாக்க வேண்டிய அவசியம் ஏற்பட்டது. பாரசீக மொழியுடன் தொடர்பேற்பட்ட பின்னர் அதிலே ராட்சதனை 'தேவன்' என்கின்றனர் என்பது நம்மவர்களுக்குத் தெரியவந்தது. அதனால்தான் அவர்கள் 'தேவன்' சொல்லை விட்டு 'தேவதை' என்னும் சொல்லை உபயோகிக்கத் தொடங்கினார்கள். விவஸ்வான் புத்திரர் மனுவின் கூற்றுப்படி (8-30-1) தேவர்களில் சிறுபிள்ளைகள் யாருமில்லை.

“தேவர்களே ! உங்களிலே சிசுக்களோ, குழந்தைகளோ யாருமில்லை. நீங்கள் அனைவரும் மகான்களே !”

1. தேவர்களின் எண்ணிக்கை : ‘ரிக்வேத’த்தில் தேவர் களின் எண்ணிக்கை பல விதமாக இருக்கிறது. பரத்வாஜர் கீழ்க்கண்ட தேவர்களைக் குறிப்பிடுகிறார் (6-50): அதிதி, வருண், மித், அக்னி, அர்யமா, சவிதா, பக் (1); ருத்ர, வசுக்கள், மருத் (4) ; ரோதஸி (த்யௌபித்ருவி) (6) இரு பிஷகர்கள், (அஸ்வினிகள்) (7). நாஸத்ய (10), சரஸ்வதி, வாயு, ரிபுட்சா, பர்ஜன்ய (12). அவர் ‘த்யௌ’வை தந்தை என்றும்,’ பிருத்வி’யை தாயென்றும், ‘அக்னி’யை சகோதரனென்றும் சொல்கிறார் (6-51-5). ஆதித்ய, ஆதிதி என்ற பூமியிலுள்ள அழகான, செல்வச் செழிப்பான பொருட்களையும் தேவர்களாகக் கருதினர். அதனால் பரத்வாஜர் உஷை (விடியற்காலை), மலைகள், நதிகள், பிதுரர்களுடன் சரஸ்வதி நதியையும், மலையையும்கூடக் காப்பாற்றும்படி வேண்டினார் (6-52-4-6).

வசிஷ்டர் ஒரு சூக்தத்தில் கீழ்க்காணும் தேவர்களைக் குறிப்பிடுகிறார் (7-35).

இந்திர - அக்னி, இந்திர - வருண், இந்திர - சோம், இந்திர- பூஷா, பக், புரந்தி, அர்யமா, தாதா, ரோதஸி, அத்ரி, அக்னி, மித்ர - வருண், அஸ்வினி இரட்டையர், அந்தரிட்ச, இந்திர, வசுக்கள், ருத்ர, த்வஷ்டா, கிராயி (தேவிகள்), சோம, பிரம்மா, கிராவா, யக்ஞ, சூர்ய, நான்கு திசைகள், மலைகள், நதிகள், ஆப், அதிதி, மருந்துகள், விஷ்ணு, பூஷன், வாயு, சவிதா, உஷா, பர்ஜன்ய, க்ஷேத்திரபதி, விசுவதேவ் (தேவ சமூகம்).

பரத்வாஜர் அக்னியின் பெருமையைப் பாடுகிறார்.

“விரதங்களைப்பாவிக்கும் அக்னி எல்லையற்ற ஆகாயத்தில் தோன்றி, விரதங்களைக் காக்கிறார். நற்காரியங்களைப் புரியும் அவர் வானத்தை அளக்கிறார். அக்னி தமது மகிமையால் சொர்க்கத்தைத் தொடுகிறார்.” (6-8-2).

விசுவாமித்திரர் கூறுகிறார். (3-26-1).

“குஷிக் இனக் குழுவினரான நாங்கள் அக்னியை வேள்வியுடன் கூடிய மனத்துடன் உண்மை நிரம்பிய, சொர்க்கத்தை அறிந்த, கொடை வள்ளலும் தேரோட்டியுமான, அணுவும் தேவனுமாகிய அக்னியைச் செல்வம் வேண்டி அழைக்கிறோம்.”

வாமதேவர் அக்னியை தோத்திரம் செய்கிறார் (4-3-2).

"அக்னியே ! அழகிய உடையணிந்து கணவனுக்காக வேண்டும் பெண்ணைப்போல், நாங்கள் உனக்காக இந்த இடத்தை அலங்கரிக்கிறோம். ஒளியுடன் எங்கள் முன்னே இங்கேயே அமரும்!'

2. காடு : பூஜைக்குரியதும், கொடையளிப்பதும், ஒளிமயமான எந்த ஒரு பொருளையும் ரிஷிகள் தேவர்களாகக் கருதினர். ஆகவே காடுகளும் அவர்களுக்குக் கடவுள்கள்தாம்! நாம் 'வந்தே மாதரம்' பாடி இந்தியத்தாயை வணங்கும் போதும், நம் மனக்கண் முன் இது போன்ற கற்பனையே சுழல்கிறது. சப்த சிந்துவின் ஆரியர்களின் பெருஞ்செல்வம் பசுக்களும், குதிரைகளும், செம்மறியாடுகளுந்தான்! அவர்களுக்குக் காடுகள்தான் வாழ்வளிப்பவை! அதனால்தான் பிரம்ம புத்திரர் தேவமுனி மிகுந்த பக்தியுடன் காட்டைத் துதித்தார் (10-146-5).

"சிங்கங்கள் போன்றவை வராவிட்டால் காடு வன் முறையில் ஈடுபடாது. அங்கே நாம் ருசிகரமான பழங்களைச் சாப்பிட்டு சுதந்திரமாக இருக்கலாம்.''

"கருத்த, வாசனை நிறைந்த, விவசாயி இல்லாமலேயே எவ்வளவோ உணவு நிரம்பிய, மான்களின் தாயான காட்டை நான் துதிக்கிறேன்.'' (10-146-6).

3. ஆப் : நீருக்கும், நதிக்கும் 'ஆப்' என்கின்றனர். இரண்டும் ஆரியர்களுக்கு பூஜைக்குரியவையே! அவர்களின் சகோதரர்களான பாரசீகர்களும் 'ஆப்' தேவர்களை வணங்கி வந்தனர். சிந்து தீபபுத்திரர் அம்பரீஷர்.

"ஆப் தேவியே! நீ மகிழ்ச்சியுடன் விளங்குக! நீ எங்களுக்குச் செல்வம் அளிப்பாயாக! நன்கு பார்க்கவும், தெரிந்துகொள்ளவும் உரிய அறிவைத் தருவாயாக!'' என வேண்டுகிறார் (10-9-1).

4. இளா : சரஸ்வதி, ஆப், உஷாவைப்போல் 'இளா'வும் ஆரியர்களின் ஒரு தேவியாவாள். 'இளா' என்றால் 'உணவு' என்று பொருள். உணவு கடவுளைக்காட்டிலும் உயர்ந்ததென்பதில் சந்தேகமில்லை, விஸ்வாமித்திரர் இளாவுடன் பாரதியையும், சரஸ்வதியையும் துதிக்கிறார் (3-4):

"பரத இனக்குழுவினருடன் பாரதியும், தேவர்-மனிதர்களுடன் இளாவும், சாரஸ்வத இனத்தவருடன் சரஸ்வதியும் எங்கள் முன்னே இந்த வேள்வியில் அமர்வார்களாக!''

'பாரதி' என்றால் இன்றைய 'சரஸ்வதி' என்னும் பொருளை எடுத்துக்கொள்ளக்கூடாது. பரத இனத்தவருடன் பாரதியைச் சொல்லியிருப்பது ஒரு விசேஷமான பொருளைத் தருகிறது. இங்கே 'பாரதி' என்பது பாரத தேசத்தின் பூஜைக்குரிய தேவிகளைக் குறிக்கலாம். 'சரஸ்வதி' என்பது சரஸ்வதி நதிக் கரையைச் சேர்ந்த தேவதைக்களைக் குறிக்கலாம்.

5. இந்திரன் : ஆரியர்களின் மிகப் பெரிய, சக்தி வாய்ந்த தேவன் இந்திரன். ஈரானிய ஆரியர்கள் ஜரஸ்துஸ்த் மதத்தின்படி 'தேவன்' என்ற சொல்லுக்கு 'ராட்சதன்' என்றும், தேவர்களின் மன்னன் இந்திரனை 'ராட்சதர்களின் மன்னன்' என்றும் பொருள்படுத்தி விட்டாலும், ஜரஸ்துஸ்த்துக்கு முன்பும் இதே பொருள் இருந்ததென்று கருதிவிடக் கூடாது. எல்லா இந்தோ-ஐரோப்பிய இனத்தவர்களின் முன்னோர்கள் 'தெய்வீகம்' என்னும் பொருளிலேதான் 'தேவன்' என்ற சொல்லைப் பயன்படுத்தினார்கள் என்பதை நாமறிவோம். மும்மூர்த்தி ரிஷிகளில் மூத்தவரான பரத்வாஜர் இந்திரனின் பெருமையைப் பாடிக் கூறுகிறார் (6-17-2) :

"இந்திரனே! எங்களைக் காப்பாற்றும்! நீர் எங்களைப் பகைவர்களிடமிருந்து பாதுகாப்பவர். நீர் எங்கள் விருப்பங் களை நிறைவேற்றுபவர். மலைகளைத் தூளாக்கும் வஜ்ராயுதம் படைத்தவர் நீர் ! குதிரைகள் மேல் சவாரி செய்யும் நீர் எங்களுக்குப் பலவித உணவு வகைகளையும், செல்வங் களையும் வழங்குவீர்!"

வசிஷ்டர் இந்திரனைச் சோம பானம் பருக அழைக்கிறார் (7-29-1).

"இந்திரனே! இந்தச் சோம பானம் உனக்காக வடிக்கப்பட்டுள்ளது. குதிரை வீரனே! அதனருகே விரைந்து வா! நல்ல விதமாக வடிக்கப்பட்டுள்ள இந்தச் சோம பானத்தைக் குடி! சீக்கிரம் வந்து எங்களுக்குச் செல்வம் வழங்கு!"

வசிஷ்டர் மாயாஜாலக்காரர் எனப்படுகிறார். ஆனால் இந்திரனின் உதவியால்தான் அவர் மாயாஜாலம் செய்யும் திறன் படைத்தார்.

விசுவாமித்திரர் மேற்கூறிய இரு ரிஷிகளைவிட பிற் காலத்தவர். அவர் ஸுதாஸைக் கொண்டு அசுவமேத யாகமும் செய்வித்தார். அவர் இந்திரனைத் துதிக்கிறார் (3-32-2) :

“இந்திரனே! பாலுடன் கடையப்பட்ட வெண்மையான சோம பானம் பருகு! நீ போதையடைவதற்காக நாங்கள் இதை உனக்களிக்கிறோம். ரிஷிகளுடனும், மருத் தேவர்களுடனும், ருத்திரர்களுடனும் திருப்தி கொள்ளும் வரை இதைக் குடி!”

வாமதேவர் இந்திரனின் புகழ் இசைக்கிறார். (4-16-14)

இந்திரன் சூரியனருகே தன்னுருவை அடைகிறான். அமுத உடலும், கைகளும் கொண்ட மானைப் போல், வேகத்தில் சிறந்த சிங்கம் போல இந்திரன் பயங்கர ஆயுதங்களை வைத்துக்கொள்கிறார். ’’

கிரத்ஸமதும் ரிக் வேதத்தில் ஒரு பெரிய ரிஷியாவார். அவர் இந்திரனின் சர்வ வல்லமை பற்றிக் கூறுகிறார் (2-12-7) :

“அவருடைய ஆணைக்குட்பட்டு குதிரைகள் உள்ளன. அவரது உத்தரவுக்குட்பட்டு பசுக்களும், கிராமங்களும், அனைத்துத் தேர்களும் இருக்கின்றன. அவரே சூரியனையும், உஷையையும் உண்டாக்கினார். அவரே நதிகளின் தலைவர். அவர்தான் இந்திரன்!’’

ரிஷிகள் இந்திரனை உடலுடன் இருப்பவராகவே கருதுகின்றனர். அவருக்கு மகுடம்கூட இருக்கிறதாம்! விமத் ரிஷி இந்திரனின் தாடி மீசையை வர்ணிக்கிறார் (10-23-1) :

“வலது கரத்திலே வஜ்ராயுதம்கொண்ட, திறமையான குதிரைகள் பூட்டிய தேர் கொண்ட இந்திரனை நாங்கள் வணங்குகிறோம். சோம பானத்தால் மகிழ்ந்து, படைகளுடனும், உணவு வகைகளுடனும் தன் தாடியை அசைத்து எதிரிகளை அழிக்க இந்திரன் தோன்றினார்.’’

6. ‘க’ : பிரஜாதிபதியாக அல்லது தனியொரு கடவுளாக ‘க’ ரிஷிகளின் பூஜைக்குரியவரானார். குறிப்பாக பிற்கால ரிஷிகள் சிறப்பாக ‘க’ வைத் தொழுதுள்ளனர். ஆனால் இக்கடவுளின் வரலாற்று உண்மையும் சந்தேகமாகத்தான் இருக்கிறது. பிரஜாபுத்திரர் ஹிரண்ய கர்ப்ப ரிஷி ஒரு சூக்தம் பூராவும் ‘க’ வின் பெருமை பாடியிருக்கிறார் (10-121) :

‘‘உடல் உருவிலுள்ள, வலிமையான, எல்லோரும் தொழும், கடவுளர்கள் அனைவரையும் தன் கட்டுப்பாட்டில் வைத்துள்ள, நிழலே அமுதமாக இருக்கும், தன் நிழலே மரணமாகவும் இருக்கும் ‘க’ தேவனுக்கு நாங்கள் வேள்விப் பொருள்களை சமர்ப்பிக்கிறோம்.’’

'க' தேவனின் இத்துதியில் உபநிஷத் ரிஷிகளின் பிரம்மம் சூசகமாகத் தெரிகிறது.

7. பர்ஜன்ய : இவர் மேகங்களின், மழையின் கடவுளாவார். இந்திரனும் மேகக் கடவுளாகவே கருதப்படுகிறார். இந்திரனும், பர்ஜன்யவும் ஒருவர்தானா அல்லது வேறு வேறு கடவுளர்களா? வெவ்வேறானவர்கள் என்றால், அவர்களிடையே இருந்த தொடர்பென்ன?- இவை குறித்தெல்லாம் நம்மால் ஒன்றும் சொல்ல முடியவில்லை, வசிஷ்டர் பர்ஜன்யரைப் பிரார்த்திக்கும் போது கூறுகிறார் (7-102-1, 2, 3):

"த்யௌ கடவுளின் மகன் பர்ஜன்யாவை வணங்குங்கள்! அவர் நமக்கு உணவு தருவாராக!" (1)

"பர்ஜன்யர் மருந்துகளிலும், பசுக்களிலும், குதிரை களிலும், பெண்களிலும் கர்ப்பத்தை உண்டு பண்ணுகிறார் (2)"

"அந்த பர்ஜன்யருக்காக, மற்ற கடவுளர்களின் வாய்க்காக இந்த அறுசுவை வேள்விப்பொருள்களை அர்ப்பணியுங்கள்! அவர்கள் நமக்கு உணவு வழங்கட்டும்!" (3)

8. பிதுரர்கள் : த்யௌவையும், பித்ருவியையும் ரிஷிகள் தாய்-தந்தையர் என்று கருதினர்.

"வைஸ்வானர அக்னியே! நீர் செய்த ஆக்கப் பணிகள் அனைத்தும் மகத்தானவை. நீர் தாய்-தந்தையருக்குத் தோன்றி பகலின் கொடியை (கதிரவனை) விண்வெளியில் நிறுவினீர்!" (6-7) என பரத்வாஜர் கூறுகிறார்.

9. புருஷர் : 'புருஷ சூக்தம்' என்பது 'ரிக் வேத'த்துக்குப் பிந்தைய சூக்தங்களில் (10-90) உள்ளது. இதன் ரிஷி நாராயணர் என்பவர் கற்பனையானவர் போல் தெரிகிறது. அந்த சூக்தத்தில் 'பிரம்மாண்டமயமான விராட் புருஷர்' (பிரம்மாண்ட மான மாபெரும் புருஷர்) கற்பனை செய்யப் பட்டிருக்கிறார்.

"ஆயிரக்கணக்கான தலைகளும், ஆயிரக்கணக்கான கால்களும் கொண்ட புருஷர் அவர் ! அவர் நாற்புறத்திலிருந்தும் பூமியை மறைத்து பத்து அங்குலத்திற்குள் நிறைந் திருக்கிறார்." (1)

"அவருடைய முகம் பிராமணனாயிற்று. அவருடைய இருகைகளும் க்ஷத்திரியர்களாயின. இரண்டு தொடைகளும் வைசியர்களும், இரண்டு கால்களிலிருந்தும் சூத்திரர்களும் தோன்றினர்." (12)

10. பூஷன் : ஊட்டம் நிறைந்த கடவுளுக்கு இந்தப் பெயர் சூட்டப்பட்டுள்ளது. இவருடைய குணங்களெல்லாம் ஏறக்குறைய சூரியனைப் போலுள்ளன. ஒரே கடவுளின் பல்வேறு குணங்களைக் கொண்டும் பலவித தேவதைகளை ரிஷிகள் கற்பனை செய்து கொள்கின்றனர். உதாரணமாக சூரியனையே ஆதித்ய, சவிதா, மித்ர, பூஷன் முதலிய பெயர்களில் நினைவு கூர்கின்றனர். மும்மூர்த்தி ரிஷிகளில் மூத்தவரான பரத்வாஜர் பூஷனைப் பாராட்டி சூக்தங்கள் (6-53-58) இயற்றியிருக்கிறார் என்றால், அக்கடவுளின் முக்கியத்துவத்தை நாம் உணர்ந்துகொள்ளலாம். பரத்வாஜரின் ரிசாக்களிலிருந்து பூஷனின் தனித்தன்மை விளங்குகிறது (6-53):

''பாதைத் தலைவனான பூஷனே! உணவு பெறுவதற்காக தேரைப்போல் உம்மை எங்கள் முன்னே காண்கிறோம்.''

''ஒளிமயமான பூஷனே! கருமியான 'பணி' இனத்தவனை தானமளிக்க ஊக்கப்படுத்தும்! அவனுடைய கடினமான மனத்தை மிருதுவாக்கும்!''

பூஷன், பாதை மறந்தவர்களுக்குப் பாதை காட்டுபவர் என்றும், பசுக்களின் பாதுகாவலர் என்றும் பரத்வாஜரின் ரிசாக்களிலிருந்து தெரிகிறது. சூரியனுடனும், பசு வளர்ப்புடனும் பூஷனுக்கு தொடர்பிருந்ததாகத் தெரிகிறது. அவர் இந்திரனின் தோழரும், உணவுத் தெய்வமும் மட்டுமல்லாமல், சத்து மாவையும் விரும்புபவர். இன்றைய திபேத்தியரைப் போலவே அன்றைய ஆரியர் அனைவருமே சத்துமாவை விரும்பிச் சாப்பிடுபவர்களாவர்.

11. பிரஜாபதி : 'பரமேஷ்டி பிரஜாபதி ரிஷி' என்ற பெயர் கற்பனைப் பெயராகத் தோன்றுகிறது. இந்தப் பெயரிலே இயற்றப்பட்ட சூக்தம் 'ரிக் வேதம்' முழுவதிலும் ஒரு சிறப்பான இடத்தை வகிக்கிறது. இதில்தான் முதன் முதலாக உபநிஷத்துகளில் வரும் 'ரகசிய வாத'மும் 'புலன்களுக்குத் தெரியாத பிரம்ம'மும் குறிப்பிடப்படுகின்றன.

"அப்போது உண்மையும், பொய்யும் இருக்கவில்லை. உலகங்கள் இல்லை. வானத்தைக் கடந்து இன்றிருப்பது அன்றில்லை. அந்தக் காலத்தில் மறைப்புப் பொருள் எது? யாருடைய இடம் எது ? அப்போது எது அறிய இயலாத புதிராக இருந்தது?'' (1)

"அப்போது சாவும் இல்லை; அமுதமும் இல்லை, இரவு, பகல் என்ற அறிவும் இல்லை. இது முழுவதும் புரியமுடியாத நீராக இருந்தது.

காற்றில்லாமல் அவன் ஒருவனே இருந்தான். அவனைத் தவிர வேறு எவருமே இல்லை." (2)

இப்படிப்பட்ட ரிசாக்களையெல்லாம் உபநிஷத்துக்களின் முதல் உருவங்களாகக் கருதப்படவேண்டும். இவை மூலம் சப்த சிந்து ஆரியர்கள் தத்துவ ஞானக் கற்பனைகள் செய்யத் தொடங்கிவிட்டனர்.

12. **மன்யு** : 'தேவ' என்னும் சொல் பரந்த பொருளைக் கொண்டது. அதற்குள் இயற்கைக்குள் உள்ள அற்புத சக்திகள் மட்டுமல்லாமல், மனிதனுக்குள் உள்ள சக்திகளும் அடங்கும். சப்த சிந்து ஆரியர்கள் அமைதியும், அகிம்சையும் அப்போது கைக்கொள்ள முடியாத நிலையிலிருந்தனர். அவர்களுக்கு தமது எதிரிகளைத் தாக்குவதற்கு 'மன்யு' (சினம்) தேவையாக இருந்தது. அதனால்தான் மன்யு என்ற ரிஷி அதைப் புகழ்ந்து பாடினார் (10-83) :

"வஜ்ராயுதத்திற்கும், அம்புக்கும் இணையான மன்யு! உம்முடைய வீரம் அனைவரிலும் சக்தியாக உருவெடுக்கிறது. உம்மைப்போல் வலிமை படைத்தவர்களாகி நாங்கள் தாசர்களையும் (அடிமைகளையும்), எங்கள் எதிரிகளான ஆரியர்களையும் தோற்கடிக்க வேண்டும்!" (1)

13. **மித்திரன்** : மித்திரனும், மிஹிரனும் ஈரானிய ஆரியர் களுக்கும், வேதகால ஆரியர்களுக்குமான கூட்டுக் கடவுளாகும். மித்திரனின் பெயர் நமது பிற்காலக் கடவுளர்களில் காணப்படா விட்டாலும், அவருடைய மகத்துவம் பிற்காலத்தில் ஈரானில் மிக அதிகமாக வளர்ந்தது. ஒருகாலத்தில் ரோமானிய குறுநில மன்னர்களும் மித்திரனை உபாசிக்க முனைந்தனர். அக்காலத்தில் கிருத்துவத்திற்கும், மித்திர பக்திக்குமிடையே போட்டி இருந்தது. மித்திரனைத் துதித்து விசுவாமித்திரரின் சில செய்யுட்களை இங்கே தருகிறோம் (3-59) :

"அழைப்பு விடுத்தால் மித்திரன் வந்து மக்களை உற்சாகப்படுத்துகிறார். அவர் சொர்க்கலோகத்தையும், பூலோகத்தையும் தாங்கியிருக்கிறார். மித்திரன் மக்களை அருட் பார்வையுடன் பார்க்கிறார். அவருக்காக நெய்யுடன் கூடிய வேள்விப் பொருட்களை வேள்வியிலே சமர்ப்பியுங்கள் ! " (1).

14. **ருத்திரன்** : அழவைப்பவனை 'ருத்திரன்' என்கின்றனர். ருத்திரனைப் பற்றிய சுலோகங்களைத் திரட்டி 'ருத்ராஷ்டாத்யாயி' என்னும் தோத்திர நூல் தொகுக்கப்பட்டாலும், ரிக்வேதத்தின் ருத்திரனுக்கும், பிற்கால சங்கரனுக்கும் எவ்விதத் தொடர்புமில்லை. வசிஷ்டர் தன்னை ஆதரித்த பரதர்களிடம் சொல்கிறார் (7-46) :

"பரதர்களே, கேளுங்கள்! நமது இந்தச் செய்யுட்களும், வில்களும், வேகமாகப் பாயும் அம்புகளும், அவற்றைச் செலுத்துபவர்களும், உணவு வழங்குபவர்களும், வெற்றி கொள்ள முடியாதவர்களும், வெற்றியாளர்களும், கூர்மையான ஆயுதங்களையுடையவர்களும் ருத்திரனுக்காகவே உள்ளனர்." (1)

ருத்திரனே! தேவலோகத்திலிருந்து நீர் செலுத்திய மின்னல் பூமியின் மீது திரிகிறது. அதன் தாக்குதலிலிருந்து எங்களைக் காப்பாற்றும்! தானாகவே குடிக்கும் உம்மிடம் ஆயிரக்கணக்கான மருந்துகள் உள்ளன. நீர் எங்கள் பிள்ளைகளையும், பேரப் பிள்ளைகளையும் கொடுமை செய்யாதீர் ! (3)''

15. **வருணன்** : வருணன் மிகப் புராதனக் கடவுள். இவரையே ஈரானியர் 'அஹுர்மஜ்த்' என அழைத்ததாக அறிஞர்கள் கூறுவர். ஈரானிய ஆரியரும், இந்திய ஆரியரும் 'சதம்' வம்சாவளியைச் சேர்ந்தவர்கள். அதன் மற்றொரு கிளையான 'ஸ்லாவ்' மக்களிடையே (ருஷியா), செக்கோஸ் லாவேகியா போன்ற நாடுகளின் மக்களிடையே கிருத்துவ மதம் பரவுவதற்கு முன்பு 'பெருன்' (பருன்) கடவுள் மிக முக்கியத்துவம் பெற்றிருந்தார். பெருனே (பருனே) இந்த வருணன் என்பதில் ஐயமில்லை, இந்தியாவில் இந்திரன் வருணன் மகிமையை அழித்துவிட்டாலும், பழங்கால ரிஷிகள் மிக்க பயபக்தியுடன் வருணனை ஆராதித்தனர். வருணனைத் துதித்து வசிஷ்டர் எத்தனையோ ரிசாக்களைப் படைத்துள்ளார்; ஆனால் இங்கே மற்ற கடவுளர்களுடன் அவரையும் ஒருவராகச் சேர்த்து, அவருக்கு முக்கியத்துவமில்லாமல் செய்துவிட்டார். (7-34) :

பரத்வாஜர் கடவுளர் கூட்டத்தில் வருணனின் பெயரைச் சொல்லிவிட்டு நழுவிவிட்டார். விசுவாமித்திரர் வருணன் விஷயத்தில் சற்றுத் தாராள மனம் காட்டினாலும், வசிஷ்டர் காட்டிய அளவுக்கல்ல. விசுவாமித்திரர் தன் மண்டலத்தின் கடைசி சூக்தத்தில் இந்திரனுடனும், மித்திரனுடனும், சேர்த்து வருணனின் புகழ் பாடுகிறார் (3-62-2).

''இந்திர-வருணரே! செல்வம் விரும்பி இந்த வேள்வியை நடத்துபவன் தனது பாதுகாப்புக்காக உன்னை வரவேற்கிறான். மருத் தேவர்கள், சொர்க்கம், பித்ருவி ஆகியோருடன் நீர் என் துதியைக் கேளும்!''

16. **வாயு** (காற்று) : விசுவாமித்திரர் மகன் மதுச்சந்தா வாயு தேவனின் துதி பாடுகிறார்.

"காணக்களிப்பளிக்கும் வாயுவே! சோமபானம் தயாராயிருக்கிறது, வாரும்! அதைப் பருகி எங்கள் தோத்திரம் கேளும்!" (1-2-1).

17. **வாஸ்தோஸ்பதி**: இல்லக் கடவுள் இப்பெயரிலே அழைக்கப்பட்டார். வசிஷ்டர் கூறுகிறார் (7-55-1).

"நோயை அழிக்கும் வாஸ்தோஷ்பதி தேவனே! எல்லா விதங்களிலும் உணர்வுடன் எங்களுக்கு மகிழ்ச்சி உண்டாக்கும்! எங்கள் தோழராகும்."

18. **விசுவகர்மா** : 'ரிக் வேதத்தில் வரும் விசுவகர்மாவுக்கும், பிற்காலத்தில் சொல்லப்பட்ட தெய்வீக சிற்பி விசுவகர்மாவுக்கும் எவ்விதத் தொடர்புமில்லை. 'ரிக்வேத'த்தின் இறுதியில் பத்தாம் மண்டலத்தில் விசுவகர்மாவின் வர்ணனை வருகிறது. அதிலிருந்து அவர் உலகைப் படைப்பவரென்று தெரிகிறது. புவன புத்திரர் விசுவகர்மா இந்த சூக்தத்தின் ரிஷியாவார். அவர் கற்பனையானவர் என்றே தோன்றுகிறது.

"விசுவகர்மா எங்கள் தந்தை. அவர் உலகமனைத்தையும் வேள்வியாக்கினார். அவர் ஆசியினால் செல்வத்தை விரும்பி முதல் உருவத்திலிருந்து இரண்டாம் உருவத்திற்குள் பிரவேசித்தார்" (10-82-1).

"விசுவகர்மா பூமியைப் படைத்ததற்கு எது ஆதாரம்? ஆரம்பம் எங்கிருந்து? வேலை எவ்வாறு நடைபெற்றது? அவர் தன் மகிமையால் சொர்க்கத்தை உண்டாக்கினார்." (10-82-2).

19. **விஷ்ணு** : இவர் 'ரிக்வேத'த்தின் துணைக் கடவுளர்களில் ஒருவர். பிற்கால விஷ்ணுவை உருவாக்குவதில், 'ரிக்வேத'த்தின் கபர்தி, ருத்ரனிலிருந்து சிவனைத் தோற்று வித்ததைப்போல, இந்த ரிக்வேத மந்திரங்களை உபயோகித்துக் கொண்டனர். ஆனால் புராணங்களிலும், மகாபாரதத்திலும் வரும் விஷ்ணுவுக்கும் வேத கால ஆரியர்களுக்கும் எவ்விதத் தொடர்புமில்லை. வசிஷ்டர் ஒரு சூக்தத்தில் (7-100) விஷ்ணுவின் மகிமையைப் பாடியுள்ளார்.

"கொடை வழங்க விரும்பும் ஆண் பலராலும் பாராட்டப்பட்ட விஷ்ணுவுக்கு வேள்விப் பொருட்களை சமர்ப்பிக்கிறான்.

மனப்பூர்வமாக விஷ்ணுக்கு சேவை செய்பவன் அவ்வளவு விரைவாக அனைத்தும் பெறுகிறான் (1).''

20. சரஸ்வதி : சரஸ்வதி வேதத்தில் ஒரு முக்கிய தேவதை யாகும். குருக்ஷேத்திரத்தினருகே பாயும் சரஸ்வதியும் பிற்கால கங்கையைப் போலவே வேதகால ஆரியர்களால் ஒரு சிறந்த தேவியாகக் கருதப்பட்டாள். சரஸ்வதி என்றால் 'நீர் நிறைந்தவள்' என்று பொருள். கங்கை தனது நீர்ப் பிரவாகத்துடன் தனியாகக் கருதப்படாவிட்டாலும், சரஸ்வதி தனியாகக் கூட தேவதையாகவே மதிக்கப்பட்டாள். சரஸ்வதியின் உருவத்தின் ஒரு பகுதி வசிஷ்டர், விசுவாமித்திரரின் சில மந்திரங்களால் (செய்யுட்களால்) தெரிகிறது. வசிஷ்டர் பல சூக்தங்களில் (செய்யுள் தொகுப்புகளில்) சரஸ்வதியைப் பிரார்த்திக்கிறார் (7-95-96). அவர் முதல் சூக்தத்தில் கூறுகிறார்.

"இந்த சரஸ்வதி கற்கோட்டையைப் போலிருக்கிறாள். ஆனால், சிறகுகளுடன் விரைவான நீருடன் பாய்ந்தோடுகிறாள். அவள் தன் மகிமையால் மற்ற நதிகளையும் செயலாற்றத் தூண்டுகிறாள். அவள் தேரோட்டியைப் போல் முன்னேறுகிறாள் (1) .''

''சரஸ்வதி நதிகளில் புனிதமானது. மலைகளிலிருந்து கடல் வரைக்கும் செல்கிறது. மனிதர்களுக்காக சொர்க்கத்தின் பெருஞ்செல்வத்தை எச்சரித்துக்கொண்டே பாலும், நெய்யும் பொழிந்து கொண்டே ஓடுகிறது.'' (2)

விவாமித்திரர் சரஸ்வதியின் மகிமையைச் சிறப்பாகப் பாடவேண்டும். ஏனெனில் அவரது சொந்த இனக் குழுவினரான 'குஷிக'ர்கள் சரஸ்வதியின் கரையிலே இருந்தனரென்று கூறப்படுகிறது. ஆனாலும் அவர் பாரபட்சம் காட்டாமல் ஓரிடத்தில் (3-4-8) இளா, பாரதி ஆகியோருடன் சரஸ்வதியையும், அதன் மக்களையும் குறிப்பிடுகிறார்.

பரத இன மக்களின் ரிஷிகளான தேவஸ்ரவாவும், தேவவாத்தும் ஒரே இடத்தில் (3-23-4) சரஸ்வதியையும், அதன் இருகிளை நதிகளான திரஷத்வதி, ஆபயாநதிகளையும் குறிப்பிடுகின்றனர்.

"அக்னியே ! நாங்கள் சிறந்த பூமியில் நல்ல நாட்களுக்காக உன்னைத் துதிக்கிறோம். திரஷத்வதி, ஆபயா, சரஸ்வதி நதிக்கரைகளிலுள்ள மக்களுக்குச் செல்வம் நிறைந்து நீர் ஒளிமயமாவீர் !''

பரத்வாஜர் சரஸ்வதியை வேண்டுகிறார் (6-61-14) :

"சரஸ்வதியே! எங்களைச் சிறந்த செல்வத்திற்குள் கொண்டு செல்! எங்களுக்குக் கெடுதல் செய்யாதே! நீரினால் எங்களை அழிக்காதே! எங்கள் நட்பையும், அக்கம் பக்கத்து உறவையும் ஏற்றுக்கொள்! உனது பகுதியிலும், காட்டிலும் நாங்கள் வழிதவறி அலையாமல் பார்த்துக்கொள்!''

21. சவிதா : காயத்ரி சந்தத்தில் விசுவாமித்திரர் இயற்றிய சவிதா தோத்திரம் புகழ்பெற்றது. அதில் சவிதாவின் புகழ் பாடப்பட்டுள்ளது. (3-62) :

"எங்கள் அறிவை வளர்க்கும் சவிதா தேவியின் சிறப்பான எழுச்சியை நாங்கள் தியானிக்கிறோம் : (10)''

"சவிதா தேவனிடமிருந்து நாங்கள் உணவை வேண்டு கிறோம். (11)''

"சவிதா தேவனே! இன்று செல்வம், நாளையும் செல்வம், நாள்தோறும் செல்வம் எங்களுக்கு வழங்கு! தேவனே! இந்த பிரார்த்தனையால் நாங்கள் மிகுந்த செல்வந்தர்களாக வேண்டும்." (6-72-6).

22. சோம தேவன் : 'ரிக் வேத'த்தின் ஒன்பதாவது மண்டலம் (அத்தியாயம்) சோம தேவனைப் பற்றியதாகும். பரத்வாஜர், வசிஷ்டர், விசுவாமித்திரர் ஆகிய மூன்று ரிஷிகளும் சோமனைப் புகழ்ந்து சூக்தங்களை இயற்றியிருக்கிறார்கள். சோமம் என்பது கஞ்சாச் செடி வகையைச் சேர்ந்த போதைதரும் ஒரு செடியாகும். அதிலே ரிஷிகள் தெய்வீகத் தன்மையைக் கற்பனை செய்தனர். சோமபானத்தையும். அதிலே உறையும் சோம தேவனின் குணங்களைப் பற்றியும் அவர்கள் வர்ணிக்கின்றனர். இந்திரன், அக்னி போன்ற மற்ற தேவர்கள் சோமத்தை மிகவும் விரும்பக்கூடியவர்கள். பரத்வாஜர் அவர்களைக் குறித்த அத்தியாயங்களிலே சோமத்தின் மகிமையைப் பாடியுள்ளார். அவரது பிள்ளை 'கர்க்' ஒரு முழு சூக்தமே சோமத்தைக் குறித்து இயற்றியுள்ளார் (6-47). அதில் சோமபானத்தின் தன்மைகளையும் விவரித்துள்ளார் :

"இந்த சோம பானம் ருசிகரமானது, இனிப்பானது, ரசம் நிரம்பியது. இதைப் பருகிய இந்திரனைப் போரிலே யாராலுமே வெல்ல முடியாது (1)''

"இது ருசிகரமானது, அதிக போதையூட்டக் கூடியது. இதனால் இந்திரன் விருத்ரனுடன் நடைபெற்ற யுத்தத்திலே போதையூட்டப்

பெற்றார். அதனால் அவர் சம்பரனின் 99 மலைக் கோட்டைகளை அழித்தார் (2)''

வசிஷ்டரும், விசுவாமித்திரரும், வாமதேவரும் சோமம் கடவுளர்களின் தெய்வீக பானம் என்று புகழ்ந்தனர்.

'ரிக் வேத'த்தின் ஒன்பதாவது மண்டலம் (அத்தியாயம்) முழுவதும் சோமதேவனைத் தோத்திரம் செய்யும் செய்யுட்களின் தொகுப்பாகும். இதில் 84 ரிஷிகள் இயற்றிய ரிசாக்கள் தொகுக்கப்பட்டுள்ளன.

2. பிதுரர் முதலியோர்

இந்திரன் போன்ற தேவர்களைத் தவிர ஆரியர்கள் தமது பிதுரர்களையும் (முன்னோர்களையு;ம) தொழுது வந்தார்கள். அவர்கள் தேவலோகத்தில் இருப்பதாகவும் நம்பினார்கள். யம புத்திரர் 'சங்க்' என்பவரும், விவஸ்வத புத்திரர் 'யம்' என்பவரும் கற்பனைப் பெயர்களாகவே தெரிகின்றன. இவ்விருவரும் பிதுரர்களை மிகவும் பாராட்டியிருக்கிறார்கள் (10-14) :

“எமன் நம்முடைய போக்கை எல்லோரைக் காட்டிலும் முதலில் அறிந்தார். அவருடைய பாதையை அழிக்க முடியாது. நமது பழைய பிதுரர்கள் (முன்னோர்கள்) சென்ற பாதையிலேயே எல்லா விலங்குகளும் செல்லும்.'' (2)

'சங்க்' பிதுரர்களைப் பற்றிக் கூறுகிறார் :

“சிறப்பாகவும், நடுத்தரமாகவும், சாதாரணமாகவும் சோம பானம் புரிந்த பிதுரர்கள் அருள் செய்யட்டும்! எங்கள் உயிரைக் காக்க வேள்விக்கு வந்த தர்ம விற்பன்னர்கள் - எங்கள் - பிதுரர்கள் - எங்களைக் காத்திடுக !'' (10-15-1).

இவற்றிலிருந்து இறந்த தமது முன்னோர்-பிதுரர் -குறித்து ஆரியர்கள் என்ன கருத்து கொண்டிருந்தார்கள் என்பது தெரிகிறது. பிதுரர்கள் எமனுடன் நெருங்கிய தொடர்புள்ளவர்கள் என்றும், அவர்கள் எமனின் அருளைப் பெற்றவர்களென்றும் ஆரியர்கள் கருதினார்கள். தமது சந்ததியினரின் பூஜையையும், பக்தியையும் ஏற்றுக்கொள்ள அவர்கள் வருகிறார்கள். நான்கு கண்கள் படைத்த இரண்டு கருத்த நாய்கள் பரலோகப் பயணிகளுக்கு மிகப் பயங்கரமானவை.

உயிரைக்குடிக்கும் நீண்ட மூக்குள்ள இரண்டு எம தூதர்களும் மிகப் பயங்கரமானவர்களே !

3. பயன் கருதிய செயல்

ரிக் வேத ரிஷிகளுக்கும், அவர்களது முன்னோர்களுக்கும் பயன் கருதாச் செயலுக்கும் எவ்வித சம்பந்தமுமில்லை. அவர்கள் இந்திக் கவிஞர் துளசிதாசரின் கீழ்க்கண்ட கூற்றைப் பின் பற்றியவர்கள் : "தேவர்களும், மனிதர்களும், முனிவர்களும் ஒரே கொள்கையைக் கடைப்பிடித்தார்கள். அவர்கள் அனைவரும் சுயநலத்திற்காகவே ஒருவர்மேல் ஒருவர் அன்பைப் பொழிந்தார்கள்" ஆரிய ரிஷிகள் வேள்விகளும், யாகங்களும் செய்தும், சோமபானத்தைத் தேவர்களுக்கு அர்ப்பணித்தும், தாம் குடித்தும் கடவுளர் முன்னே தமது கோரிக்கைகளையும் வைத்த வண்ணமிருந்தார்கள். அவர்களுடைய நோக்கம் இதுதான் : 'முதலில் நீ எனக்குத் தா! பிறகு நான் உனக்குத் தருகிறேன்.' பிரகஸ்பதி புத்திரர் பரத்வாஜர் அக்னி தேவனுக்குச் சொன்ன இந்தத் துதி அவருடைய மனக்கிடக்கையைத் தெரிவிக்கிறது:

"நீர் சொர்க்கலோகத்தையும், பூலோகத்தையும் விரிவுபடுத்தினீர். நீர் பாராட்டப்படுபவரும், பாதுகாவலரும் ஆவீர். அக்னியே, மிகுந்த தானியத்துடனும், செல்வத்துடனும் எங்களைச் செல்வந்தர்களாக்குவீர்! ஒளிமயமாக்குவீர் (6-1-17)''

பரத்வாஜர் அக்னி தேவனை நூறாண்டு ஆயுளையும் வேண்டுகிறார் (6-4-8).

வசிஷ்டரும் ஆதித்ய தேவனிடம் நூறாண்டு வாழ்வதற்காக விண்ணப்பித்துக்கொள்கிறார் (7-66-15).

விசுவாமித்திரர் பல முறை இந்திரனைக் கேட்டுக் கொள்கிறார் (3-30-22; 3-31-22) :

"வேகமுள்ளவரும், செல்வந்தரும், ஒப்பற்ற தலைவரும், நல்ல நேயரும், தீவிர எதிரிகளை அழிப்பவருமான இந்திரனை நாங்கள் இந்தப் போரிலே வெற்றி பெறுவதற்காக வேள்வியில் அழைக்கிறோம்.''

திவோதாஸ் மகன் பருச்சேப் பேய்களிடமிருந்து காப்பாற்றும்படி இந்திரனை வேண்டுகிறார் (1-133-5) :

"இந்திரனே ! கூக்குரலிடும் மஞ்சள் நிறப் பேயை அழித்திடும் ! எல்லா ராட்சதர்களையும் ஒழித்திடும்!''

4. பூஜைப் பொருட்கள்

கடவுளர்களை மகிழ்விப்பதற்கு சப்த சிந்துவின் ஆரியர்களிடம் இரண்டு வழிகள் இருந்தன என சொல்லியிருக்கிறோம். ஒன்று, நெருப்பில் (வேள்வியில்) பல்வேறு பொருட்களை சமர்ப்பித்தல்; இரண்டு, சோம பானத்தைத் தயாரித்து மரப் பாத்திரங்களிலும், கலசங்களிலும் வைத்து தேவர்களுக்கு அர்ப்பணித்தல். வேள்வியில் போடப்படும் பொருட்கள் பலவிதமாக இருந்தன. அவற்றில் பலவும் விசுவாமித்திரரின் ரிசாக்களில் குறிக்கப்பட்டுள்ளன.

கடவுளர்களுக்காக வேள்வியும், சோம பானச் சடங்கும் ஒரு நாளைக்கு மூன்று தடவை நடைபெற்று வந்தன. காலையும், மத்தியானமும், மாலையும்! பிற்காலத்தில் பாலுடன் செய்த அரிசிப் பாயசத்தை 'புரோடாஷ்' என்றழைத்தாலும், சப்த சிந்துவின் ஆரியர்கள் எங்குமே அரிசியைக் குறிப்பிடவில்லை. அரிசிக்குப் பதில் அவர்கள் சவ்வரிசியை உபயோகித்து 'புரோடாஷ்' தயாரித்தார்கள். இதிலிருந்து சப்தசிந்து பிரதேசத்தில் அரிசி இருந்ததில்லை என்னும் முடிவுக்கு நாம் வந்துவிடக்கூடாது. ஆரியர்களின் வருகைக்கு முன்பே மொகஞ்சோதாரோ, ஹரப்பாவில் அரிசியைச் சாப்பிட்டு வந்தார்களென்பது நாமறிவோம். இன்றைய பஞ்சாபியரைப் போன்றே மூவாயிரம் ஆண்டுகளுக்கு முந்தைய ஆரியர்களும் அரிசியை அலட்சியப் படுத்தியதாகத் தெரிகிறது.

கால்நடைப் பலி : உணவும், சோம பானமும் தவிர கால் நடைகளையும் தேவர்களுக்காக வேள்வியில் போட்டு வந்தார்கள். வீதஹவ்யரின் புத்திரர் அருணனின் கூற்றின்படி (10-91-14) வேள்விக் கால்நடைகளில் இவை சில :

"வேள்வியில் குதிரைகளும், எருதுகளும், காளைகளும், பசுக்களும் ஆடுகளும் போடப்படுகின்றன. நீரைப் பருகும், சோம தேவனின் முதுகில் வீற்றிருக்கும் அக்னிக்காக நான் அழகிய தோத்திரத்தை மனப்பூர்வமாக இயற்றுகிறேன்.'' (10-91-14)

தீர்க்கதமா ரிஷி மணங்கமழும் குதிரையின் இறைச்சி சமைக்கப் படுவதைக் குறிப்பிடுகிறார் (1-162-12) :

"சமைக்கப்பட்ட குதிரை இறைச்சியைப் பார்த்தவர்கள், நல்ல வாசனையுடன் இருக்கிறது; கடவுளர்களுக்குப் படையுங்கள்!' என்கிறார்கள். குதிரை இறைச்சியை உண்பவர்களின் அருள் நமக்குக் கிடைக்கட்டும் !''

5. மந்திர, தந்திரங்கள்

கடவுளர்களை வேள்வியாலும், சோம பானத்தாலும் மகிழ்வித்து ரிஷிகள் தாம் விரும்பிய பொருட்களை வேண்டினார்கள்; விரும்பாதவற்றை விலக்குமாறு கேட்டுக்கொண்டார்கள். இதைத்தவிர மந்திர, தந்திரங்களாலும் அவர்கள் கெடுதலைத் தடுக்க முயற்சித்தார்கள். ஆனால் இது பிற்காலத்தில் இருந்தளவுக்கு ரிக் வேத காலத்தில் இருக்க வில்லை. ஆரியப் பெண்கள் மந்திர, மாயங்களையும் நம்பினார்கள். இதற்காக அவர்கள் வேர்களையும், தழைகளையும் பயன்படுத்தவும் செய்தார்கள். இந்திராணி என்னும் ஒரு கற்பனையான ரிஷிப் பெண்மணி சக்களத்தியிடமிருந்து தப்பிக்கக் கூறுகிறாள் (10-145) :

"இந்த மகா சக்தி படைத்த தாவர வேரைத் தோண்டுகிறேன். அதன் மூலம் சக்களத்தியைத் தொல்லைப்படுத்தலாம்; கணவனை நன்றாக அடையலாம் (1).''

"நான் வலிமைகொண்டவள். மருந்தே! உனக்கும் மிக வலிமை இருக்கிறது. நாமிருவரும் நமது சக்தி, யுக்திகளுடன் என் சக்களத்தியைத் தோற்கடிப்போம் !'' (5).

'ரிக் வேத'த்தின் மிகப் பிற்காலப் படைப்பான பத்தாம் மண்டலத்தில் இந்த மந்திர, தந்திரங்கள் வருகின்றன. 'அதர்வ வேத'த்தில் இவை அதிகமாகக் காணப்படுகின்றன.

6. மறு உலகம்

சப்த சிந்துவைச் சேர்ந்த ஆரியர்கள் மறு பிறவியை நம்பினார்கள் என்பதற்கான ஆதாரமெதுவும் 'ரிக் வேதத்தில்' இல்லை. ஆனால் இறந்த பிறகு தமது செயல்களின்படி மற்ற உலகங்களுக்குச் செல்வதை அவர்கள் ஒப்புக்கொண்டார்கள். எமலோகமும், சொர்க்க லோகமும் 'ரிக் வேத'த்தில் தெரிய வருகின்றன.

1. **எமலோகம்** : எமனைப் பற்றிக் கூறுமிடத்தில் நாம் அவரைப் பற்றி விவரித்தோம். "எங்கள் முன்னோர் (பிதுரர்) சென்ற இடம் எமலோக"மென்று ஆரியர்கள் சொன்னார்கள் (10-14-12).

எமலோகத்திற்குச் செல்லும் வழியிலே நான்கு கண்கள் கொண்ட பயங்கர கருப்பு நாய்களைப் பற்றி ஏற்கனவே கூறினோம்.

2. **சொர்க்கலோகம்** : கக்ஷீவான் ரிஷி, தெய்வ பக்தர்கள் தேவர்களிடம் போவதாகக் கூறினார் (1-25-5)

"தேவர்களை மகிழ்விப்பவன் தேவர்களுக்கு அருகிலுள்ள இடத்திற்குப் போய்ச் சேர்கிறான். அவன் சொர்க்கத்தின் முதுகில் அமர்கிறான். அவனுக்கு 'ஆப்' (நீர்த் தேவன்) நெய்யை அளிக்கிறான். இந்தப் பரிசு அவனை எப்போதும் திருப்தி கொள்ளச் செய்கிறது."

கஸ்யப மாரீச ரிஷி சொர்க்கம் எப்போதும் ஒளிமயமானதும், மகிழ்ச்சி நிறைந்ததும், அமுத உலகமென்றும் கூறுகிறார் (9-113-7-11). அங்கே ஆனந்தமும், உல்லாசமும் பொங்கு கின்றன என்று அவர் சொல்கிறார்.

அத்தியாயம் பதினாறு
அறிவும், விஞ்ஞானமும்

ரிக் வேத ஆரியர்கள் தாமிர யுகத்தின் இறுதியில் இருந்தவர்கள். விவசாயம் அவர்களது ஜீவனோபாயமாக இருந்தாலும், கால்நடை வளர்ப்புதான் அவர்களுடைய முக்கிய தொழிலாகும். அக்காலத்திய ஆடை நெய்தலைப் பற்றியும், மற்ற தொழில்கள் குறித்தும் ஏற்கெனவே விவரித்துள்ளோம்.

1. விவசாயம்

1. ஏரும், ஏர் முனையும் : ஆரியர் ஏரைப் பயன்படுத்தினார்கள். நதி நீர் பற்றியும் குறிப்புள்ளது. வாம தேவர் கூறுகிறார் (4-19) :

"இந்திரன் விருத்தாசுரனைக் கொன்று, முந்தைய விடியற்காலைகளையும், வருடங்களையும், தடுக்கப்பட்ட நதிகளையும் விடுவித்தார். நாற்புறமும் தடுத்து வைக்கப்பட்டிருந்த நதியை பூமி முழுவதும் பாய்ந்தோட விட்டார் (8)"

"நதியை இணைத்து ஏரைப் பரப்பு ! இங்கே விதைகளை நடு! தோத்திரத்தால் எங்களுக்கு நிறைய தானியம் விளையட்டும் ! அருகிலுள்ள முதிர்ந்த பயிருடன் அரிவாள் சேரட்டும் !" (10-101-3) என புத சொம்ய ரிஷி கூறுகிறார்.

"மாட்டுக் கொட்டிலை அமை! கயிற்றைச் சேர்த்துக்கட்டு ! நீர் நிறைந்த குழியிலிருந்து எப்போதும் தண்ணீர் இறைப்போம் ! (5)"

"குதிரைகளைத் திருப்திப்படுத்து! வேண்டிய பொருளைப் பெறு! மங்கலம் நிரம்பிய தேரைத் தயார் செய்! மனிதர்கள் குடிப்பதற்காகக் குளத்தை நிரப்பு ! (7) "

2. கிணறு : விவசாயத்திற்கும், மனிதர்களும், கால்நடைகளும் குடிப்பதற்காகவும் பஞ்சாப் போன்ற பிரதேசத்தில் இன்று போலவே அன்றும் கிணறுகள் மிக அவசியமாக இருந்தன. தண்ணீர் இயற்கை யானதாகவும், தோண்டப்பட்டதாகவும் இரு வகைகள் இருந்தன. வசிஷ்டர் பகர்கிறார் (7-49) :

"நீர் நிலைகள் தாமாக ஓடுவதும், தோண்டப்பட்டதும் ஆக இரண்டு வகைகள். கடலை நோக்கிப் பாயும் புனித நீர் தேவியர் என்னைக் காப்பார்களாக ! (2)''

3. குல்யா (நதி, கால்வாய்) : பிற்காலத்திலும், தற்போதும் சிறிய - பெரிய கால்வாய்களை 'குல்யா' என்றார்கள்; என்கிறார்கள். ஆனால் அந்தக் காலத்தில் 'குல்யா' என்றால் 'கரையுடன் கூடியது' என்ற பொருளில் நதியையும், கால் வாயையும் குறிப்பிட்டார்கள். கிருஷ்ண ஆங்கிரசர் கூறுகிறார் (10-43-7) :

"தண்ணீர் நதியை நோக்கி ஓடுவதைப்போல, கால்வாய் வயலை நோக்கிப் பாய்வதைப்போல சோம பானம் இந்திரனை நோக்கி ஓடுகிறது. தெய்வீக வள்ளல் அனுப்பி வைத்த மழை சவ்வரிசிப் பயிரை வளர்ப்பதைப்போல வேள்வி அரங்கத்தில் பிராமணர் இந்திரனின் வலிமையைப் பெருக்குகிறார்கள்.''

பீம ஆத்ரேயரும் கால்வாயைக் குறிப்பிடுகிறார் (4-83-8):

"மேக தேவனே! மாபெரும் கருவூலமான மேகத்தை எடுத்து நீராகப் பாய்ச்சும்! தடைப்பட்டுள்ள கால்வாய் கிழக்கு நோக்கிப் பாயட்டும்! நீரால் சொர்க்கத்தையும், பூமியையும் நனைத்துவிடும் பசுக்களுக்காக வளமான நீர் நிலைகள் ஏற்படட்டும்''

2. கட்டடக் கலை

ஆரியர்கள் நகரவாசிகள் அல்ல; சப்த சிந்து பிரதேசத்தில் நகரங்களின் குறிப்பெதுவுமில்லை; ஆனால் மொகஞ்சோதாரோ, ஹரப்பவைச் சேர்ந்த சிந்துப் பள்ளத்தாக்கு மக்கள் நன்கு அமைக்கப்பட்ட நகரங்களிலே வாழ்ந்து வந்தார்கள் என்பது நமக்குத் தெரியும். வேத கால ஆரியர்கள் மாடு மேய்க்கும் ஊர் சுற்றிகள்

மட்டுமல்ல; அவர்கள் உழவர்களும் கூட! அவர்கள் தமது கால்நடைகளின் வசதியைப் பார்த்து கிராமங்களில் கொட்டில்களும், குடில்கள் மட்டுமல்லாமல், ஆயிரம் தூண்கள் கொண்ட மாளிகை போன்ற கட்டடங்களும் இருந்தன. பிற்காலத்தில் 'மாளிகை' (ஹர்ம்ய) அரண் மனைக்குச் சொல்லப்பட்டாலும் விசுவாமித்திரரின் இந்த ரிசாவினால் (7-56-16) அப்படித் தோன்றவில்லை :

மருத்தேவர்கள் குதிரையைப் போன்ற அழகான வேகமுடையவர்கள். உற்சவத்தைக் காணும் மனிதர்களைப் போல் எழிலார்ந்தவர்கள். அவர்கள் மாளிகையிலுள்ள சிறு குழந்தைகளைப் போல் தூய்மை யானவர்கள். விளையாட்டுப் புத்திகொண்ட கன்றுகளைப் போல உற்சாகமுடையவர்கள்.

3. காலம்

'ரிக் வேத'த்தில் ஏழு நாட்கள் குறிப்பிடப்படவில்லை. பன்னிரண்டு ராசிகள் கிரேக்கர்களுடன் நமக்குத் தொடர்பு ஏற்பட்ட பின்னர்தான் புழக்கத்தில் வந்தன. இன்றும் விவசாயிகள் சூரிய ஆண்டின் அவசியத்தை மிக அதிகமாக உணர்கிறார்கள்; ஆனால் மழைக் காலத்தை மட்டும் பழங்காலத்தைப் போலவே நட்சத்திரங்களைக் கொண்டு கணக்கிடுகிறார்கள். 'ஆருத்ரா'விலிருந்து 'அஸ்த' வரையிலுள்ள காலத்தை அவர்கள் மழைக் காலமாகக் கருதுகிறார்கள். இதை அனுசரித்தே விவசாயிகள் பயிரிடவும் செய்கிறார்கள். ஆரியர்கள் மாதங்களை அறிந்திருந்தார்கள்.

1. மாதங்கள்: சுஹைஷேப் வைஸ்வாமித்திர என்னும் ரிஷி பன்னிரண்டு மாதங்களைக் குறிப்பிடுகிறார் (1-25-8) :

"விரதம் பூண்டிருக்கும் வருண மக்கள் பன்னிரண்டு மாதங்களை அறிவார்கள். அவர்களுக்கு அதிக மாதமும் தெரியும்."

2. பருவங்கள்: அக்காலத்தில் சில பருவங்கள் (ரிதுக்கள்) கூடக் கணிக்கப்பட்டு வந்தன என்பது கன்வ புத்திரர் பிரகாத்தின் சுலோகத்திலிருந்து தெளிவாகிறது (8-52-1) :

“இந்திரனே! நீர் வேள்விப் பருவத்தில் ஒளிமயமாகுவீர்! வீரனே ! நாங்கள் ரிசாக்களால் உம்மைப் பிரார்த்திக்கிறோம். உம்முடன் நாங்களும் வெற்றிவாகை சூடுவோம் !''

பரத்வாஜர் சரத் காலத்தையும், குளிர்ப் பருவத்தையும் கூறுகிறார் (6-24-7) :

''சரத் காலங்களும், மற்ற பருவ மாதங்களும் இந்திரனை வயோதிகனாக்குவதில்லை. நாட்கள் அவரை வலிமை குன்றச் செய்வதில்லை. தோத்திரங்களாலும், சொற்களாலும் பாராட்டப்பட்டு இந்த மூத்த இந்திரன் உடல் வளர்க !''

ஆரியர்கள் சப்த சிந்துவில் தம்முடனேயே வசந்த காலத்தின் அறிவையும் கொண்டு வந்தார்கள். அவர்களுடைய வெளிநாட்டுச் சகோதரர்களான ருஷியர்கள் வசந்தத்தை ‘வியஸ்னா’ என்றும், சரத் காலத்தை ‘கலத்’ என்றும், ஹிம (குளிர்) பருவத்தை ‘ஜிம்’ என்றும் சொல்கின்றனர். இங்கு வெறும் உச்சரிப்பிலே மட்டும்தான் வித்தியாசம். நாராயண ரிஷி வசந்தம், கோடை, சரத் காலங்களைக் குறிப்பிடுகிறார் (10-90-6) :

''தேவர்கள் புருஷ உருவிலுள்ள வேள்விப் பொருட்களைக் கொண்டு யாகம் செய்தபோது, அதன் நெய் வசந்தமாயிற்று, விறகுக் கட்டைகள் கோடையாயின, வேள்விப் பொருட்கள் சரத் காலமாயின.''

3. **நட்சத்திரங்கள்:** ஆரியர் பூர்வா, உத்தரா போன்ற நட்சத்திரங்களையும் அறிந்திருந்தார்கள்.

4. நிறுத்தல், நீள அளவைகள்

1. **நிறுத்தல் :** எடை போட அக்காலத்தில் தராசு இல்லை. தற்போது இமயமலைப் பகுதியிலும், தமிழ்நாட்டிலும் உள்ளதைப் போல அதற்காகச் சில பாத்திரங்களைப் பயன்படுத்தி வந்தார்கள். ‘காரி’ ‘துரோண்’ என்பவை மிகப் பழங்கால அளவைகள். வாமதேவர் கூறுகிறார் (4-32-17) :

''நாங்கள் இந்திரனைத் தேரிலே பிணைக்கும் ஆயிரம் குதிரைகளையும், நூறு சோமபான ‘காரி’களையும் வேண்டுகிறோம். ''

அளவுகளில் அங்குலத்தை நாராயண ரிஷி குறிப்பிடுகிறார் (10-90-1):

“ஆயிரம் தலைகளுடனும், ஆயிரம் கண்களுடனும், ஆயிரம் கால்களுடனும் பூமியை நாற்புறமும் சுற்றி வளைத்து அவர் பத்து அங்குலங்களைவிட உயர்ந்து நின்றார்.’’

‘யோஜனம்’ என்னும் தொலைவை கக்ஷீவான் கூறுகிறார் (1-23-8):

“உஷை இன்றுபோலவே நேற்றும் வருணனின் நீண்ட இருப்பிடத்தை சேவித்தது. குற்றமற்ற ஒவ்வொரு உஷையும் முப்பது யோஜனங்கள் வரையிலும் இயங்குகிறது.’’’

5. எண்கள்

‘ரிக் வேத’த்தில் பத்தாயிரத்திற்கு மேற்பட்ட எண் கூறப்படவில்லை. அதன் பின்னர் அதையே பத்து, நூறு, ஆயிரம் என்று அதிகரித்துக் கொண்டிருக்கலாம்.

அத்தியாயம் பதினேழு

ஆரியப் பெண்கள்

சப்தசிந்துவில் ஆரியப் பெண்களின் பிற்காலத்தில் நிலவிய மோசமான நிலை ரிக்வேத காலத்தில் இருந்ததாகத் தெரியவில்லை. பிற்காலத்தில் அவர்கள் நிலப்பிரபுத்துவ அமைப்பிலே இருந்தனர். அவர்களுக்கு இனக்குழுக் காலத்தில் (தந்தை வழிச் சமுதாய காலத்தில்) இருந்த உரிமைகள் இருக்கவில்லை. முழு இனக்குழு சமுதாயத்திலே பெண்கள் ஆயுதமேந்திப் போர் புரியவும் செய்வர். கிருஸ்துவுக்கு முன் ஆறாம் நூற்றாண்டில் மத்திய ஆசியாவில் வாழ்ந்த 'சகர்'களைச் சேர்ந்த ஊர்சுற்றிப் பெண்கள் பல தடவை ஆயுதமேந்திப் போராடினர். ஆனால் ஆரியர்கள் மட்டும் பெண்கள் போரிடுவதை விரும்பவில்லை. சம்பரனின் மலைவாழ் மக்கள் இனக்குழு நிலையிலே இருந்தனர். ஆகவே திவோதாஸுடன் நடைபெற்ற ஜீவ மரணப் போரிலே அவர்களுடைய பெண்கள் ஆண்களைப் போலவே தீவிரமாகக் கலந்து கொண்டனர். ஆனால் ஆரிய ரிஷிகள் 'அபலைகளால் என்ன செய்யமுடியும்?' என்று இதைக் கேலி செய்தனர் என்பதை ஏற்கெனவே நாம் கூறியிருக்கிறோம். ஆரியப் பெண்கள் வெளிப்படையாக யுத்தத்திலே பங்கெடுக்கும் வாய்ப்பு சப்தசிந்துவில் இருந்ததில்லை. விதிவிலக்காக எப்போதாவது ஒருமுறை ஆரியப்பெண்கள் தமது 'கைவரிசை' காட்டியிருந்தால் அது வேறு விஷயம்!

யுத்தத்திற்கு அடுத்த முக்கியமான பணி ரிசாக்களை (செய்யுட்களை) இயற்றுவது. ரிசாக்களை இயற்றிவர்களை ரிஷி (ஆண்), ரிஷிகா (பெண்) என்றழைத்தனர். ரிக்வேதத்தில் பெண் ரிஷிகளின் எண்ணிக்கை இருபத்தி நான்குக்குக் குறைவில்லை. ஆனால் ஆராய்ந்து பார்த்தால், அவர்களிலே பலரும் கற்பனை ரிஷிப்பெண்களென்றே தோன்றுகிறது. 'கோஷா', 'விசுவவாரா' ஆகிய இருவரை மட்டுமே வரலாற்று ரிஷிப்

பெண்களாகக் கருத வேண்டியுள்ளது. ரிஷிப் பெண்களின் பெயரால் 'ரிக்வேத'த்தில் திரட்டப்பட்டுள்ள ரிசாக்களை உண்மையில் ரிஷிப் பெண்களே படைத்தனர் என்று சொல்வது கடினம்; ஆனால் இந்த ரிசாக்களால் ரிக்வேத கால ஆரியப் பெண்களின் வாழ்க்கையைப் பற்றிய பல விவரங்கள் நமக்குத் தெரியத்தான் செய்கின்றன. இந்த உண்மையான, கற்பனையான ரிஷிப்பெண்களின் சில கூற்றுகள் வருமாறு :

1. **அதிதி:** 'ரிக் வேத'த்தின் பத்தாவது மண்டலத்திலுள்ள 72ஆம் சூக்தம் பிரகஸ்பதி அல்லது அதிதி இயற்றியதாகச் சொல்லப்படுகிறது. இதில் அதிதி தட்சணின் மகளென்றும், தட்சன்கூட அதிதியின் மகனென்றும் கூறப்பட்டுள்ளது. இதிலே தெய்வீக அதிதி வர்ணிக்கப் பட்டிருக்கிறாள். அவள் சப்த சிந்துவின் ரிஷிப்பெண் அல்ல.

2. **இந்திரத் தாய்கள்:** இந்திரனின் தாய்களின் சூக்தம் (10-153) இதேபோல் கற்பனைப் பெயரில் உள்ளது. இதில் இந்திரனின் தோற்றமும், வீரமும் விவரிக்கப்பட்டுள்ளன. உண்மை ரிஷியின் பெயர் தெரியாததால், இந்திரனைப் பெற்ற இந்திரத் தாய்களையே இந்த சூக்தத்தின் (தொகுப்பின்) படைப்பாளிகளாக ஏற்றுக்கொண்டு விட்டனர். இதில் சில ரிசாக்கள் :

"செயல் திறன் கொண்ட இந்திரனின் வீரியத்தை விரும்பும் அழகிய பெண்கள் அவரைப் பூஜிக்கின்றனர்." (1)

"இந்திரனே! நீர் வீரத்தின் வலிமையிலிருந்து தோன்றினீர்! நீர் ஆசைகளை நிறைவேற்றுபவர்!" (2)

3. **இந்திராணி:** இதுவும் கற்பனைப் பெயர்தான் ! இவளுடைய ரிசாக்களில் எங்குமே (10-145) இந்திராணியின் பெயர் வரவில்லை. பெண்களுக்கு சக்களத்தியின் அச்சம் இயற்கையாகும். சக்களத்தியை ஒழிக்க வேர்களும், தழைகளும் கூடப் பயன்படுத்தப்படுகின்றன. இதைப் பற்றி நாம் 'மந்திர, தந்திரங்கள் என்னும் அத்தியாயத்தில் சொல்லியுள்ளோம். இந்திராணியின் பெயரிலே இன்னொரு சூக்தம் இருக்கிறது. (10-86). அதில் இந்திராணியின் வீரம் வெளிப்படுகிறது. வீட்டிலே அக்னி தேவனுக்கு அளிக்கப்படும் அளவிலா மரியாதை அவளால் பொறுத்துக்கொள்ள இயலவில்லை. ஆகவே அவள் இந்திரன் முன்னே தன் சினத்தைக் காட்டுகிறாள்.

ஆனால், இந்திரனோ அக்னியின் வாயிலாகத்தான் வேள்விப் பொருள்களை ஏற்கிறான். அதனால் இந்திரன் அக்னியைத் தன் பரம நண்பனாகக் கருதுவதில் வியப்பில்லை. அதனால்தான் இந்திராணிக்கு அக்னிமீது கடுங்கோபம்! கடவுளர்களிடையேயும் குடும்பக் கலகங்களா?

4. **ஊர்வசி:** தேவகன்னிகையான ஊர்வசியை புரூரவன் காதலித்தான். இன்று பஞ்சாபில் 'ஹீர்-ராஞ்சா', 'சோஹனி-மஹிவால்' போன்ற காதல் கதைகள் புழக்கத்தில் உள்ளதைப் போல், அன்று சப்த சிந்துவில் ஊர்வசி-புரூரவனின் காதல் கதை புகழ் பெற்றிருந்தது. அவர்கள் மானிடக் காதலர்களாகவே இருந்திருக்கக்கூடும். பின்னால் ஊர்வசியை தெய்வீகப் பிறவியாக ஆக்கிவிட்டிருக்கலாம். 'ரிக் வேத'த்தில் வரும் இந்தக் காதல் கதை உள்ள சூக்தத்தை (10-95) ஊர்வசியும்-புரூரவனும் படைத்ததாகச் சொல்லப்படுகிறது. ஆனால் உண்மைப் படைப்பாளி (நாட்டுப்புறக் கவிஞர்) மறக்கப்பட்டு விட்டதாக இதிலிருந்து தெரிகிறது. ரிக் வேத சூக்தங்களிலேயே இந்த சூக்தம் சிறந்த காவியமெனக் கூறலாம்.

5. **கோஷா கக்ஷீவான் மகள்:** இரட்டையரான அஸ்வினி குமாரர்களைப் புகழ்ந்து கோஷா இரண்டு சூக்தங்களை (10-39, 40) இயற்றினாள். முதல் சூக்தத்தில் அவள் பல்வேறு நபர்களுக்கு அஸ்வினி குமாரர்கள் செய்த நன்மைகளை வர்ணிக்கிறாள். கோஷா அழகுக் கவிதை படைப்பதில் எந்த ரிஷிக்கும் சவால்விடக் கூடியவள்.

"அஸ்வினி குமாரர்களே! பிரிகு மக்கள் தேரை அருமையாகக் கட்டுவதைப் போல, நான் இந்த தோத்திரத்தை உமக்காக அமைத்தேன். மணமகனுக்காக மணமகளை அலங்கரிப்பதைப் போல, நான் எப்போதும் பிள்ளைகளுடனும், பேரப் பிள்ளைகளுடனும் இந்த தோத்திரத்தை அலங்கரித்தேன் (14)."

கோஷா அஸ்வினி குமாரர்களிடம் தன் விருப்பத்தை வெளியிடுகிறாள் :

"இளைஞர்களும், யுவதிகளும் வீடுகளுக்குள் என்ன எண்ணுகின்றனர் என்பது எனக்குத் தெரியாது. அதை நீங்கள் எனக்குத் தெரிவியுங்கள்! நான் பெண்கள் விரும்பக் கூடிய, திரண்ட தோள்கள்கொண்ட, வீரியம் நிறைந்த வாலிபனின் இல்லத்திற்குச் செல்ல வேண்டும். அஸ்வினி குமாரர்களே! இந்த என் விருப்பத்தை நிறைவேற்றுங்கள் !" (11).

இதுதான் சப்த சிந்துவிலிருந்த ஆரியக் குமரிப் பெண்ணிகளின் விருப்பமுமாம். கோஷாவின் கணவன் பெயர் நமக்குத் தெரியவில்லை. அவள் நீண்ட காலம் வரை திருமணமாகாமல் தந்தை வீட்டிலேயே இருந்தாள்.

6. ஜுஹூ : இதுவும் கற்பனைப் பெயர் போலத்தான் தெரிகிறது. பத்தாம் மண்டலத்தில் அவளது ஒரு சூக்தம் உள்ளது. (10-109) பிற்காலத்தவர் ஜுஹூவை 'பிரம்ம தத்துவத்தினள்' என்று சொன்னாலும், அந்த சூக்தத்திலே அவள் பிரம்மம் பற்றி எதுவுமே கூறவில்லை; ஆனால் பிரம்மசாரியைப் பற்றிக் குறிப்பிட்டிருக்கிறாள். அவளுடைய சில ரிசாக்களால் சப்த சிந்துவில் மண வாழ்க்கை குறித்த சில தகவல்கள் கிடைக்கின்றன; ஆரிய ஆண்கள் தமது மனைவிமார்களுடன் சண்டை போட்டு வந்தனரென்றும், பின்னர் சேர்ந்துகொள்ளவும் செய்தனரென்றும் தெரிகிறது.

7. தட்சிணா : இதுவும் கற்பனைப் பெயர்தான்! தட்சிணாவை பிரஜாபதியின் மகளென்று சொல்லப்பட்டுள்ளது. இவளுடைய சூக்தத்தில் (10-107) தான, தட்சிணைகளின் பெருமை விவரிக்கப்படுகிறது.

ஆரியர் வாழ்வில் தானத்திற்கு (கொடைக்கு) பிரதான இடமிருந்தது. விருந்தாளிகளை உபசரிப்பதில் அவர்கள் மிக தாராளமாக நடந்து கொண்டனர். ஆரியப் பணக்காரன் ஒவ்வொருவனும் தன் வீட்டை தேவ விமானம் போலவும், தெய்வீகக் குளம் போலவும் வைத்துக்கொள்ள விரும்பினான்.

8. நிபாவரி அல்லது சிக்தா: இவர்களிருவரும் அத்ரி கோத்திரத்தைச் சேர்ந்தரிஷிப் பெண்கள் என்று கூறப்பட்டாலும், இவர்களிருவரும்கூடக் கற்பனையானவர்கள்தான்! நிபாவரி தனது ரிசாக்களில் (9-86) சோம பானத்தின் மகிமையைப் பாடியிருக்கிறாள்.

9. யமீ வைவஸ்வதி: இதுவும் கற்பனைப் பெயர்தான்! விவஸ்வானின் மகள் 'எமி' என்பவள் இருந்தாள். அவள் தன் சகோதரனான எமனையே உடலாலும் விரும்பினாள். ஆனால் எமன் சகோதரியுடன் உடலுறவை மறுத்துவிட்டான். இது விஷயமாக இருவருக்குமிடையே நடந்த வாக்குவாதம் 10-10 சூக்தத்தில் விரிவாகச் சொல்லப்பட்டுள்ளது. இதிலிருந்து ஆரியர் சகோதர- சகோதரிகளிடையே காதலையும், திருமணத்தையும் தடை செய்திருந்தனர் என்பதும் தெரிகிறது. 'இக்ஷ்வாகு' போன்ற உயர் குலத்தில் ஆபத்துக் காலத்தில்

சகோதரி- சகோதரனிடையே திருமணம் நடந்ததாக 'புத்த வசன'ங்களில் கூறப்பட்டுள்ளது. பவுத்தர்களின் 'ஜாதகக் கதை'களில் கூட ராமன்-சீதையின் கல்யாணத்தையும் சகோதர-சகோதரிகளின் கல்யாணமாகவே சித்திரிக்கப்பட்டுள்ளது. தாய்லாந்து அரச வம்சத்தில் இன்றும் இவ்வழக்கம் இருக்கிறது. ஈரானிய 'சாஸான்' மன்னர் வம்சத்திலும், எகிப்தின் 'ஃப்ரவா' அரச குலத்திலும் ரத்தக் கலப்பாகாமல் பார்த்துக்கொள்ள சகோதர-சகோதரிகளிடையே திருமணம் செய்யப்பட்டு வந்தது. ஆனால் எமன்-எமியின் வாக்குவாதத்திலிருந்து ஆரியர் அதைத் தவறானதெனக் கருதினர் என்பது தெளிவாகிறது.

வேத கால ஆரியர்கள் எமனை மரண தேவதையாகக் கருதி இறந்த பிதுரர்கள் அவரை அடைவதாக எண்ணினர்.

10. ராத்திரி: 'ராத்திரி' என்னும் இந்தப் பெண் ரிஷியும் கற்பனையானவளே! 10-127 எண்ணுள்ள சூக்தத்திலே இரவு வர்ணிக்கப்பட்டுள்ளது. இதன் ரிஷி குஷிகர் என்றும் கருதப்படுகிறது:

"இரவு தேவி நாற்புறமும் தோன்றினாள். அவள் நட்சத்திரங்கள் மூலம் எழிலையெல்லாம் பெற்றாள் (1)''

''அந்த தேவி வரும்போது உஷாவையும் கைக்கொண்டாள் அவள் இருளை அழித்தாள் (3)''

"கிராமங்கள் அமைதியாயிருக்கின்றன. பயணிகள் மவுனமாயிருக்கின்றனர். பறவைகளும், பருந்துகளும்கூட கூக்குரல் எழுப்பவில்லை (5)''

''எமக்கு நாற்புறமும் கருத்த இருள் காணப்படுகிறது. அது தெளிவாக இருக்கிறது. உஷாவே! கடனைப்போல் நீ அதை விரட்டு! (7)''

11. லோபா முத்ரா : இவள் வசிஷ்டரின் சகோதரர் அகஸ்தியரின் மனைவி. லோபா முத்ரா கணவனைப் பிரிந்திருந்தவள். அதனால் கணவரிடம் தன் மனக் குறையைச் சொல்லிக்கொள்கிறாள்; கணவரும் அவளுக்கு ஆறுதல் கூறுகிறார் (1-179-1, 2, 3, 4).

12. வசுக்ரனின் மனைவி: இந்திரனின் மகன் வசுக்ரனின் மனைவியின் பெயரில் ஒரு சூக்தம் உள்ளது (10-128). அதில் மாமனார்-மருமகள் உரையாடல் வருகிறது. வசுக்ரனின் மனைவி கூறுகிறாள் :

"மற்றெல்லாத் தேவர்களும் வந்தனர்; ஆனால் என் மாமனார் இங்கே வரவில்லை. அவர் வந்திருந்தாரானால் வறுத்த தானியம்

உண்டிருப்பார்; சோம பானம் அருந்தியிருப்பார். நன்றாகச் சாப்பிட்டு மீண்டும் தன் இல்லத்திற்குப் போயிருப்பார். (1)"

இந்த சூக்தத்தை இயற்றிய ரிஷி வசுக்ரர் எனச் சொல்லப் பட்டுள்ளது. இந்திரன் மட்டுமல்ல; சப்த சிந்துவில் வாழ்ந்த ஆரியர்களும் வறுத்த தானியம் சாப்பிடுவதையும், சோமபானம் குடிப்பதையும் மிக மிக விரும்பினர். 'மனிதன் உண்ணும் உண்வையே அவனுடைய கடவுளும் உண்கிறார்' என்ற ஒரு பழமொழியே இருக்கிறது.

13. வாக் : அம்பிருண் ரிஷியின் மகள் 'வாக்'கும் ஒரு கற்பனைப் பெயர்தான்! இங்கே வாக் தேவி (சரஸ்வதி)யின் மகிமை பேசப்பட்டுள்ளது (10-125):

"ருத்திரர்கள், வசுக்கள், ஆதித்யர்கள் போன்ற எல்லாக் கடவுளர்களுடனும் நான் சஞ்சரிக்கிறேன். நான் மித்திரனையும், வருணனையும் கூடத் தாங்கியிருக்கிறேன். நான் இந்திரனையும், அக்னியையும், அஸ்வினி குமாரர்களையும் பற்றியிருக்கிறேன் (1)".

14. விவ்ருஹா: கஸ்யப கோத்திரத்தைச் சேர்ந்த இந்த ரிஷிப் பெண்மணியும் கற்பனையானவள்தான்! இவள் காசநோயை ஒழிக்கும மாய-மந்திரம் பற்றிக் கூறியிருக்கிறாள். அதை நாம் 'நோய்கள்' அத்தியாயத்தில் சொல்லியிருக்கிறோம். (10-163-102).

15. விஷ்பலா: இவள் பெண் ரிஷி இல்லாவிட்டாலும், இவளுக்கு அஸ்வினி குமாரர்கள் பேருதவி புரிந்ததாகச் சொல்லப்பட்டுள்ளது (1-182).

16. விஸ்வவாரா : இவளை கோஷாவைப் போன்ற ஒரு சரித்திரப் பெண் எனலாம். விஸ்வவாரா அத்ரி கோத்திரத்தில் பிறந்தாள். இவள் தன் சூக்தத்திலே (5-28) அக்னியைப் பெருமைப்படுத்தியதுடன், தன் பெயரையும் குறிப்பிட் டிருக்கிறாள்.

17. சசி : பௌலோமி சசியும் கற்பனைப் பெயர்தான்! இந்திரனின் மனைவியின் பெயரும் சசிதான் என்பதும், அவள் புலோமா அரக்கனின் மகள் என்பதும் புராணங்களால் நமக்குத் தெரியும். இந்தச் சூக்தத்தில் ஒரு மனமகிழ்ச்சியுடனிருக்கும், வலிமையுள்ள பெண்ணொருத்தி கர்வத்துடன் தன் நல்ல நிலையை வர்ணிக்கிறாள் (10-159).

"என் அதிர்ஷ்டம் உதித்ததைப் போல அந்தக் கதிரவன் உதித்தான். நான் என் சக்களத்திகளைத் தோற்கடித்து, கணவனை என் வசமாக்கிக் கொண்டேன்(1)".

18. சஷ்வதி : இவளும் கற்பனை ரிஷிப் பெண்தான்! இவளுடைய பெயரில் ஒருசெய்யுள் (8-1, 34) உள்ளது. அதில் ஆண்-பெண் உடலுறவைப் பற்றிப் பச்சையாகக் கூறப்பட்டிருக்கிறது.

19. சிகண்டினி, காஷ்யபி : இதுவும் கற்பனைப் பெயரே! இவள் பெயரிலுள்ள சூக்தத்தில் (9-104) சோமத்தின் பெருமை பாடப்பட்டுள்ளது.

20. சிரத்தா காமாயனி : இதுவும் ஒரு கற்பனைப் பெயர்தான்! இவளது செய்யுளில் சிரத்தை (10-151) பாராட்டப்பட்டிருக்கிறாள்.

21. ஸர்மா : கடவுளர்களின் நாய்க்கு 'ஸர்மா' என்று பெயர். சப்த சிந்துவின் ஆரியர்களின் வெட்கங்கெட்ட கொள்ளையடிக்கும் மனப்பான்மையை இது 'பணி' இனத்தவர் முன் அம்பலப்படுத்தியதை ஏற்கனவே கூறியிருக்கிறோம் (10-108).

22. சார்ப்ப ராக்ஞி : இதுவும் கற்பனைப் பெயர்தான் இவள் பெயரால் உள்ள செய்யுளில் (10-169-1, 3) பசுவைப் பற்றிய வர்ணனை உள்ளது.

23. சிக்தா : இவளும் ஒரு கற்பனை ரிஷிப் பெண்தான்! நிவாவரியுடன் இணைந்து இவள் இயற்றியதாகச் சில ரிசாக்கள் கிடைத்துள்ளன (9-83-11-20). அதில் சோம பானம் வர்ணிக்கப்பட்டுள்ளது.

24. சுதேவி : சுதாஸின் பட்டத்து ராணி சுதேவி பற்றி ஒரு ரிசாவில் (1-112-19) கூறப்பட்டுள்ளது.

25. சூர்யா : இதுவும் ஒரு கற்பனைப் பெயர்தான். சூர்யா சவிதா (சூரியனின்) மகள் அல்லது மனைவி எனச் சொல்லப்பட்டிருக்கிறது. கற்பனைப் பெயரால் 10-85 என்ற சூக்தம் தொகுக்கப்பட்டிருப்பினும், ஆரிய மனைவி குறித்துப் பல விஷயங்கள் சொல்லப்பட்டுள்ளன. இத்தொகுப்பின் மந்திரங்கள் இன்றும் திருமணத்தின்போது சொல்லப்படுகின்றன.

"இவள் சுமங்கலி, மணமகள், இவளை நீ பார்த்துக்கொள் இவளுக்கு சௌபாக்கியம் வழங்கிவிட்டுத் தேவர்கள் தத்தமது இல்லங்களுக்குச் செல்வார்களாக! (33)".

"சௌபாக்கியத்துக்காக (நற்பயனுக்காக) நான் உன் கையைப் பிடிக்கிறேன். நீ கணவனான என்னுடன் வயோதிகம் வரை வாழ்ந்திரு! பக், அர்யமா, சவிதா, புரந்தி கடவுளர்கள் எனக்கு இல்லறத்தை நிர்வகிக்க உன்னை அளித்தனர் (36)".

"கணவனும், மனைவியுமான இவர்கள் இங்கேயே இருப்பார்களாக! இவர்கள் பிரிவென்பதையறியாமல் வாழ்நாள் பூராவும் சேர்ந்து வாழ்வார்களாக! பிள்ளைகளுடனும், பேரக் குழந்தைகளுடனும் விளையாடிக்கொண்டு தமது இல்லத்தில் மகிழ்வுடன் இருப்பார்களாக! (42)"

"இந்திரனே! வளத்தைப் பெருக்கி இந்த மணமகளை புத்திரவதியாகவும், சௌபாக்கியவதியாகவும் ஆக்கு! இவளைப் பத்து குழந்தைகளுக்குத் தாயாக்கு! அவளது கணவனைப் பதினோராவது குழந்தையாக மாற்று! (45)".

"மணமகளே! நீ மாமனார், மாமியார், நாத்தனார், மச்சினன் ஆகியோருக்குப் பேரரசியாகத் திகழ்!" (46).

ரிக் வேத ரிஷிப் பெண்களின் எண்ணிக்கை சுமார் இருபத்தி நான்கென்றாலும், இவர்களில் கோஷாவும், விஸ்வவாராவும் மட்டுமே சரித்திரப் பின்னணியுடையவர்கள் என்பதை ஏற்கெனவே விவரித்தோம். அந்தக் காலத்தில் பெண்களுக்கு உயர்ந்த இடமிருந்தாலும், ஆண்களுக்குச் சமமான இடமிருக்கவில்லை என்பது இந்த ரிசாக்களிலிருந்து தெரியவருகிறது. மாமனார் - மாமியார், நாத்தனார்- மச்சினன் ஆகியோர் மீது ஆதிக்கம் செலுத்த வேண்டுமென்று பெண்கள் விரும்புவர். பெண்ணுக்கு சக்களத்தி ஒரு பெரிய தலைவலி விஷயமல்லவா!

அத்தியாயம் பதினெட்டு

மொழியும், கவிதையும்

1. மொழி

சௌனகரின் அகர வரிசைப் பட்டியலின்படி 'ரிக்வேத'த்தில் 10,414 மந்திரங்களும், 1,53,826 சொற்களும், 4,32,000 எழுத்துக்களும் உள்ளன. ரிசாக்களின் எண்ணிக்கை 10,467 ஆகக் கணக்கிடப்பட்டது. ஒருவிதப் பிரிவினையின்படி 'மண்டலம்', 'சூக்தம்', 'ரிசா'க்கள் என்ற வரிசை உள்ளது. 'ரிக் வேத'த்தில் 10 மண்டலங்கள், 1017 சூக்தங்கள், 10,414 மந்திரங்கள் (செய்யுட்கள்) உள்ளன.

பல்வேறு மண்டலங்களின் (அத்தியாயங்களின்) மொழியை ஆராயும்போது எல்லாவற்றின் மொழியும் ஒரேவிதமாக இல்லை என்பது தெரியும். ரிக்வேத கால ஆரியர்கள் இந்தோ-ஐரோப்பிய வம்சாவளியைச் சேர்ந்த 'சதம்' கிளையினரானவர். இந்த 'சதம்' கிளையில் ஈரானியரும், சகரும், ஸ்லாவினரும் அடங்குவர். சதம் கிளையைச் சேர்ந்த எந்த இனமும் 'ட' எழுத்தை உச்சரிக்க இயலாது. ஆகவே சப்த சிந்து ஆரியர்களும் 'ட' வை உச்சரிக்க முடியாதென்பது தெளிவு. 'ரிக்வேத'த்தின் துவக்கத்திலும் 'ட' சம்பந்தப்பட்ட எழுத்துக்கள் உள்ள சொற்கள் முற்றிலும் இல்லை. சப்தசிந்து ஆரியர்களின் நெருங்கிய தொடர்பால்தான் ஆரியர்களிடையே 'ட' எழுத்து புழக்கத்திற்கு வந்ததென்பது நிச்சயம். இன்னும் திராவிட மொழிகளில் 'ட' தொடர்பான சொற்கள் மிக அதிகமாக உள்ளன. அவற்றைக் கேட்பது வட இந்தியக்காரர்களுக்குப் பொறுமையை சோதிப்பதாகவே இருக்கிறது. ஆரியர்கள் சப்த சிந்துவுக்கு வந்த முந்நூறு ஆண்டுகளுக்குப் பின்னர் 'ரிக்வேத'த்தின் மாபெரும் ரிஷிகள் தோன்றினார்கள்.

வேத மொழியின் பெரும் அறிஞர் டாக்டர் பட்டே கிருஷ்ணகோஷ் 'ரிக் வேத'த்தின் எழுத்துக்களையும், அவற்றின் உச்சரிப்பையும் நுணுக்கமாக ஆராய்ந்தார். 'ரிக்வேத'த்தின் முதல் ஒன்பது மண்டலங்களின் மொழி ஒரே மாதிரியாக இருக்கிறதென்னும் முடிவுக்கு அவர் வந்தார். பத்தாவது மண்டலத்தில் மாறுதல் நிச்சயமாக உள்ளது. அதன் பல ரிசாக்களிலும், சூக்தங்களிலும பழைய மொழியும், மற்ற மண்டலங்களில் புதிய மொழியும் காணப்படுகின்றன. இந்த மொழி வித்தியாசம் பரத்வாஜரின் ரிசாக்களையும் (6-1-1,2), ரட்சோஹர்வின் ரிசாக்களையும் (10-162-1, 2) ஒப்பிட்டால் நன்கு புலனாகிறது.

ரிக் வேத மொழி மிகப் பழமையானது. அது தாமிர யுக சமுதாயத்தின் மொழியாகும். பாலி, பிராகிருதம், அபபிரம்ஸம், இன்றைய நமது மொழிகள் ஆகியவை போல் அது வளராத மொழி. இவ்விதம் அதை அறிமுகமில்லாத, கடின சொற்களைக்கொண்ட மொழி என்று சொன்னாலும், மொழியின் தன்மையின்படி அது சரளமாக இருந்திருக்க வேண்டும். சில விஷயங்களில் அது சுலபமான மொழியுங்கூட! நாம் அதை பாணினியின் இலக்கண சம்ஸ்கிருதத்தின் பின்னணியில் படிக்க விரும்புவதாலேயே, பாணினியின் இலக்கண விதிகளுக்கு எண்ணற்ற விதி விலக்குகள் இருப்பதால், 'ரிக்வேத'மொழியின் தன்மை மிகவும் கடினமாகிவிட்டது. வேத மொழியை வேதத் தொடர்பான உதாரணங்களுடன் படித்தால் நிச்சயம் அது எளிதானதாகவே இருக்கும். மொழி மிகவும் சுலபமானதாக இருந்தால் அது ஐயப்பாடுடையதாகவும் இருக்கும். உலகத்திலேயே சீன மொழிதான் மிகச் சுலபமான மொழியாகும். அதன் எழுத்து வடிவம் மட்டும் மிகக் கடினமானதுதான்! சீன மொழியின் இலக்கணத்தை ஐந்தாறு பக்கங்களுக்குள்ளேயே அடக்கிவிடலாம். ஆனால் அதனால் சந்தேகங்களும் அதிகமாகவே தோன்றும். பேசும்போது குரலை உயர்த்தியும், தாழ்த்தியும் பேசி சந்தேகங்களை நிவர்த்தி செய்ய முயற்சிக்கப்படுகிறது. வேத மொழியில் ஒரே விகுதியின் காலத்தை உறுதி செய்யாமல், சந்தர்ப்பத்தின்படி பொருள்கொள்ளும்படி வாசகன் நிர்ப்பந்திக்கப்படுகிறான். 'பவாதி' என்னும் சொல் 'இருக்கிறது', 'இருக்கட்டும்' என இரு பொருள்படும். ஆகவே, வேத மொழி கடினமானதென்பதை யாரும் மறுக்க முடியாது. ஆனால் பண்பட்ட சம்ஸ்கிருத மொழியின் மூலமாக அல்லாமல், ரிசாக்களில் வரும் இலக்கணத்தின்படி கற்பிக்கப்பட்டால், அதன் மொழி அவ்வளவு கடினமானதாகத் தோன்றாது.

'ரிக் வேத'த்தில் பல சொற்கள் வேறு பொருளில் பயன்படுத்தப் படுகின்றன. வேலை செய்பவனை 'காரு' என்று சொல்ல வேண்டும். ஆனால் 'ரிக்வேத'த்தில் ரிசாக்களை இயற்றும் கவிஞனை 'காரு' என்கின்றனர்.

வேதத்தில் சொற்களின் இணைப்பும் அவ்வளவு அதிகமாக நடைமுறைப்படுத்தப்படவில்லை.

2. சந்தம்

'ரிக்' என்றாலே 'செய்யுள்' என்றுதான் பொருள். 'ரிக்வேதம்' பூராவும் செய்யுளாகத்தான் இருக்கிறது. பிரசித்தமான சந்தங்கள் ஏழு எனக் கருதப்பட்டாலும், சந்தங்களில் எண்ணிக்கை இன்னும் அதிகமாகும். யக்ஞ ரிஷியின் ரிசாக்களில் (10-130-3-5) காயத்ரி, உஷ்ணிக், அனுஷ்டுப், பிரஹதி, விராட், த்ரிஷ்டுப், ஜகதி என்னும் ஏழு சந்தங்கள் குறிப்பிடப்பட்டுள்ளன. இவையே அடிப்படை சந்தங்களுமாகும். பாடுவதற்கு காயத்ரி சந்தம்தான் அதிக புழக்கத்திலிருந்தது என்பதை ஏற்கெனவே கூறினோம். இன்றும் மது அருந்துபவர்கள் பாடத் தொடங்கி விடுவதைப் போல, அன்றும் சோமபானத்தின்போது ஒவ்வொருவரும் பாடத் துவங்கிவிடுவர். 'ரிக்வேத'த்தின் ஒன்பதாவது மண்டலம் (அத்தியாயம்) சோம மண்டலமாகும். அதில் நூற்றுக்கு மேற்பட்ட ரிஷிகள் சோமபானப் பெருமையைப் பாடியுள்ளனர். இவ்வத்தியாயத்தின் பெரும்பாலான ரிசாக்கள் (செய்யுட்கள்) காயத்ரி சந்தத்தில் இருக்கின்றன.

3. அமைப்பு

1. **வாணி** : கவிதை உருவிலுள்ள செய்யுள் அமைப்பை, 'வாணி' என்றனர். வசிஷ்டர் கூறுகிறார் (7-31-12):

"சக்ரவர்த்தியும், இனமற்ற இந்திரனின் வாணிகளும் (செய்யுட்கள்) பகைவர்களை நிராயுதபாணிகளாக்குவதாகும்."

2. **சூக்தம்** : வசிஷ்டர் சூக்தத்தையும் குறிப்பிட்டுள்ளார் (7-29-3):

"இந்திரனே! சூக்தங்கள் மூலம் (கவிதைத் தொகுப்புகள் மூலம்) நாங்கள் பாடும் துதிப் பாடல்களே உம்முடைய அலங்காரங்கள்."

3. சுலோகம் : 'ரிக் வேத'த்தில் சுலோகம் என்றால் 'பாராட்டுரை' அல்லது 'புகழுரை' என்று பொருள். கன்வர் சொல்கிறார் (1-38-14):

"வாயால் சுலோகத்தை உருவாக்கு! மேகம் போல் பரவு! காயத்ர சந்தத்தைப் பாடு!"

4. சாமம் : சிறிய பாடலை 'சாமம்' என்றனர். 'ரிக்வேத'த்திய பல ரிசாக்களின் தொகுப்பே 'சாம வேதம்' என்பது. 'ரிக்வேத'த்தில் வராத நூற்றுக்கும் குறைவான மந்திரங்களே சாம வேதத்தில் வந்துள்ளன. குத்ஸ ரிஷி சாம கானத்தால் கடவுளர்களை மேற்கோள் காட்டிக் கூறுகிறார் (1-107-2):

"சாம கானங்களால் துதிக்கப்படும் தேவர்கள் தமது பாதுகாக்கும் திறனுடன் நம்மிடம் வருவார்களாக!"

5. ஸ்தோமம்: துதியையும், தோத்திரத்தையும் அக் காலத்தில் 'ஸ்தோம்' என்றனர். குத்ஸ ஆங்கிரசர் இந்திரன்-அக்னியை விளிக்கிறார் (1-109-2):

"ஓ இந்திரனே - அக்னியே! நீங்கள் மருமகன் மச்சானை விட அதிகமாக (கொடை) வழங்குபவர்களென்று கேள்விப்பட்டோம். ஆகவே சோமத்தை அளிக்கும்போது, உங்களுக்காக நான் புதிய 'ஸ்தோம'த்தை (தோத்திரத்தை) இயற்றுகிறேன்."

4. காவியம்

நதி சூக்தத்தையும் (3-33-1-13), புரூரவா-ஊர்வசி சூக்தத்தையும் (10-95) கவனிக்கும்போது, ரிக்வேத ஆரியர்களிடையே கவர்ச்சிகரமான கவிதை நடை இருந்ததெனத் தெரிகிறது. ஆனால் ரிஷிகளின் ரிசாக்களை கவிதைக் கண்ணோட்டத்தில் பாதுகாக்கவில்லை. கடவுளர்களை மகிழ்விப்பதே அவற்றின் நோக்கமாகும். அக்காலத்தில் இனிமையான கிராமியப் பாடல்களும் வழக்கத்தில் இருந்திருக்கலாம்.

உவமை : கவிதையை ரிஷிகள் அலங்கரிக்கவும் செய்தனர். இதில் உவமை அதிகமாகப் பயன்படுத்தப்பட்டுள்ளது. கிருத்ஸமத் ஒரு சூக்தத்தில் (2-36-1,8) ஒவ்வொரு வரியிலும் உவமையைக் கையாண்டுள்ளார்:

"அஸ்வினி இரட்டையரே! கல்லைப்போல் பகைவர்களுக்குத் துன்பம் தாருங்கள்! பருந்தைப்போல் புதையல் உள்ள மரத்தைப்

பெறுங்கள்! பிரம்மாவைப்போல் வேள்வியில் கீதமிசைப்பவர் ஆகுங்கள்! தூதனைப்போல் பலரும் அழைப்பவராகுங்கள்!"

விசுவாமித்திரர் தன்னுடைய 'நதி சூக்த'த்தில் (3-35) பியாஸ், சட்லஜ் நதிகளைக் கீழ்க்கண்டவற்றுடன் உவமிக்கிறார்: குதிரை, பசு, தேரோட்டி, கன்று, அன்னை, கணவன் முதலியன.

5. கவிஞர்

1. வசிஷ்டர்: வசிஷ்டரின் சில கவிதை நிறை சூக்தங்களை ஏற்கெனவே நாம் குறிப்பிட்டுள்ளோம். வசிஷ்டர் ஒரு சூக்தத்தில் உஷையை (விடியற்காலையை) மிக அழகாக வர்ணித்துள்ளார் (7-75):

"பகல் கன்னிகை உஷா ஒளி பெற்றாள். அவள் சத்தியத்திலிருந்து தன் மகிமையை அறிவித்துக்கொண்டே வந்தாள். அவள் இருட்டை அழித்தாள். உயிர்களின் உயர்ந்த பாதையை ஒளி பெறச் செய்தாள்.(1)"

"உஷையின் காணத் தகுந்த இந்த அற்புதமான அமுத ஒளிக் கதிர்கள் தோன்றின. அவள் தெய்வீகத் தன்மையைத் தோற்றுவித்துக் கொண்டே வானவெளியை நிறைத்து நின்றாள்.(3)"

"இந்த உஷா சொர்க்க மகள், உலகைப் பாதுகாப்பவள். மக்களின் பகுத்தறிவைக் கவனித்துக்கொண்டே உடனே ஐந்து இனக் குழுவினரிடமும் (ஆரியர்) வந்தடைகிறாள்.(4)"

"உஷையே! எங்களுக்கு நீ பசுக்கள், வீரர்கள், ரத்தினங்கள், குதிரைகள் உட்பட மிக அதிக உணவு அளித்திடு! தேவர்களின் முன்னே எங்கள் வேள்விகளை நிந்தனை செய்யாதே! நீ எப்போதும் ஸ்வஸ்தியுடன் (மங்கலச் சொல்லுடன்) எங்களைக் காப்பாற்று! (8)".

2. விசுவாமித்திரர் : விசுவாமித்திரரும் உஷையைப் புகழ்ந்து பல சூக்தங்களை இயற்றியிருக்கிறார். அவற்றில் ஒன்றின் சில ரிசாக்கள் (3-61) வருமாறு :

"உஷா தேவியே! தங்கத்தேருடன் இனிய சொற்களுடன் ஒளிர்வாயாக! பொன்னிறமான உனக்காக அவர்கள் நன்கு பயிற்றுவிக்கப்பட்ட குதிரைகளைக்கொண்டு வருவார்களாக! (2)"

"உஷையே! நீ அமுதக் கொடியாவாய்! எல்லா உலகங்களுக்கு உயரேயும், அவைகளுக்கெதிரேயும் நீ இருக்கிறாய்! தேரின் மேல் ஒரே

விதமாகப் பயணம் செய்து, சக்கரம்போல் மீண்டும் மீண்டும் சுற்றித் திரிவாயாக(3)".

3. வாமதேவர் : எல்லா பிரதான ரிஷிகளும் உஷையின் பெருமையைப் பாடியபோது, வாமதேவர் மட்டும் சும்மா இருப்பாரா? அவர் கூறுகிறார் (4-51):

"இருளின் மத்தியிலிருந்து அந்த மாபெரும் ஜோதி தோன்றியது. மக்களுக்காக உறுதியாகப் பயணம் செய்து, சொர்க்கக் குமரிகளான உஷைகள் ஒளி சிந்துகின்றனர்(1)"

"வேள்வியில் ஜுவாலைகள்போல் கிழக்குத் திசையிலே உஷைகள் எழும்பியுள்ளன. தடையாக இருக்கும் இருளின் வாசலைத் திறந்து அந்த புனித ஒளி தோன்றுகிறது (2)"

"தேவியே! சத்தியத்தில் பிணைக்கப்பட்ட குதிரைகளுடன் நீ விரைவாக உலகங்களில் நாற்புறமும் செல்கிறாய்! உஷைகள், வாழ்வதற்காக உறங்கிக் கொண்டிருக்கும் இரண்டு -நான்கு கால்களுடைய ஜீவன்களையெல்லாம் எழுப்பிக்கொண்டே உலகின் நாற்புறமும் செல்கின்றன.(5)"

அடுத்த சூக்தத்தில் (4-52) வாமதேவர் அனைவருக்கும் விருப்பமான காயத்ரி சந்தத்தில் உஷையைப் பாடுகிறார்:

"இருளை விரட்டுபவரும், பாராட்டத்தக்க நல்ல தலைவியுமான சொர்க்க மகள் உஷை தென்படுகிறாள் (1)".

"குதிரையைப் போல் பிரகாசமானவளும், பசுக்களின் தாயும், வேள்வியைச் சேர்ந்தவருமான உஷை இரட்டையர் அஸ்வினி தேவர்களின் தோழியானாள் (2)".

"இனிய சொற்களுடைய தீ பகைவர்களை ஒழி! அறிவை வழங்கு! நாங்கள் தோத்திரங்கள் மூலம் உன்னை அழைக்கிறோம். (4)"

ஊர்வசி - புரூரவாவின் அழகிய சிறு காவியம் 'ரிக்வேத'த்தின் ஒரு சூக்தமாகும் (கவிதைத் தொகுப்பாகும்). அதை ஏற்கனவே குறிப்பிட்டுள்ளோம்.

ரிஷிகள் தமது படைப்புகளை 'காவியங்கள்' என்றே சொல்லி வந்தனர். இது வாம தேவரின் ஒரு சூக்தத்தால் தெரிய வருகிறது (10-55-5).

4. பௌளம் : அத்ரியின் புத்திரர் பௌளம் மேகத்தைத் துதித்ததுகூட மிக அழகாக இருக்கிறது (5-83) :

"இந்தக் குரல்களால் மேகத்தின் வலிமையைப் புகழ்ந்து பாடு! வணக்கம் தெரிவித்துக்கொண்டே மேகத்தைத் தோத்திரம் செய்! மழை பொழியும் கொடை வள்ளலான கர்ஜனை புரியும் மேகம் மூலிகை வகைகளில் வீரியத்தை வைத்துள்ளது (1)"

"மேகம் மரங்களை அழிக்கிறது ; ராட்சதர்களை அழிக்கிறது. படுகொலையால் உலக முழுவதையும் பயமுறுத்துகிறது. மழை பொழியும் அதனைப் பார்த்து நிரபராதிகளும் ஓடுகின்றனர்; காரணம், மேகம் உறுமிக்கொண்டே கொடுமைக்காரர்களைக் கொல்கிறது(2)."

'ரிக் வேத'த்தில் ஆங்காங்கே எழில் கவிதாம்சங்கள் நிறைந்து கிடக்கின்றன. அவற்றைப் பார்க்கும்போது, ரிக்வேத ஆரியர்கள் கவிதை விரும்பிகள் என்பது தெரிகிறது. அவர்களின் பொழுதுபோக்குக்காக அழகிய கவிதைகள் எழுதப்பட்டு வந்தன. அவைகளைப் பாடும்முறை 'சாமகான'த்தால் புரிகிறது. நம் நாட்டுக்கிராமியப் பாடல்களை (குறிப்பாக இமயமலைப் பகுதிகளில் வாழும் பிற்பட்ட இனத்தவரின் கிராமியப் பாடல்களை) ஆய்ந்து பார்த்தால் உண்மைக்கு மிக நெருங்கிய முடிவுகளை நாம் அடையலாம். கிராமியப் பாடல்களின் சொற்களில் மாற்றம் ஏற்பட்டுக்கொண்டே இருக்கலாம்; ஆனால் அவற்றைப் பாடும் முறையும், மெட்டும் ஆயிரக்கணக்கான வருடங்கள் கூட மாறாமல் அப்படியே இருக்கும். ஆகவே நமது நாட்டிலும், பல மேற்கத்திய நாடுகளிலும் தற்போது பாடப்படும் கிராமியப் பாடல்களுடன் 'சாமகான'த்தை ஒப்பிட்டுப் பார்த்தால், சப்த சிந்து ஆரியர்களின் பாடும் முறையை அறிந்துகொள்ள முடியும்.